आपल्या स्नेहीजनांना पुस्तके भेट द्या

परतुनि ये घनश्याम...

दिनकर जोषी

अनुवाद

स्मिता भागवत

मेहता पब्लिशिंग हाऊस

Please contact us at **Mehta Publishing House Pvt. Ltd.**
✆ +91 020-24476924 / 24460313 / Mob. No. 9545000513
Email : production@mehtapublishinghouse.com
Website : www.mehtapublishinghouse.com

◆ *या पुस्तकातील लेखकाची मते, घटना, वर्णने ही त्या लेखकाची असून त्याच्याशी प्रकाशक सहमत असतीलच असे नाही.*

SHYAM EKVAR AAVONE ANGANE... by DINKAR JOSHI

Originally Published in Gujrati
Translated into Marathi Language by Smita Bhagwat

परतुनि ये घनश्याम... / अनुवादित कादंबरी

अनुवाद : स्मिता भागवत
author@mehtapublishinghouse.com

मराठी अनुवादाचे व प्रकाशनाचे हक्क : मेहता पब्लिशिंग हाऊस प्रा. लि.

संस्थापक : सुनील अनिल मेहता

प्रकाशक : मेहता पब्लिशिंग हाऊस प्रा. लि.
१९४१, सदाशिव पेठ, माडीवाले कॉलनी, पुणे ४११०३०

मुद्रक : ट्रिनिटी ॲकॅडमी फॉर कॉर्पोरेट ट्रेनिंग लिमिटेड

मुखपृष्ठ : सतीश भावसार

प्रकाशनकाल : तिसरी आवृत्ती : एप्रिल, २०११ /
मेहता पब्लिशिंग हाऊस प्रा. लि.ची चौथी आवृत्ती : जून, २०२२

किंमत : ₹ २६०

P Book ISBN 9789394258525
E Book ISBN 9789394258532
E Books available on : amazonkindle Apple Books Google Play Books

---

अटीतटींच्या क्षणांवर मात करताना
ज्यांनी श्रीकृष्णासारखी पाठराखण केली,
त्या उत्तुंग व्यक्तिमत्त्वाला – पूज्य प्रभूजींना
ही श्रीकृष्णकथा सादर अर्पण!

अनुभूती – तृप्ती आणि अतृप्तीची!

अवतारवादावर श्रद्धा असणाऱ्यांसाठी श्रीकृष्ण ईश्वराचा अवतार आहे. जे सश्रद्ध नाहीत, त्यांच्या लेखी कृष्ण हा 'महाभारत', 'हरिवंश', 'श्रीमद्‌भागवत'– सारख्या महाग्रंथाचे एक पात्र आहे. हे पात्र अंशत: ऐतिहासिक आणि अंशत: कविकल्पनांचे फलित आहे. कृष्ण ईश्वर असो वा ऐतिहासिक पात्र असो अथवा निखळ कविकल्पना असो. काहीही असले तरी हजारो वर्षांपासून करोडो लोकांच्या माहितीचे असणारे, मंत्रमुग्ध करून टाकणारे ते आकर्षक पात्र आहे यात शंका नाही. असंख्य पिढ्यांना भारावून टाकून भावरसात चिंब भिजविण्याचे सामर्थ्य या पात्रात निश्चितच आहे. भारतीय अभारतीय हा भेदाभेद पार करून ते जनमानसात उतरले आहे, हे निर्विवाद! विश्वातील प्रत्येक निर्मितिक्षम कलाकार कुठच्या ना कुठच्या मैलाच्या दगडाशी या ना त्या कारणाने कृष्णापर्यंत पोहोचतोच; पण तसे न घडले तर त्यास तृप्तीची अनुभूती येत नाही.

'कृष्णाला विशिष्ट आकारात बघणे' हा आपल्या चक्षूंच्या मर्यादेचा परिपाक आहे. वास्तविक, कृष्ण ही एक नितांत सुंदर भावना आहे; असे मला सदैव वाटत आले आहे. भावनेला आकार नसतो, फक्त अनुभूती असते. मानवाच्या अंत:स्तलात काहीतरी अमूर्त मिळविण्याची जी कामना असते, तेच कृष्णदर्शन! हे दर्शन होत नाही तोवर अतृप्ती व्यग्र करून सोडते.

वसुदेव, देवकी, रुक्मिणी, सत्यभामा, अर्जुन, द्रौपदी, अश्वत्थामा, अक्रूर आणि कंसासह साऱ्यांना कृष्णासमवेत काही क्षण जगण्याचे भाग्य लाभले. आजही ही सारे कुठे ना कुठे समाजाचा हिस्सा बनून जगत आहेत– वसत आहेत. त्यांच्या या वसनप्रक्रियेतून अवश चित्कार निसटतो... कृष्णा, एकदा येई रे अंगणी! मला तुला काही सांगायचंय!

पण कृष्ण खरोखरीच समक्ष उभे ठाकले तर त्यांना सांगण्याजोगे खरेच आपल्याजवळ काही आहे का? आपण त्यांना काही सांगू शकू का? या प्रश्नाचे उत्तर जवळ नसूनही... अमूर्त तत्त्वं न गवसल्यामुळे सतत आपल्या मनात उलघाल होते, कसलीतरी उणीव भासत राहते. ही मानवी जीवनाची करुण मर्यादा!

ज्या क्षणी आपल्या देहात उद्धव आणि राधा वास करतील, त्या क्षणी ही अमूर्ताची मनोकामना पूर्ण होईल. फक्त उद्धव आणि राधाच कृष्णाला अंगणी येण्याचे आमंत्रण देत नाहीत; कारण ते स्वत: निरंतर कृष्णाच्याच अंगणात वास करत असतात. उद्धव आणि राधेच्या या भूमिकेचा शोध म्हणजेच ही कादंबरी!

या संवेदनेस साकार करताना ज्या ग्रंथांची मदत लाभली त्यात 'महाभारत', 'हरिवंश', 'श्रीविष्णुपुराण' आणि 'श्रीमद्‌भागवत' यांचा प्रामुख्याने उल्लेख करावा लागेल. याव्यतिरिक्त 'अग्निपुराण', 'ब्रह्मवैवर्तपुराण' आणि 'पद्‌मपुराण' सारख्या पुराणांचेही ऋण मी स्वीकारतो. श्री. बंकिमबाबू ते श्री. करसनदास माणेक यांसारख्या आधुनिकापर्यंतच्या वैचारिक मंथनाचाही मी लाभ घेतला. या साऱ्या मनीषींना मी वंदन करतो.

श्रीकृष्ण तर शब्दातीत आहेत. अशा पात्राचे आलेखन दुष्करच! हे दुष्कर काम करताना मला माझे सहकारी योगेशभाई पटेल यांच्या अलभ्य ग्रंथभांडाराची मदत मिळाली. या मदतीविना हे दुष्कर काम अतिदुष्कर ठरले असते याची मला जाणीव आहे. 'गुजरात समाचार'च्या रविवारीय पुरवणीत ही कादंबरी धारावाहिक रूपाने प्रकट होत असताना, कादंबरीतील प्रत्येक वाक्याबरोबर सहयात्रा करणाऱ्या श्री. लालजीभाई मयाणींचेही मी मनापासून आभार मानतो.

पुस्तकरूपाने प्रसिद्ध होणाऱ्या या काही अक्षरांचे आलेखन करताना मी ज्या अनिर्वचनी आनंदानुभूतीस सामोरा गेलो, त्याचे आचमन सहृदय भावुक करू शकतील अशी श्रद्धा मनात आहे.

अवघ्या दीड वर्षांत या कादंबरीची दुसरी आणि नंतर तीन वर्षांत तिसरी आवृत्ती प्रसिद्ध झाली हे यश कुणाला अर्पण करू? गुजराती वाचकांना? समीक्षकांना? प्रकाशकाला, की या कलाकृतीच्या केंद्रस्थानी असणाऱ्या श्रीकृष्णाला?

हिंदी भाषेतील अग्रगण्य साप्ताहिक 'धर्मयुग'मध्ये ही कादंबरी अनुवादित झाली याचीही इथे संतोषपूर्वक नोंद घ्यावीशी वाटते.

तिसऱ्या आवृत्तीच्या क्षणी

बऱ्याच पल्ल्यानंतर श्रीकृष्णाच्या कृपेने या पुस्तकाची तिसरी आवृत्ती प्रकाशित होत आहे याचे परम समाधान आहे. या समाधानाचे यशभागी डायमंड पब्लिकेशन्सचे पिता-पुत्र श्री. दत्तात्रेय पाष्टे व श्री. नीलेश पाष्टे आहेत. मराठी वाचकांचे व प्रकाशकांचे मन:पूर्वक आभार.

एक खास नोंद घेणे योग्य ठरेल. हे पुस्तक गुजराती व मराठीशिवाय हिंदी, बांगाली, तेलुगु आणि मल्याळी अशा इतर चार भारतीय भाषांतही प्रसिद्ध झाले आहे.

– दिनकर जोषी

मनोगत

'*परतुनि ये घनश्याम...*' हे अनुवादित पुस्तक वाचकवर्गासमोर धरताना मनात संमिश्र भावना आहेत. एक तरी गुजराती पुस्तक मी मराठीत नेईन, असं मी माझ्या गुरूंना– उमाशंकर जोशी यांना वचन दिलं होतं. त्याप्रमाणे चोखंदळपणे निवड करून मी दिनकर जोषी लिखित '*प्रकाशनो पडछायो*' या पुस्तकाचा मराठीत अनुवाद केला. कादंबरीचा विषय कुतूहल निर्माण करणारा– जगप्रसिद्ध व्यक्तिमत्त्वाच्या खासगी जीवनास स्पर्श करणारा– काहीसा स्फोटक होता. त्यामुळे '*प्रकाशाची सावली*' या पुस्तकानं मला प्रसिद्धीच्या झोतात आणलं. त्या झोताच्या मोहानं अनुवादक म्हणून स्थापित व्हावं असं मात्र मला वाटलं नाही; कारण '*प्रकाशनो पडछायो*' हे पुस्तक हाती घेताना, या पुस्तकाचा अनुवाद मी मराठीत करणार आहे, इतकाच विचार मनात होता. यापुढेही गुजराती साहित्य आपण मराठीत आणत राहू असा विचार मनात नव्हता. '*प्रकाशाची सावली*' हे पुस्तक झाल्यावर 'अनुवाद नको' हे मत आग्रही बनलं. कारण...

स्वतंत्र लेखन, प्रापंचिक जबाबदाऱ्या आणि फॅमिली काउन्सेलिंगचा पसारा यातून वेळ उरत नाही हे फार महत्त्वाचं कारण! वेळ मिळालाच तर 'व्यथा व्यक्त होताना...'च्या अधिक केसेसना शब्दरूप देणं मला अधिक आवडणारं होतं. पाचशेच्यावर केसेसचा आकडा गेला असताना कथाबीजांची कमी नाही. प्रश्न वेळेचाच आहे. स्वतंत्र लेखनासाठी वेळ कमी पडत असताना अनुवादासाठी वेळ काढणं मनात नव्हतं. त्यात '*प्रकाशाची सावली*'च्या प्रकाशनामुळे एका अनपेक्षित आपत्तीस तोंड द्यावं लागलं.

माझा वावर 'गुजु' साहित्यक्षेत्रात अधिक होता-आहे. मी गुजराती पुस्तक मराठीत नेल्याचं आणि ते वाचकांना आवडल्याचं कळताच अनेक ज्येष्ठ, श्रेष्ठ

आणि मान्यवर अशा परिचित साहित्यिकांनी मला त्यांची पुस्तकं पाठविली. आपापल्यापरीनं ती सारीच पुस्तकं अभिजात आहेत; पण त्या साऱ्यांचा अनुवाद करायचा म्हटलं तर आयुष्य कमी पडेल. एकाला होकार देऊन दुसऱ्याला नकार देणं हे तर धर्मसंकटच! म्हणून 'एकाच पुस्तकाचा अनुवाद करण्याचा माझा मानस होता' असं सांगून मी साऱ्यांची बोळवण केली. 'प्रकाशाची सावली' वाचून ज्यांनी, 'दुसरा अनुवाद केव्हा देणार?' हा प्रश्न विचारला, त्यांनाही मी हेच उत्तर दिलं.

मी माझ्या आवडीच्या कामात रमले. माझ्यालेखी 'प्रकाशाची सावली'चं काम वचनपूर्तीचा आनंद देणारा भूतकाळ ठरलं. घटना फक्त वर्ष-सव्वा वर्षच जुनी झाली होती, तरीही! अचानक कळलं– कांदिवलीच्या 'अनुवाद ट्रस्ट'नं दिनकर जोषींच्या 'श्याम एकवार आवोने आंगणेची' निवड भाषांतरासाठी केली आहे. ही संस्था अभिजात गुजराती साहित्यकृती इतर भाषांत जाव्यात यासाठी प्रकाशनास आंशिक अनुदान देते. 'प्रकाशाची सावलीसही' त्यांचा सहकार लाभला होता. पुन्हा तेच लेखक आणि अनुवादक ही जोडी जुळावी, अशी त्यांची इच्छा होती. कादंबरीचा विषय मला वेगळा म्हणून आवडला होता. साहित्यात 'कृष्ण' हे पात्र अपरिचित नाही; पण बहुतांश साहित्यात कृष्णजीवनाचा वेध घेतलेला दिसतो. कृष्णाच्या संदर्भात कृष्णमहानिर्वाणानंतर काही घटनांसंबंधात पुनर्विचार मांडणारी ही कादंबरी मला अनोखी वाटली. किंचित वेगळा अभिगम (ॲप्रोच), कादंबरीचं सादरीकरण, दोन्ही मला आवडलं. म्हणून मी हे काम स्वीकारलं.

माझ्या अभिप्रायाव्यतिरिक्त 'श्याम...' वाचलेल्या काही मराठी-गुजराती वाचकांचे बोलके अभिप्रायही मला माहिती होते. ईश्वर आहे/नाही, यांपैकी एकच ठाग गत नसणाऱ्यांची संख्या प्रचंड आहे. आजच्या धकाधकीच्या जीवनात असुरक्षितता, अनिश्चितता, ओढग्रस्त आणि समस्यांचे तणाव यात दमछाक होते, तेव्हा बहुतांशी लोकांना थकला माथा टेकण्यासाठी 'पाय' हवे असतात. 'ते' लाथ मारण्याचं भय नसलेले आणि 'ते' मातीचे ठरू नयेत, इतकीच अपेक्षा असते. ही माफक अपेक्षा उंबराचं फूल ठरते. कदाचित, म्हणून– अस्तित्व नसलेल्यांच्या ठायी (वा अस्तित्व संपलं आहे अशा मृत महानुभवांच्या ठायी) श्रद्धा सहज शक्य ठरते. कारण, कदाचित आदर्श विद्यमान व्यक्तींचंही हिडीस स्वरूप कधी ना कधी नजरेस पडण्याची दाट शक्यता असते. कदाचित म्हणून राम, कृष्णांसारख्या अवतार पुरुषांवर श्रद्धा ठेवणं सहज आणि सोईचं ठरत असावंसं वाटतं.

'श्याम...'च्या कित्येक वाचकांना कृष्णाच्या महानिर्वाणानंतर, तो जीवित असताना त्याच्यावर आरोप केलेल्यांकडून व्यक्त झालेली हळहळ भावली. कुणाला कृष्ण-कंस संवादातील मोडकळीस आलेल्या गणतंत्राविषयीच्या चर्चेत आजच्या लोकशाहीचं दर्शन झालं. त्यायोगे निष्फळ वाटली तरी लोकशाहीतील गणतंत्राची

संकल्पना कशी जोरकस आहे याची जाणीव झाली.

जनसामान्यांच्या जीवनातही चांगले संबंध प्रस्थापित झालेल्या सज्जनांवर विनाकारण तोंडसुख घेण्याचे कटू प्रसंग येतात. हे प्रसंग टाळायला हवे होते; निदान त्याविषयीचा खेद व्यक्त व्हावा असं वाटलं, तरी 'अहं' कुरघोडी करतो आणि मनात असूनही दिलगिरी व्यक्त करण्यात चालढकल होते. दुखावल्यामुळे दुरावलेली प्रिय व्यक्त अनपेक्षितपणे काळाच्या उदरात गडप होते आणि उरलेल्यांच्या मनात दिलगिरी व्यक्त न केल्याची चुटपुट राहते. रागाच्या/दुःखाच्या भरातही 'असं' बोलायला नको होतंसं वाटल्याची भावना आता 'त्या' व्यक्तीपर्यंत कधीच पोहोचणार नाही ही जाणीव दाहक बनते.

'श्याम...' कादंबरी कृष्णाच्या देहविलयापासून सुरू होते आणि तरी तिचा नायक कृष्णच आहे. मानवअवतार धारण केला म्हणून मानवाच्या साऱ्या भोगांना सामोरा गेलेला कृष्ण, आदर्शवादासाठी वास्तवाकडे दुर्लक्ष करणारा मर्यादा–पुरुषोत्तम नाही. याच कारणासाठी आदर्शवादाचा प्रणेता राम जसा परका वाटतो, तसा वास्तववादाशी नातं टिकविणारा कृष्ण परका वाटत नाही. महाभारतातील कृष्ण जसा जनसामान्यांना आपल्यातला वाटतो, त्याच कसोटीवर 'श्याम...' कादंबरीतील कृष्णाच्या महानिर्वाणानंतर हळहळणाऱ्या सत्यभामा, द्रौपदी, अक्रूर, अश्वत्थामा... वगैरे व्यक्तिरेखा आपल्यातल्या वाटतात. त्यांची हळहळ आणि एकदा परतुनि ये घनश्यामा... हा आक्रोश वांझ ठरणार असला तरी तो कमालीचा मानवी (ह्यूमन) वाटतो. दिनकर जोषींच्या आलेखनात अभ्यास आणि भावुकतेचा सुभग समन्वय सुरेख साधला गेला आहे. म्हणून 'आता अनुवाद नको' असा विचार असूनही, मला हे काम करावंसं वाटलं. 'श्री' प्रकाशनाच्या जोशी दांपत्यास 'गुजु' कादंबरी आणि तिचा मराठी अनुवाद दोन्ही आवडले होते. प्रकाशन क्षेत्रांत प्रवेश करण्याची त्यांची इच्छा होतीच. 'ग्रंथाली' जर पुस्तकवितरणाची जबाबदारी घेणार असेल, तर तातडीनं पुस्तक प्रकाशित करू अशी त्यांनी खात्री दिली आणि 'प्रकाशाची सावली'– नंतर दोन वर्षांनी 'परतुनि ये घनश्याम...'च्या प्रकाशनाचा योग जुळून आला.

कादंबरीचा कालखंड पुराणकालीन आहे. ज्यावेळी संस्कृत वा संस्कृतप्रचुर भाषेचा समाजावर पगडा होता, त्या काळाच्या वातावरणानिर्मितीसाठी मूळ कादंबरीत संस्कृतप्रचुर शब्द वापरलेले आहेत. मराठी आणि गुजराती या मायबहिणी संस्कृत मातेच्या कन्या! म्हणून अशा शब्दांना गुजराती समजून त्यांचा मराठीत अनुवाद देण्याऐवजी मी तेच शब्द वापरले आहेत. आधुनिक मराठी भाषेत शैत्य (गारवा, शीतलता), कामोह (अज्ञान, भ्रांती), वार्ता (वृत्तान्त, बातमी), पुरजन (प्रजाजन, नगरातील लोक), आभीर (गवळी, आहिर), संत्री (पहारेकरी, चौकीदार), परिप्लावित

(चिंब भिजविणे) वगैरे शब्द प्रचलित नाहीत याची मला जाणीव आहे. तरीही ते वापरण्यामागे विद्वज्जड भाषेचा सोस नसून तत्कालीन वातावरण निर्माण करण्याचा हेतू आहे, हे मला आवर्जून सांगावंसं वाटतं.

शेक्सपिअरने म्हटले आहे... नावात काय आहे? बहुतांशी ते सार्वत्रिक सत्य आहेसे वाटते. तरीही भारतीय मानस पाश्चात्त्य विचारसरणीहून मूलत: वेगळे आहे हेही तितकेच खरे! ही भिन्नता या कादंबरीचा भावानुवाद करताना प्रकर्षाने जाणवली. यमुनेस 'कालिंदी' म्हटले तर जसा हळुवारपणा प्राप्त होतो वा गंगेस भागीरथी म्हणताच जो आशय आपोआप व्यक्त होतो त्यास तोड नाही असे मला मनापासून वाटते.

अनुवाद ट्रस्ट आणि दिनकर जोषींनी या कामासाठी माझी निवड केली यासाठी मी त्यांची आभारी आहे. वाचनाचा छंद झपाट्यानं कमी होतोय अशी ओरड असूनही अभिजात आणि दर्जेदार साहित्याची उपेक्षा अशक्य आहे असं ठामपणे म्हणून या पुस्तकाद्वारे 'श्री' प्रकाशनाचा 'श्री गणेशा' करणाऱ्या जोशी दांपत्याचेही मी आभार मानते. 'परतुनि ये घनश्याम...' या पुस्तकाच्या प्रकाशनात 'ग्रंथाली' या प्रकाशनसंस्थेचा सहयोग आहे. त्यांचे आभार मानून, कृतज्ञता व्यक्त करता यावी इतके समर्थ शब्द मजजवळ नाहीत. हे पुस्तक हाती घेऊ म्हटलं तरी वेळ मिळेल? या प्रश्नात मी घोटाळत असताना 'काढला की वेळ निघतोच' असं ठणकावून सांगणाऱ्या महानुभवास हे पुस्तक अर्पण केलं आहे. या साऱ्यांचे आभार मानण्यापेक्षा ऋणात राहणं मी अधिक पसंत करते.

अनुवादाचं काम स्वतंत्र लेखनापेक्षा अधिक अवघड आहे हे मला अनुभवानं पटलं आहे. म्हणूनही यापुढे अनुवादाचं अवघड काम नको, असं वाटतंय. तरीही... तरीही स्व. महादेवभाई देसाई (महात्मा गांधींचे मानसपुत्र) यांच्या जीवनावर बेतलेली 'अग्नीकुंडमां उगेलुं गुलाब' ही महाकादंबरी मला खुणावतेय. वेगळ्या वाटणाऱ्या अभिजात कृतींचा अनुवाद (की भावानुवाद?) व्हावा असं वाटणं हे कदाचित स्व. उमाशंकरभाईंनी मनी रुजविलेल्या आंतरभारती संकल्पनेचं फलित असेल ही इच्छा समर्थ प्रकाशक लाभला आणि हे मोठं काम माझ्या हातून घडून आलं तरच पूर्ण व्हायची! ती इच्छा पूर्ण होईल? याचं उत्तर काळच देईल. या क्षणी 'परतुनि ये घनश्याम...'सारखी वेगळी भावना विशद करणारी गुजराती कादंबरी भावानुवादाच्या रूपानं मराठी वाचकांसमोर धरता आली याचा आनंद अनोखा आहे.

– स्मिता भागवत

अनुक्रमणिका

१

अर्जुन विषादयोग

कूस पालटून, मध्याकाशातील सूर्य पश्चिमेकडे झुकला होता. त्याच्या उबदार किरणांनी द्वारकेच्या महालाच्या सोनेरी गवाक्षांवर आणि लालसर शिखरांवर उदास छाया पसरविली होती. दक्षिणेस मावळत्या किरणांमुळे रैवतक पर्वताची अशी विपरीत सावली पडली होती की, दुरून बघणाऱ्यास तो पर्वतच मान मोडून पडला आहे असा भास व्हावा. दूरवर दाटणारी सागराची अस्पष्ट गाज शेवटचे श्वास मोजणाऱ्या जखमी वीराच्या कण्हण्यासारखी उदास भासत होती.

हिरवळीवर विसावलेल्या गायींच्या कानी येणाऱ्या रथाच्या चाकांची खरखर आणि घोड्यांच्या टापांचा आवाज आदळला. किंचित मान वळवून त्यांनी आपले सुस्तावले डोळे उघडल्यासारखे केले. बाजूचा रस्ता रैवतकच्या सावलीकडून पुढे सरकून दक्षिण दिशेस वळत होता. मार्गावरील धुळीत घोड्यांचे खूर, इतर प्राण्यांची पदचिन्हे आणि वाटसरूंच्या पाऊलखुणांची सरमिसळ झाली होती. उजव्या हाताने लगाम खेचून दारुकाने रथाचा वेग कमी केला. धापा टाकणाऱ्या घोड्यांच्या तोंडी फेस आला होता. अस्वस्थ नजरेने दारुकाने रैवतकाकडे नजर टाकली.

"पार्था! आता रैवतक नजरेच्या टप्प्यात आला आहे," हळुवार स्वरात जाणीव देऊन दारुकाने मागे वळून बघितले; पण शब्द अर्जुनाच्या कानातून उतरून मनापर्यंत पोहोचले की नाही, हे त्याला कळेना. खांद्यावरील गांडीव पेलण्यासाठी घट्ट आवळलेली मूठ अचानक घामाने आर्द्र झाली. अर्जुनाच्या निर्विचार मनात विचारांचा डोंब उसळला...

...याच रैवतक पर्वताच्या उतारावरून सुभद्राहरण केले होते. खुद्द कृष्णाचाच आदेश होता... "अर्जुना, ही माझी धाकटी बहीण सुभद्रा! तुला तिच्याशी लग्न करावयाचे असेल तर तिचे हरण करावे लागेल. लग्नाच्या इच्छेने हरण करणे क्षत्रियधर्मास निषिद्ध नाही..."

कृष्णस्वरांचे पडसाद वातावरणात घुमत असल्यागत अर्जुन भारावला. कारणपरत्वे काय धर्मोक्त आहे आणि काय निषिद्ध आहे याची वेधक जाणीव कृष्णाने वारंवार करून दिली होती; पण आता...

आजच्या प्रसंगाची जाण होताच अर्जुनाच्या देहावर टपोरे घर्मबिंदू फुलले. देहाचा दाह सहन होईना. गात्रे शिथिल झाल्याची जाणीव उद्ध्वस्त करीत होती. छत्तीस वर्षांपूर्वीही असाच गात्रे शिथिल होण्याचा अनुभव घेतला होता त्याने! तेव्हाही हताश अवस्थेत जीभ कोरडी पडली होती त्याची! घसा सुकल्याची जाण गलितगात्र अवस्थेस आमंत्रण ठरली होती, तेव्हाही!...

"कौंतेय!" अर्जुनाची तंद्री मोडण्याच्या प्रयत्नात दारुकाचा स्वर अधिकच हळवा झाला. "भरतीची वेळ आहे. दुर्गाच्या पुढच्या बाजूस भरतीच्या लाटा उसळत असणार. आपण मागील दरवाजातून नगरप्रवेश करणे बरे..."

निरुत्तर अवस्थेत अर्जुन मौनात हरवला; पण मन गप्प नव्हते. रथ आता कुठच्याही बाजूने नगरात गेला, तरी काय फरक पडणार आहे? त्याचे मन कुरकुरले. कृष्ण नसलेल्या द्वारकेत त्याने कधी प्रवेश केला नव्हता. तशा द्वारकानगरीची कधी कल्पनाच त्याने केली नव्हती. तरीही, रथ आता द्वारकेत प्रवेश करणार होता. जिथे आता कृष्ण-बलराम नव्हते. अक्रूर-उद्धव की प्रद्युम्न– सात्यकीही नव्हते!

अशा या उजाड, उद्ध्वस्त आणि भकास नगरीला द्वारका का म्हणायचे? बारा योजनांचा हा परिसर म्हणजे कुशस्थळी! द्वारका नव्हे. कुशस्थळीला द्वारकेचे रूप प्रदान करणारा श्रीकृष्ण! रैवतक पर्वताचे बोट धरून उभा असणारा हा भूभाग... अर्जुनाचे मन स्वैर उधळले. रैवतकावर नजर स्थिरावली. आता त्याला सुभद्रा आठवेना. ब्रह्मलोकातील अलौकिक संगीताचे स्वर आसमंतात भरून असल्याचा त्याला भास झाला. तो चमकला. हे संगीत तर...

हेच सुस्वर सत्ययुगातील राजा रैवत आणि त्याच्या कन्येने ब्रह्मदेवाच्या संगीतसभेत ऐकले होते. त्रेतायुग कधीच संपले होते. द्वापारयुगही संपल्यातच जमा होते. कुणा विद्वानाच्या मते, कलियुगाचा आरंभ झाला होता, कृष्णाच्या देहोत्सर्गाच्या रूपाने समग्र युगाचा अंत उभा ठाकला असूनही अजून... अजून हे ब्रह्मलोकातील सुस्वर रैवतकाने जपले आहेत? ...की ...की कृष्णाची मुरली ऐकली आपण? खिन्न मनाने अर्जुन खंतावत राहिला... किती हतभागी मी! सातत्याने कृष्णाचा अलोट सहवास लाभला असूनही मला कृष्णाची मुरली ऐकता आली नाही. त्या त्रिभुवनप्रिय वेणुनादाने माझे कान कधी पावन झाले नाहीत. व्रजभूमीच्या कदंब वृक्षाच्या फांदीवर बसून, तर कधी कालिंदीच्या खळखळाटाच्या तालावर मंदानिलाशी गूज करीत जेव्हा निवांत मनाने कृष्ण बासरी वाजवित

असेल, तेव्हा... तेव्हा कुठे होतो मी? काय करीत असेन मी तेव्हा? अर्जुनाच्या मनात वादळ घोंगावत होते... माझा परिचय इंद्रप्रस्थातील, हस्तिनापुरातील आणि द्वारकेतील कृष्णाशीच झाला. व्रजभूमीत वावरणारा बाळकृष्ण माझ्या कल्पनेनेच बघितला. कुरुक्षेत्राच्या रणभूमीवर कृष्णाचे विराट रूपदर्शन घडले. समग्र ब्रह्मांड नजरेसमोर साकार झाले तेव्हा! पण तरीही... त्यात बासरीचे सुस्वर नव्हते...

कसे असणार? अर्जुनाचे मन कुरकुरले... रणभूमीवर शंखध्वनींचा आणि रणभेदींचा नुसता कल्लोळ माजला होता. त्या कर्कश आवाजांच्या राज्यात मुरलीनाद असला तरी ऐकू येणार नव्हता! खरेच! सारे आवाज भेदून तेव्हा वेणुनाद ऐकणे जमले असते तर? कदाचित सारा महाविनाश टळला असता! तसे झाले असते तर कदाचित... छत्तीस वर्षांनंतर यादवीही घडली नसती. आजचा विपरीत प्रसंग हे माता गांधारीच्या शापाचेच तर फलित आहे...

"धनंजया!" केविलवाण्या स्वरात दारुकाने तिसऱ्यांदा अर्जुनाचे लक्ष वेधण्याचा प्रयत्न केला. "हे अश्व पाहा कसा आडमुठेपणा करीत आहेत..."

खरेच होते ते! नेहमी दारुकाच्या इच्छेनुसार धावणारे ते चपळ घोडे आज दारुकाच्या अथक प्रयत्नांना भीक घालीत नव्हते. तसूभरही न हलणाऱ्या घोड्यांकडे दारुक अगतिक नजरेने बघत होता. तिखटपणे खिंकाळत घोडे विरोध करीत होते. रथ मागच्या बाजूस कलंडत होता. तोल सावरण्यासाठी अर्जुनाला रथाचा आधार घ्यावा लागत होता. घोड्यांच्या कृतीने अर्जुन अधिकच घायाळ झाला. 'दारुका... कृष्ण नसलेल्या द्वारकेत माझ्यानेही प्रवेश होणार नाही. कृष्णविरहित महाल माझ्याने बघविणार नाहीत. दारुका... दारुका, रथ मागे फिरवून घे. बंधो! आपण मागे फिरू!...' मनात बंडखोर विचारांना उधाण आले, तरीही अर्जुनाने ओठावर ओठ घट्ट दाबून सारे विचार ओठांमागे ढकलले. मनात येईल ते बोलत सुटण्याची चैन आता परवडणार नव्हती. तशी चैन फक्त कृष्ण सारथ्य करीत असतानाच जमणार याची कबुली काळीज जाळीत होती. दारुकाच्या हाती रथाचे लगाम असताना ही चैन कशी परवडणार? मनाला स्वैर उधळू देता येणार नाही आता कधीच!... हे पितामह, हे आचार्य, हे माझे भाऊ, त्यांचे पुत्र, पौत्र, जामात आणि इतर स्वजन यांच्यावर मी शस्त्र चालवू शकणार नाही असे म्हणून निराश मनाच्या अधीन होत गांडीव टाकून हतप्रभ होणे 'तेव्हा' जमले. कारण, समोर अठरा अक्षौहिणी सेना सज्ज असली तरीही, काही केले तरी समस्या येऊ नये अशा कृष्णाच्या हातात रथाचे सारथ्य होते; पण आता परिस्थिती बदलली आहे...

अर्जुनाचा सारथी कृष्ण आणि कृष्णाचा सारथी दारुक! पण दारुकावर आज अर्जुनाच्या रथाचे सारथ्य करण्याची वेळ आली होती. याच मार्गाने त्याने असंख्य वेळा श्रीकृष्णाचा रथ हाकारला होता; पण त्याच दारुकाला त्याच रस्त्यावर

अर्जुनाचा रथ हाकारणे जमत नव्हते... मनात उसळणारा विषाद निग्रहाने दडपण्याचा पुरुषार्थ करताना अर्जुनाची दमछाक होत होती. विषादाच्या प्रकटीकरणाला आता योगाचं रूप प्राप्त होणार नाही; कारण अर्जुनाच्या विषादाला आता श्रीकृष्णाच्या संस्पर्शाचा लाभ अलभ्य ठरणार आहे, याची खंत त्याला उद्‌ध्वस्त करीत होती. कृष्ण क्लैब्य म्हणून ज्याचा उल्लेख करीत असे, तशा कापुरुषाच्या वृत्तीला जन्म देणारा विषाद अर्जुनाचा ताबा घेत असताना मनाच्या गर्भगृहात प्रश्न उमटला... हे कृष्णाला कळले तर?

क्षणार्धात अर्जुन सावध झाला. त्याच्या विषादव्याप्त चेहऱ्यावर लज्जारेषा उमटली. तो सतर्क झाला. वीरत्व नसलेल्या अर्जुनाचे सारथ्य कृष्णाने कधी केलेच नसते. कापुरुष अर्जुन... भेदरट अर्जुन कृष्णाला कधीच आवडला नसता. भेकडाला त्याने सख्याचे स्थान दिले नसते. या विचाराने अर्जुनाने मौन त्यजून बोलण्यासाठी तोंड उघडले.

"दारुका... बंधो, अश्वांना वाचा नसते. म्हणून त्यांना मनही नाही असे समजता येणार नाही. क्षणभर रथ थांबव. व्यथित अश्वांच्या पाठीवर हात फिरवून त्यांचे सांत्वन कर. हे सांत्वन हा त्यांचा अधिकार आहे. बंधू, रथातून उतर तू!"

दारुकाचा स्पर्श होताच घोडे खिंकाळले. त्यांच्या मुक्या देहावर उमटलेली थरथर दारुकाला घायाळ करीत होती. अनावर अवस्थेत त्याने घोड्यांना मिठी मारली. मानेवर मस्तक ढासळलेल्या शोकमग्न दारुकाची अगतिकता जाणवल्यामुळे घोड्यांच्या टपोऱ्या डोळ्यांच्या कडा ओलावल्या. स्वतःच्या वर्तनाची लाज वाटल्यामुळे त्यांनी मान हलविली. हे दृश्य पाहून अर्जुनाच्याही काळजात कळ उठली. "तात!" सुहृदाशी बोलावे तशा स्नेहल स्वरात दारुक घोड्यांच्या कानात गुणगुणला. "स्वयं श्रीकृष्णाने महाकाळाचे श्रेष्ठत्व स्वीकारले. काळावर मात करण्याचा विचारही मनात न आणता तो काळाच्या अधीन झाला. तोच महाकाळ आता आपल्याला निमित्त करून शेषकार्य संपवू इच्छित असेल तर... निमित्त होण्यास नकार देणे आपल्याला शोभणार नाही. चला तात! महाकाळाच्या इच्छेचा आपण आदर करू. मनीचे दुःख अंतःकरणात दडपून वाट्यास आलेल्या कर्माला सामोरे जाऊ!"

सारे समजल्याप्रमाणे घोडे मृदू स्वरात फुरफुरले. रथ पुन्हा चालू लागला. दूर बसलेल्या गायींनी शेपूट झटकून रथाकडे दृष्टिक्षेप टाकीत कान टवकारले. आणि... त्यांच्या डोळ्यांच्या कोपऱ्यातून टपोरे अश्रुबिंदू कुरणाच्या गवतावर घरंगळले.

लगाम खेचून दारुकाने रथ नगरीच्या बाजूस घेतला, दुर्गावर उभ्या असणाऱ्या संत्रीने दूरवर रथ पाहून, जवळच असलेल्या धातूच्या तबकावर लाकडी हातोडीने

प्रहार केला. शांत वातावरणात ध्वनिलहरी उमटल्या. खाली पहारा देणारे संत्री सावध झाले. त्यांनी मार्गाकडे नजर वळविली. द्वारकेच्या राजचिन्हाने विभूषित असलेला रथ धावत येताना दिसला. शांत वातावरणात रथाच्या ध्वजाची फडफडही ऐकू येत होती. रथाची ओळख पटून संत्री आदर व्यक्त करण्यासाठी दोन पावले पुढे सरकले. रथ जवळ आला. अर्जुन दिसताच पहारेकऱ्यांनी अभिवादन केले. रथ आणि रथी, दोघांना मार्ग मोकळा करून दिला. घोडे नकळत फुरफुरले. दारुकाने मागे वळून अर्जुनाकडे बघितले. शून्य नजरेने अर्जुन पानगळीतील वृक्षासारख्या भासणाऱ्या द्वारकेकडे बघत होता...

ही तीच द्वारकानगरी होती जिथे महालांच्या गवाक्षांवर अशोक आणि आंब्याच्या पानांची तोरणे झुलत असत. प्रत्येक अंगणात सडासारवणानंतर रांगोळी रेखलेली असे. उद्यानात शिंपलेल्या पाण्यामुळे फुलापानांच्या सुगंधात मातीचाही गंध मिसळून वातावरण प्रसन्न भासत असे; पण... हे सारे आता अतीताचा हिस्सा बनले आहे याची जाण व्हावी असे वातावरण वैराण भासत होते. घरांवर शिळी तोरणे झुलत होती. ताजेपणी हिरवी असणारी पाने आता पिवळी पडली होती. काही ठिकाणी तर वाळून-झडून गेलेल्या पानांमुळे उरलेल्या दोऱ्या मेलेल्या सर्पागत दिसत होत्या. काही प्रांगणात यज्ञवेदींवर राखेचे थर जमले होते, तर काही ठिकाणी जगल्यावाचल्या द्वारकावासी वृद्धांच्या हस्ते वाहिलेल्या समिधेच्या धूम्ररेषा उमटत होत्या. अंगणात कधीतरी रांगोळी रेखली जात असावी याची जाण करवून देणाऱ्या विरूप खुणा नजरेत भरत होत्या. कृष्ण, बलराम, सात्यकी इत्यादींचे महाल मावळत्या सूर्यकिरणांच्या प्रकाशात विलक्षण बापुडवाणे दिसत होते. राजमार्गावर वावरणाऱ्या मरगळल्या पुरजनांकडे अर्जुनाच्याने बघवेना. अर्जुनाकडे बघणाऱ्या त्यांच्या नजरेत जिवंतपणाची खूण शोधूनही सापडत नव्हती. खोल उतरल्या डोळ्यांत भग्नता वस्तीस आली होती. वैफल्यग्रस्त पुरजनांनी गेल्या कित्येक दिवसांत कपडेही बदलले नसावेत असे वाटत होते.

"दारुका!" अर्जुन क्षीण स्वरात आक्रंदला. "अरे, ही द्वारकाच आहे की दुःखाच्या भरात तू भलतीकडे रथ आणला आहेस?"

"पार्था!" मागे वळून न बघता दारुक म्हणाला. "आत्म्याने शरीराचा त्याग केल्यावरही देहाची रूपरेषा बदलत नाही. नीट पाहा... या नगरीचा आकार परिचित आहे."

दारुकाचे उदास शब्द वातावरणात विरले; पण अर्जुनाच्या हृदयकुंभात चिरपरिचित घनगंभीर वाणी हिंदकळली– शस्त्र ज्याला भेदू शकत नाही, अग्नी ज्याला जाळू शकत नाही, वारा ज्याला वाळवू शकत नाही की जल ज्याला भिजवू शकत नाही, तो आत्मा अविनाशी आहे, पार्था... कोण बोलले हे? अर्जुन दचकला.

हताश गलितगात्र अवस्थेत हातातून गांडीव निसटून अर्जुन घामाने चिंब ओला झाला असताना छत्तीस वर्षांपूर्वी कुरुक्षेत्राच्या रणभूमीवर श्रीकृष्णाने ही अमरत्वाची संकल्पना विशद केली होती. आता तेच अमरत्व... अर्जुन गोंधळला. त्याला कळेना– श्रीकृष्णाला आत्मा का असावा? कृष्ण म्हणजे तर आत्म्यापलीकडचे परमतत्त्व! आत्मा अर्जुनाचा असू शकेल; पण कृष्णाचा आत्मा का असावा? ते परमतत्त्व आता अदृश्य झाले; पण अनंतात विलीन होण्यापूर्वी – आदल्या संध्याकाळी त्याच परमतत्त्वाने दारुकाला आदेश दिला – ''दारुका, हस्तिनापुरास जा. त्याला समग्र हकिकत विशद कर. माझ्या महापंथगमनानंतर उरल्यासुरल्या पुरजनांचा सांभाळ करण्याची जबाबदारी माझ्या वतीने त्याला सोपव. पिता वसुदेव आणि माता देवकीला माझा साष्टांग दंडवत सांग आणि हे वत्सा, अर्जुनास आणण्यासाठी आता तू रवाना हो.''

कृष्णाच्या आज्ञेचे पालन करणारा दारुक अर्जुनासह द्वारकेस परतला होता. ज्या द्वारकेत अर्जुन यापूर्वी कित्येक वेळा आला होता ती नगरी आता अर्जुनाला अपरिचित वाटत होती. रथ कृष्णाचा होता. सारथीही कृष्णाचा होता आणि नगरीही कृष्णानेच वसविली होती. तरीही... ओळख पटत नव्हती. शापित शिल्पकृतीसारखी द्वारकानगरी निष्प्राण वाटत होती.

''दारुका...'' भरकटल्या मनाचा तोल सावरत अर्जुनाने आदेश दिला, ''प्रथम तात वसुदेवांच्या महाली चल. श्रीकृष्णाचे माता-पिता आणि माझे मामा-मामी... प्रथम भेटीचे अधिकारी आहेत.''

न बोलता दारुकाने आज्ञापालन केले. रथ वसुदेवाच्या महालाकडे वळला. स्तब्ध नगरीच्या गवाक्षात, वातायनापाशी लोक गर्दी करून होते. त्यांच्या नजरांनी अर्जुनाच्या आगमनाची नोंद घेतली होती, पण इतकी गर्दी असूनही निःशब्दतेला नख लागत नव्हते. श्वासाचा आवाजही असह्य वाटत होता.

वसुदेवाच्या महालापाशी रथ थांबला. महादरवाजावरील चौकीदाराने मस्तक झुकविले. दारुकाच्या आज्ञेची वाट न बघता घोडे आपले आपणच थांबले. ते पाहून अर्जुनाच्या घशात आवंढा दाटला. जडवत देहाला पटकन महालात जाणे जमेना. आधारासाठी चाचपडत त्याने गांडीवावर हात ठेवला. अति वृद्धावस्थेतील आप्तजनांना भेटण्यासाठी धैर्य कुठून आणावे हे त्याला कळेना. जन्मतःच ज्याचा त्याग करावा लागला होता तो देवअंशी पुत्र अवतारकार्य पूर्ण करून जन्मदात्यांपूर्वीच अनंतात विलीन झाला होता. विराटपुत्राच्या दुर्दैवी जन्मदात्यांना वंदन करताना आपले पाय डगमगतील... सांत्वनासाठी समर्थ शब्दही सापडणार नाहीत आपल्याला! तरीही...

''कृष्णा! कृष्णा!'' अर्जुनाच्या अंतरात आक्रोश दाटला. ''महायुद्धाच्या

अंतिम दिवशी रथातून आधी उतरण्याचा तू मला आदेश दिलास तेव्हा मी तुलाच आधी उतरावयास लावले असते तर? तर ही कसोटीची वेळ तरी आली नसती माझ्यावर! त्या रथाबरोबर क्षणार्धात मी भस्मसात झालो असतो तर काळीज छिन्नभिन्न करणाऱ्या या क्षणाला सामोरे जावे लागले नसते मला! पण... पण...''

जर-तरची निरर्थकता सिद्ध करून कठोर क्षण अर्जुनासमक्ष उभा ठाकला.

❖

२

कारावास

देहधारी मानवासाठी वृद्धावस्थेच्याही पल्याड जर कुठली अवस्था असेल, तर ती वसुदेव-देवकीच्या देहाला लपेटून राहिली होती. द्वारकेत आल्याची घटना आता फार जुनी वाटत होती. देह थकला होता; जराजर्जर झाला होता तरी जीर्ण देहाचा श्वासोच्छ्वास चालू होता. क्षीण झालेल्या नजरेसमोर आजही कालिंदीचा अवखळ प्रवाह तरळत होता. पुराच्या मस्तीत वाहणाऱ्या कालिंदीत मुसळधार पावसात 'तो' प्रवास किती दुष्कर वाटला होता. तेव्हाची ती याद गळ्यात आवंढा बनून अडकत होती. प्रवासात मस्तकी गोड बोजा होता. नवजात कृष्णाचा! वस्तुत: गोकुळ-मथुरा हे अंतर फार नव्हते; पण कोसळणाऱ्या पावसामुळे आणि मनातील काळजीमुळे सारेच अवघड होऊन बसले. उसळत्या लाटांत; प्रवाहातून पुढे सरकताना दमछाक होत होती. फार अवघड वाटत होते सारे! पण त्याहून अवघड आणि असह्य होते नवजात पुत्राला भिंतीवर आपटून मारून टाकलेले बघणे! कंसाच्या हस्ते होणारी स्वपुत्रांची हत्या बघण्यापेक्षा निष्क्रियता झटकून भगीरथ प्रयत्न करणे सोपे वाटले होते. यापूर्वी बघितलेल्या हत्येच्या आठवणी आठव्या पुत्राला वाचविण्यास आकाश-पाताळ एक करण्यास उद्युक्त करीत होत्या; प्रवाहाविरुद्ध होणाऱ्या वाटचालीसाठी पावलांत जोर भरीत होत्या.

महादरवाजापाशी रथ थांबल्याची चाहूल लागली आणि अतीतात हरविलेली वसुदेवाची नजर प्रवेशद्वाराकडे वळली. काय आणि किती बघितले होते त्या डोळ्यांनी? पण आता बघण्याजोगे काहीही उरले नव्हते. पुत्र, पौत्र, प्रपौत्र, बहीण-भावंडे, भाचरे, पुतणे, कुणी... कुणीही उरले नव्हते आता! स्वयं कृष्ण आणि बलरामही जन्मदात्यांना मागे टाकून पुढे निघून गेले होते. मागे उरली होती फक्त स्मृतींची साखळी! पण फक्त तरी कसे म्हणणार? अनिरुद्धाचा किशोरावस्थेत असणारा पौत्र होता की! वज्र!

प्रभासक्षेत्री निर्माण होणाऱ्या यादवीविषयी खुद्द कृष्णाने वृत्तान्त कथन केला

होता. वसुदेवाच्या क्षीण नजरेसमोर ती अंतिम भेट साकार झाली. जन्मदात्यांचा निरोप घेताना कृष्ण म्हणत होता, ''तात! समुद्राकाठी भ्राता बलरामाने समाधीसाठी पूर्वतयारी केली आहे! माता गांधारीची शापवाणी वर्तमान बनण्याचा क्षण मला समोर दिसत आहे. अंधक, वृष्णी, भोजक... यादवकुळ कर्माच्या अधीन झाले आहेत. आता द्वारका माझे निवासस्थान असू शकत नाही. आता मी इथे राहणे अधर्म ठरेल. मला निरोप द्या, तात.''

प्रणाम करावयास झुकलेल्या स्वपुत्राच्या मस्तकाचे देवकीने अवघ्राण केले, वसुदेवाने प्रिय पुत्रास शेवटचे बाहुपाशात घेतले. छाती भरून श्वास घेत त्याचे मस्तक हुंगले. मनात दाटणारा विषाद अलगद ओठी आला, ''तू धर्मज्ञ आहेस, पुत्रा! मला सांग, त्या ऋषीने दिलेल्या वरापासून मी का वंचित राहिलो रे?''

''कोणता वर, तात?'' कृष्णाने गोंधळून विचारले.

''त्या वेदकालीन ऋषीने वर मागितला होता... माझ्यानंतर जन्माला आलेल्यांना जाताना बघणे माझ्या ललाटी लिहिलेले नसावे. त्या वरापासून मी सदाच वंचित राहिलो रे! माझ्या ललाटी वारंवार ते दुर्दैव लिहिले गेले. कृष्णा, स्वपुत्राला गमावण्याचा प्रसंग माझ्यासाठी नवा नाही रे! तरीही... आज जो चटका लागतो आहे तो आजवर नव्हता अनुभवला मी! वेदना इतकी असह्य...'' पुढचे शब्द हुंदक्यात गुदमरले. स्वपुत्राचे अवघ्राण करून मनःक्षोभ दडपण्याच्या प्रयत्नात डोळे मिटले. आवेग शमताच डोळे उघडले. पण... पण डोळ्यांसमोर कृष्ण नव्हता...

अर्जुनाने वसुदेवाच्या दालनात प्रवेश केला. वसुदेवाची नजर दाराकडेच होती. दारुक हस्तिनापुरास रवाना झाला तेव्हापासून वसुदेव-देवकींनी स्वतःच्या कक्षात जसे स्वतःला कोंडून घेतले होते! कृष्णाने निघताना सांगितले होते, ''तात, अर्जुन इथे येईल. तोवर उरल्या पुरजनांची जबाबदारी घ्या. अर्जुन आला की, व्यवस्थापनाची सूत्रे त्याच्या हाती द्या. यापुढे आता अर्जुनातच कृष्ण बघा.'' म्हणून चातकाच्या नजरेने ते अर्जुनाची वाट बघत होते.

वसुदेव-देवकीच्या दर्शनाने अर्जुनाला थक्क केले. तो दारातच थबकला. जरावस्थेचा प्रकृतिक्रम स्वाभाविक समजून स्वीकारायचा असतो हे कळत होते त्याला! खुद्द अर्जुनही वृद्धत्वाकडे झुकला होताच की! तरीही जरावस्था इतकी रोमारोमांत भिनते याचा साक्षात्कार होणे असह्य वाटले त्याला! यापूर्वी वसुदेव-देवकी इतके जर्जर कधीच भासले नव्हते. सुन्न मनाने तो पुढे सरकला; वसुदेव-देवकीसमोर नतमस्तक झाला. ''तात...'' गुदमरल्या कंठातून दुसरा शब्द बाहेर पडलाच नाही.

''अर्जुना! आलास पुत्रा?'' कापरा हात अर्जुनाच्या मस्तकी ठेवीत वसुदेवाने

विचारले. या प्रश्नामागून वेगाने येणाऱ्या प्रश्नांचे आक्रमण एकट्याने सहन करणे अर्जुनाला जमणार नव्हते. थरकाप झाला मनाचा! मदतीसाठी त्याने मागे वळून बघितले; पण दारुक निघून गेला होता. वसुदेवासमोरच्या आसनावर तो मटकन् बसला. सर्व शक्ती पणास लावीत तो म्हणाला, "शांत व्हा, तात! कृष्णाला आता विशिष्ट रूपात एका वेळी एकाच ठिकाणी आता आपण बघणार नाही आहोत. जळी, स्थळी, काष्ठी, पाषाणी... चराचरात... अस्तित्वाच्या प्रत्येक तुकड्यात आता आपण कृष्णदर्शन घेणार आहोत, तात!" देवकीकडे वळून तो मृदू स्वरात म्हणाला, "माते! कृष्णाची जननी तू..."

"होय पुत्रा! कृष्णाची दुर्दैवी जननी मी!" देवकी उसासली.

"नाही माते! कृष्णाची जननी दुर्दैवी असूच शकत नाही."

"पार्था, मला सांग, कुठच्या जननीवर लेकराला एकदाही स्तनपान न करविता परघरी पाठविण्याचा प्रसंग पडला असेल? सांग पार्था, जिच्या छातीशी तिचे बाळ कधीही झोंबले नाही ती जननी..." देवकीला हुंदका फुटला.

"पण माते, त्या पुत्राला माता यशोदेच्या कुशीची ऊब मिळाली ना? त्याचे संगोपन लाडाकोडात झाले ना?"

"होय रे! म्हणून तर खूपदा वाटते, देवकी होण्याऐवजी मी यशोदा झाले असते तर... त्याला परमप्रिय वाटणारे लोणीसाखर मी स्वहस्ते खाऊ घातले असते. त्याच्या कोवळ्या ओठांचा स्पर्श माझ्या बोटांनी अनुभवला असता. माझ्या लाडक्याला मांडीवर घेऊन मी थोपटले असते; पण बाळकृष्णाच्या सहवासाचे सुख मला कधी लाभलेच नाही रे!..." देवकीच्या पाणावल्या डोळ्यांतून अश्रू ओघळू लागले.

"असे म्हणू नकोस, माते!" अर्जुन मनापासून म्हणाला. "युगपुरुषाचे मातृत्व ही तपस्याच की! तुमच्या हस्ते लोणीसाखर खाण्यासाठी कृष्णाला पुन्हा अवतार घ्यावा लागेल."

"बरे का अर्जुन!" आवेगावर मात करून देवकी उत्तेजित स्वरात म्हणाली. "एकदा मनातील कृष्णप्रेमाने कृष्णाला लोणीसाखर भरविण्याचा हट्ट धरला. हस्तिनापूर, इंद्रप्रस्थ, प्राग्जोतिषपूर... समग्र आर्यावर्तात भिंगरी लागल्यागत फिरणारा माझा हा पुत्र द्वारकेस फारसा नसेच. तरीही, त्या मोजक्या वास्तव्यात त्याला माझ्या गृही जेवावयास बोलावण्याची मी संधी साधली."

"मग... माते, कृष्णाने तृप्त होईतो भोजन केले ना?"

"इथेच... या कक्षात... या ठिकाणी..." अर्जुनाचे बोल कानी न पडलेली देवकी स्वत:च्याच नादात थरथरत्या बोटाने 'ती' जागा दाखवित म्हणाली, "त्याला बसवून मी त्याच्या आवडीच्या पदार्थांनी ताट सजविले. त्यात अग्रभागी

होते लोणीसाखर! ते पाहून...''

''कृष्णाला अपार आनंद झाला असणार! चापून लोणीसाखर ओरपले असणार त्याने!'' अर्जुनाच्या स्वरात, त्याच्या वयाला न शोभणारी उत्कंठा होती.

''नाही रे! ताटाच्या दर्शनाने त्याचे कमलनेत्र काठोकाठ भरले. ताटाला स्पर्श न करता तो गुदमरत राहिला...'' अर्जुनाच्या चेहऱ्यावर आश्चर्य आणि प्रश्नार्थ उमटला. देवकीच पुढे म्हणाली, ''त्याच्या मस्तकावर हात फिरवित मी विचारले की, पुत्रा, तुझ्या दुर्दैवी मातेच्या हातून कुठली चूक घडली की, तू शोकाकुल झालास? तुझ्या आवडत्या पदार्थांविषयी मी खूप खूप ऐकले होते. म्हणून त्याच पदार्थांनी ताट सजविले मी! तरीही... तुझे डोळे आर्द्र का? तर कौंतेया, आवंढा गिळून कृष्ण म्हणाला की, माते, गोकुळाचा निरोप घेताना यशोदा मातेला मी वचन दिले की पुनर्भेट होत नाही तोवर मी लोणीसाखरेस स्पर्श करणार नाही. एकीकडे जन्मदात्रीचे प्रेम आणि दुसरीकडे... माते, तूच सांग, दोन मातांचे प्रेम लाभलेल्या या लाडाकोडाच्या पुत्रासमोर असे धर्मसंकट का?''

''मग? काय केले कृष्णाने?'' अर्जुनाच्या प्रश्नात बालकाची उतावळी उत्सुकता प्रकट झाली.

''जे कृष्णाला शोभेल, तेच केले त्याने! माझे प्रेम लालसेचे रूप होते. कृष्णाचे वचन ही यशोदेच्या त्यागाला दिलेली दाद होती. लालसेपेक्षा त्याग केव्हाही श्रेष्ठच!''

बोलण्याचे श्रम देवकीला थकवून गेले. श्रांत माता लोडावर कलंडली. डोळे मिटून थरथरत्या स्वरात म्हणाली, ''आता... आता तर ती आशाच नष्ट झाली रे. अर्जुना, तुला कधी कुठे कृष्ण गवसला तर त्याला सांग, माता देवकी तुझी प्रतीक्षा करीत आहे... माता वाट बघतेय तुझी!''

अर्जुन सुन्न झाला. भरून आलेल्या मनाला तरीही वाटत होते... दालनाच्या अणुरेणूंतून... अगदी छतांच्या उंचीवरून आणि जमिनीच्या गर्भातूनही पडसाद उमटतायत... 'माता वाट बघतेय तुझी! वाट बघतेय तुझी!'

त्याने वसुदेवाकडे बघितले. त्यांचे डोळे पाणावले आहेत की नाही याचा पत्ता लागू नये इतके ते खोल उतरले होते. सुरकुतल्या चर्येवरून त्यांनी देवकीचे बोल ऐकले की नाही, हे कळत नव्हते. स्वतःत हरवलेल्या वसुदेवाला वास्तवाचे भान करून देण्यासाठी अर्जुनाने हळुवार साद घातली, ''तात...'' निद्राभंग झाल्यागत ते दचकले.

''अर्जुना...'' ते भारावल्या स्वरात म्हणाले. ''कंसाच्या कारावासातून आम्हाला मुक्त करण्यासाठी कृष्ण आला, तो क्षण आजही माझ्या स्मरणात ताजा आहे.

डोळे विस्फारून मी त्याला न्याहाळत होतो. 'त्या' काळोख्या रात्री मुसळधार पावसात नवजात पुत्राला टोपलीत ठेवून मी नंदाघरी सोडायला गेलो तोच हा, यावर विश्वास बसेना माझा! चौदा वर्षांच्या प्रदीर्घ काळानंतर मी त्याला बघत होतो. नतमस्तक होऊन तो समोर उभा होता. पूर्ण चौदा वर्षांच्या प्रतीक्षेनंतर...''

''ती जीवघेणी प्रतीक्षा... तो कारावास कृष्णाने संपविला, तात! त्या मुक्ततेनंतर मथुरेच्या गणतंत्राचे आणि द्वारकेचे पितामह म्हणून कृष्णाने तुमचा गौरव केला. तो काळही आता खूप मागे पडला आहे. तरी कारावासाची स्मृती का?''

''धनंजया, कंसाच्या कारागृहातून मुक्त करणाऱ्यानेच हा कारावास आम्हावर लादला ना?'' अर्जुन गोंधळला. वसुदेव उदास हसले. ओठ चिरडीत म्हणाले, ''तो चौदा वर्षांचा काळ त्रासाचा होता हे खरे; पण तरीही तो सहज संपला रे! कृष्ण गोकुळात वाढतो आहे ही भावना फार आश्वासक होती. पुतनेचा मृत्यू, धेनुकासुराचा वध, यमलार्जुन वृक्षाची कहाणी... अनेक चित्तरकथा कानी पडत होत्या. कृष्णाविषयीच्या अपेक्षा उंचावीत होत्या. मनात भेटीची तीव्र आस होती. वाऱ्याचा वेग वाढून पालापाचोळा इतस्तत: उधळला तरी वाटे... आला! माझा कृष्ण आला. वेलासूचक टोल कानी पडले तरी रात्रीच्या शांततेत वाटे... कृष्ण दरवाजा ठोठावित आहे...''

''तात!...'' अर्जुन कळवळला.

''खरेच रे पार्था! मथुरेच्या बंदिवासात प्रतीक्षेची संगत होती. हे दु:ख कधीतरी संपणार आहे हे आश्वासन होते. अर्जुना, नारदाने सांगितले होते... कृष्ण निश्चित येईल. देवकीचा आठवा पुत्र तुम्हालाच नव्हे, तर मथुरेस मुक्त करील... त्यांच्या शब्दावर अमीट श्रद्धा होती! त्या श्रद्धेच्या साथसंगतीत प्रतीक्षेलाही आनंदाची किनार लाभली; पण आता श्रद्धेची सोबत नाही की कृष्ण येईल या आशेची संगत नाही. कृष्णविरहित जीवन जगत होतो, कारागृहातही देहात प्राण कोंडून होतो ते कृष्णभेटीची आशा मनात होती म्हणून! या कारावासात प्रतीक्षा कुठे रे! हा बंदिवास – कृष्णाने लादलेला बंदिवास कंसाच्या कैदेहून भयंकर आहे रे! असह्य पीडादायक आहे... नको वाटतंय सारंच आता...''

''पुरे तात!'' कृष्णपित्याचा आक्रोश ऐकवेनासा होऊन अर्जुन कळवळून म्हणाला. ''हा शोक माझ्या काळजाला घरं पाडतोय! थांबवा तो तात!''

''खरेच सारे थांबवावे आता! कृष्णाच्या प्रतीक्षेची साथसोबत नसणाऱ्या कारावासातून मुक्त होण्याचा एकच मार्ग...'' क्षणभर वसुदेव अडखळले. तोल सावरून पुन्हा बोलू लागले, '' 'त्या' रात्री मी स्वत: कृष्णाचा पिता असूनही त्याला परघरी ठेवून आलो. जन्मदात्यांची छत्रछाया, त्यांचा सहवास हा बालकाचा जन्मदत्त अधिकार असतो. तो डावलून मी त्याच्या प्रारब्धात जन्मदात्यांचा विरह

भरला. जन्मदात्यांची छत्रछाया नसली तर बालकाला असुरक्षित वाटेल, निराधारपणाची भावना त्याला कुरतडील, याचा विचार न करता मी त्याची मुळं उचकटली. त्याने जे चौदा वर्षे सोसले त्याची किंचित चुणूक मिळाली, त्याला निरोप दिल्यावर! आता सारखे वाटते आहे... तो कानाशी गुणगुणतोय... मी भोगलेल्या निराधारितेच्या, आश्रितपणाच्या भावनेची ही तर फक्त चुणूकच. तरी सहन होईना तुम्हाला? मग ती वेदना... ते वंचितपण, सर्वार्थाने ती पीडा भोगावी लागली तर...'' वसुदेव अडखळले.

''आता आज्ञा असावी, तात!'' संधी साधून अर्जुन विमनस्क स्वरात म्हणाला. ''रात्रीचा पहिला प्रहर संपला आहे. देवी रुक्मिणी, सत्यभामा आणि इतरांची भेट घेणे आवश्यक आहे, तात. मला आज्ञा द्या.''

''अवश्य जा, वत्सा! रुक्मिणी-सत्यभामेचे सांत्वन कर. इतरांना आश्वासन दे. आणि...'' अर्जुनाची नजर चुकवित वसुदेव निर्धाराने म्हणाले. ''प्रात:कालच्या पहिल्या सूर्यकिरणाबरोबर तुझे इथे पुनश्च आगमन होऊ दे.''

''प्रात:काळी? काही विशेष प्रयोजन?'' मर्यादा सुटून अर्जुनाचा प्रश्न निसटला.

''प्रयोजन!'' वसुदेव म्लान हसले. ''या कारावासातून मुक्त करण्यासाठी कृष्ण येणार नाही. आता स्वप्रयत्नांची कास धरणे आले. मग मुक्तीचा क्षण पुढे कशासाठी ढकलावयाचा? खूप श्वास घेतले या देहाने! आता त्याला पंचमहाभुतांत विलीन होण्याची संधी द्यावयास हवी. उद्या ब्राह्ममुहूर्तावर योगसमाधीचा मानस आहे.''

''तात...'' अर्जुन बावरला.

''माझ्या पार्थिवावर अंत्यसंस्कार करूनच तू प्रभासक्षेत्री रवाना होणार आहेस. हिरण्य आणि कपिलेच्या संगमस्थानी कदाचित कृष्णभेट झालीच, तर त्याला सांग... पिता वसुदेव...''

''आणि माता देवकीही...'' देवकी मृदू स्वरात म्हणाली.

''स्वर्गाच्या कारागृहातही पुत्रा तुझीच प्रतीक्षा करणार आहेत. ज्या ठिकाणी कृष्णभेट अशक्य असेल ते ठिकाण साक्षात स्वर्ग असला, तरीही त्यांना कारागृहच वाटणार आहे. आम्ही वाट पाहू, पुत्रा तुझी! युगे युगे वाट पाहू...''

न रडण्याच्या कृतनिश्चयाचा छेद उडवून अर्जुनाच्या गळ्यातून हुंदका निसटला.

❖

३

कृष्ण तुम्हाला भेटला तर सांगा...

वसुदेवाचा निरोप घेऊन अर्जुन कृष्णाच्या अंत:पुराकडे वळला. रात्र गडद झाली होती. अधेमधे जळणारे क्षीण दिवे आणि फरफरत्या मशालींच्या प्रकाशरेषा अंधाराचे काजळकाळेपण स्पष्ट करण्यासाठीच आहेत, असे अर्जुनाला वाटले. वातावरणात अनाम, उदास भकासपण कोंदले होते. जड पावलांनी तो अंत:पुराच्या दिशेने भेलकांडत राहिला.

वस्तुत: कृष्णाच्या अंत:पुरात जाण्याची अर्जुनाला सवय होती. कधी कृष्णासह तर कधी एकट्यानेही तो खूप वेळा इथे आला होता. देवी रुक्मिणी आणि सत्यभामेशी आनंदगोष्टींच्या अनेक फैरी इथे झडल्या होत्या. प्रत्येक दालन त्याला ओळखत होते. अंत:पुराच्या प्रत्येक विटेशी त्याचा परिचय होता; पण आजचे येणे गप्पाष्टकांसाठी नव्हते. कुठल्याशा योजनेवर कृष्णाचा विचार घेण्यासाठीही नव्हते. तर...

अंत:पुराच्या उद्यानात कित्येक दिवसांत जलसिंचन झाले नव्हते. झाडावरून गळून पडलेली पिवळी पाने इतस्तत: विखुरली होती. सुकल्या पानांवर पाय पडताच होणारा विपरीत आवाज अंगावर काटा आणत होता. तरी पालापाचोळा गोळा करण्याचे कुणाला सुचत नव्हते. उद्यान ओलांडून अर्जुन महालाच्या पायदंड्यांशी पोहोचला. अवघ्या चार पायदंड्या! प्रशस्त आणि संगमरवरी! किराताशी युद्ध करताना हिमालयाचे दुर्गम शिखर लीलया चढणाऱ्या अर्जुनासाठी या चार पायऱ्या चढणेही अवघड होऊन बसले. पर्वतारोहणाची तयारी केल्यागत त्याने एक पाऊल उचलून पहिल्या पायदंडीवर ठेवले. दुसरे पाऊल दुसऱ्या पायरीवर न ठेवता त्याला पहिल्याच पायदंडीवर ठेवावे लागले. चढताना दमछाक होत होती. प्रत्येक पायदंडीवर दोन-दोन पाय ठेवीत तो पुढे सरकला.

रुक्मिणी आणि सत्यभामा केव्हापासून स्वकक्षातून बाहेर येऊन पार्थाची वाट बघत होत्या. पायऱ्या चढताना होणारी त्याची तारांबळ पाहून त्यांच्या काळजात

कळ उठली. अनायासे त्यांनी एकमेकींकडे बघितले. दुसऱ्याच क्षणी दोघींचा पदर आर्द्र डोळ्यांवर दबला गेला.

"आलास धनंजया!" किंचित पुढे होत रुक्मिणी म्हणाली. "दारुकाने तुम्ही आल्याची बातमी दिली, तेव्हापासून आम्ही तुमची वाट बघत इथे उभ्या आहोत."

"वंदनाचा स्वीकार करा देवी!" प्रथम रुक्मिणीसमोर व नंतर सत्यभामेसमोर अर्जुन नतमस्तक झाला.

"यशस्वी भव!" यांत्रिकपणे रुक्मिणीने आशीर्वाद दिला.

"यश मिळवण्याजोगे काम आता उरलेले नाही." अर्जुनाच्या स्वरात विषाद दाटला. उदास स्वरात तो उद्‌गारला, "कृष्ण नसेल त्या ठिकाणी यशाची शक्यताच नाही."

"कृष्णाशिवाय यशाची शक्यता नाही." अर्जुनाच्या भावनेचा पुनरुच्चार करीत रुक्मिणी व्यथित स्वरात म्हणाली. "यादव कुळाला नव्हे, तर समग्र आर्यावर्ताला भीषण शाप ग्रासतो आहे. कुणाच्या पापाची शिक्षा भोगत आहोत आपण?" रुक्मिणीला अश्रू आवरेनात.

"ताई!" स्वत:च्या पदराने रुक्मिणीचे डोळे पुसत सत्यभामा व्यथित स्वरात म्हणाली. "मी... मी दुखविले कृष्णाला! ही माझ्या पापाची शिक्षा आहे; पण नाथ, मी पापिणी ठरले याची शिक्षा तुम्ही द्वारकेला का दिलीत?"

"हे काय बोलताय तुम्ही?" गोंधळल्या अर्जुनाच्या तोंडून प्रश्न निसटला. "तुम्ही कधी कृष्णाला दुखविणे शक्य आहे?"

"होय अर्जुना! मी... मी स्त्रीसुलभ ईर्ष्येला वश झाले. माझी भावना कृष्णाला घायाळ करणारी होती. माझ्याच दुष्कृत्याची शिक्षा समग्र आर्यावर्ताने भोगावी हे सहन होत नाही मला..." सत्यभामा मुक्त मनाने आक्रंदू लागली. "कृष्णा... माझ्या कुकर्माची सजा मला द्यायची होतीत... माझा त्याग का केला नाहीत तुम्ही? समग्र यादवकुळाचा, या द्वारकानगरीचा त्याग का आणि कशासाठी केलात नाथ?"

शक्तिपात झाल्याप्रमाणे सत्यभामा कोसळली. लोळागोळा झालेल्या करारी सत्यभामेकडे रुक्मिणी आश्चर्याने बघत होती. वडीलकीच्या नात्याने ती सत्यभामेजवळ बसली. तिच्या मस्तकावर आश्वासक हात ठेवत ती सहानुभूतीने म्हणाली, "सत्यभामे, तू फार अस्वस्थ आहेस म्हणून तुला असे वाटतेय."

"या अस्वस्थतेचे दुसरे टोक आता कधीच सापडणार नाही, ताई. निदान मला अर्जुनासमक्ष अपराध तरी कबूल करू दे." सत्यभामा पुन्हा हमसाहमशी रडू लागली. कितीतरी वेळ! रुक्मिणी तिच्या पाठीवर हात फिरवित होती. अर्जुन सुन्न मनाने आसवांचा महापूर ओसरण्याची वाट बघत पायाशी बसला.

पहिला आवेग ओसरला. सत्यभामेने डोळे पुसले. ती अडखळत बोलू लागली. "मी... मी कृष्णाला समजू शकले नाही. रागावले. रुसून तोंड फिरविले मी! आता... आता तेच तोंड फिरवून निघून गेले. रुक्मिणीताई, गुडाकेशा... तुम्हा सर्वांच्या दु:खाला कारणीभूत ठरलेला माझा अपराध मला सांगू दे... 'त्या' दिवशी..."

अर्जुन-रुक्मिणीचे अस्तित्व विसरून सत्यभामा 'त्या' प्रसंगाच्या पुन:प्रत्ययात हरवली.

...अचानक त्रिलोक परिव्राजक देवर्षी नारदांचे आगमन झाले. त्यावेळी कृष्ण स्वत:च्या दालनात होते. नित्यकर्म संपवून रुक्मिणीशी काहीबाही बोलत होते. अनपेक्षितपणे वातावरणात वीणेचा झंकार निनादला. तत्परतेने कृष्ण स्वागतासाठी पुढे झाले. नारदांचा आदरसत्कार करून त्यांनी त्यांना आसनस्थ होण्याची विनंती केली. नारदांनी आसन ग्रहण करताच कृष्णाने पादप्रक्षालन करून वंदन केले. "देवर्षी! फार कालावधीनंतर द्वारका आपल्या पदधुलीने पावन झाली." नम्र स्वरात कृष्ण म्हणाला.

"अच्युता! हिमालयात परिभ्रमण करताना काळवेळेचे भान हरवते. कैलासाच्या यात्रेहून सरळ इथेच आलो."

"भाग्य आमचे!" कृष्ण मनापासून म्हणाला. "कैलासयात्रेचा प्रसाद लाभण्याचे भाग्य दिलेत तर आम्ही धन्य होऊ!"

"अवश्य!" उपवस्त्राच्या टोकाला बांधलेले ताजे टवटवीत फूल काढून त्यांनी कृष्णासमोर धरले. "मधुसूदना, हे ब्रह्मकमळ आहे. कैलास पर्वतातील मानस सरोवरात फुललेले हे पुष्प भगवान शंकरांनी स्वहस्ते खुडून दिले आहे. ते कधीच कोमेजणार नाही."

कृष्ण-रुक्मिणीसह सारे उपस्थित त्या अद्‌भुत पुष्पाकडे बघत राहिले. कृष्णाने प्रसन्न मनाने ब्रह्मकमळाचा स्वीकार केला. आदराने ते नेत्रास स्पर्शून ते स्नेहाने म्हणाला, "रुक्मिणी! हे अलौकिक फूल तुमच्या घनदाट केशपाशात शोभून दिसेल. भगवान शंकराचा प्रसाद तुम्ही मस्तकी ग्रहण करा."

रुक्मिणी लाजली. फूल घ्यावयास ती हात पुढे करेना. हसत हसत कृष्ण पुढे झाला. स्वहस्ते फूल तिच्या केसांत माळून हसत म्हणाला, "वा देवी! या फुलामुळे तुम्ही कमालीच्या मोहक दिसताय! सुंदर यक्षकन्या वनविहारासाठी भूतलावर उतरली आहे असे वाटतेय..."

स्वत:च्या मर्मविनोदावर कृष्ण स्वत:च खळखळून हसला. रुक्मिणी लाजेने लालेलाल झाली. या प्रसन्न आणि निर्दंभ दाम्पत्याच्या दर्शनाने नारद सुखावले. त्यानंतर झडलेल्या अनौपचारिक गप्पांत धर्मचर्चा खूप रंगली.

नारदाने दिलेल्या पवित्र ब्रह्मकमळाची वार्ता अथपासून इतिपर्यंत सत्यभामेपर्यंत

पोहोचली. रुक्मिणी यक्षकन्येसारखी दिसते असे कृष्ण म्हणाल्याचे कळताच सत्यभामा संतापली. अंगाची लाही लाही झाली तिच्या! तोवर ती समजत होती– लौकिकार्थाने रुक्मिणी पट्टराणी असली तरीही कृष्णाचे निस्सीम प्रेम तिच्यावर नाही. हृदयातील सिंहासन सत्यभामेसाठीच आहे, या विश्वासाला दृष्ट लागण्याजोगा प्रसंग कधी घडला नव्हता. त्यामुळे सत्यभामा गोड गैरसमज गोंजारीत स्वतःला कृष्णाची प्रिय सखी म्हणवून घेत होती. त्या आनंदात मग्न राहत होती; पण या कृतीमुळे विश्वासाला नख लागले. रुक्मिणीला ब्रह्मकमळ देऊन कृष्णाने जणू ती सत्यभामेहून काही विशेष असल्याचे सूचित केले होते. ही जाणीव सत्यभामेला उद्ध्वस्त करीत होती. उद्विग्न मनात निराश विचारांची रवी फिरत होती...

आजवर कृष्णाने फसविले आपल्याला! त्याच्या गोड गोड वाणीवर भुललो आपण! खोट्या भ्रमात अहं गोंजारीत राहिलो. उगीच फुशारत राहिलो; पण आता ते होणे नाही. आता सोक्षमोक्ष झालाच पाहिजे... अविरत वेगाने क्रोध वाढत होता. संतापाच्या भरात सारी आभूषणे उतरवून ती रुसून बसली; दालनाच्या अंतर्भागात जाऊन रडत बसली. कृष्णाने हे दृश्य बघितले तेव्हा तो चरकलाच. सत्यभामेचे वर्तन अनपेक्षित नव्हे, तर अनाकलनीय धक्कादायक वाटले त्यास. तातडीने तो परिस्थितीचा अंदाज मिळवावयास धावला.

"सत्यभामा," कृष्ण स्नेहल स्वरात म्हणाला. "हा काय प्रकार आहे? तुमचा हा असा अवतार? हा अमर्याद अश्रुपात? काय झाले?"

"आज माझा भ्रमनिरास झाला, स्वामी!" तिरस्काराने ओठ मुरडीत सत्यभामा उतरली. "फसवणुकीची जाणीव प्रथमच झाली, त्यामुळे मन सैरभैर झाले माझे! प्रथमच कळले की, मी एक उपेक्षित, वंचित स्त्री आहे."

"काय म्हणता देवी? कुणी फसवणूक केली तुमची? तुमची वंचना करणाऱ्याचे नाव सांगा. त्याला सप्तपाताळातूनही शोधून काढून तुमच्यासमोर उभा करीन मी! अपराध्यास शिक्षा झालीच पाहिजे. त्याचा शोध घेण्यास मी वचनबद्ध आहे."

"त्याला शोधण्याची मुळी गरजच नाही." सत्यभामा तोऱ्यात म्हणाली. "जो माझ्या समोरच आहे त्याला माझ्यासमोर उभा करण्याचे श्रम वा वचन तुम्ही कशाला द्यावयास हवे? साक्षात कृष्णाने वंचना केली असेल तर दाद कुणाजवळ मागणार? सांगा नाथ, माझ्या पतीने माझी फसवणूक केली असल्यास कुठची शिक्षा फर्माविणार तुम्ही?"

"तुम्ही उखाणे घालीत आहात, देवी. कृष्णाने कधीच कुणाची फसवणूक केली नाही. त्यात तुम्ही तर त्याची प्रिय सखी..."

"बस करा ही साखरपेरणी!" सत्यभामा तुटक स्वरात म्हणाली.

"या गोड बोलण्याला भुलले मी! मीच तुमची प्रिय सखी आहे या भ्रमात

राहिले मी!''

''कृष्ण तुमच्या निकट आहे ही वस्तुस्थिती आहे. भ्रम नव्हे.'' कृष्णाने सांगण्याचा प्रयत्न केला.

''हो का?'' डंख मारल्यागत सत्यभामा मानभावीपणे म्हणाली. ''म्हणून ब्रह्मकमळाचा प्रसाद मिळाला तेव्हा माझी आठवणही झाली नाही तुम्हाला! रुक्मिणीच्या केसांत स्वहस्ते माळलेत तुम्ही! ती यक्षकन्या भासली तुम्हाला...'' मनातील गरळ सत्यभामेच्या ओठांवरून घरंगळत गेली. श्रीकृष्णाला उलगडा झाला. तरीही... तरीही मनात विफल प्रश्नावली दाटली... सत्यभामेच्या मनात रुक्मिणीविषयी इतका आकस? इतकी ईर्ष्या आणि इतका सवतिमत्सर? क्षणाक्षणाला त्याची श्यामल चर्या अधिकाधिक काळवंडत होती. कृष्णाच्या सहवासातही ईर्ष्येची मलीना धुतली जात नाही याची जाण त्याला उद्विग्न करीत होती. त्याच्या चेहऱ्यावर झरझर भाव बदलत असलेले पाहून सत्यभामेला चोरी पकडल्याचा आनंद झाला. तिच्या चेहऱ्यावरील विकृत आनंद कृष्णाला अधिकच घायाळ करून गेला. विजयोन्मादाने ताठरल्या सत्यभामेच्या खांद्याला निसटता स्पर्श करून कृष्ण उठला.

''सत्यभामा!'' त्याच्या तोंडून अवश चीत्कार निसटला. वेदनासक्त स्वरात तो म्हणाला, ''तुम्हाला असे वाटेल... ब्रह्मकमळासारखे पावनपुष्प तुमच्या मनातील चिखलाचे दर्शन घडविल अशी किंचितही कल्पना असती तर कुणालाही न देता मी ते पुनश्च शिवचरणी अर्पण केले असते...'' सत्यभामा थक्क होऊन बघत राहिली. कृष्णाच्या चेहऱ्यावर अशी अनिर्वचनीय व्यथा यापूर्वी कधीच दिसली नव्हती. अधिक न बोलता तो मौनात हरवला. सत्यभामा हेलावली. क्षणभर वाटले, कृष्णचरणी स्वतःला झोकून द्यावे. क्षमायाचना करावी; पण... आचार आणि विचार यांत स्त्रीसहज अहंकार फणा काढून उभा राहिला. कृष्ण उभा आहे याची तमा न बाळगता ती ताडकन आत निघून गेली.

''अर्जुना!'' अतीताचा वेध संपवून सत्यभामेची नजर पुन्हा अर्जुनावर स्थिरावली. ''अहंकारावर मात करणे मला 'तेव्हा' जमले असते तर... तर आज या दारुण व्यथेला सामोरे जाण्याची वेळ आली नसती माझ्यावर आणि इतरांवरही! पण...'' रुक्मिणीच्या खांद्यावर मान टाकून ती केविलवाण्या स्वरात म्हणाली, ''मला क्षमा करा, ताई! कृष्णावर केलेला आरोप निदान त्यांना कळला तरी! पण तुम्ही... तुमच्यापर्यंत तुमच्या अपमानाची गंधवार्ताही पोहोचली नाही. माझ्या कुकर्माचे कटू फळ...''

''देवी...'' आश्वासन देत अर्जुन म्हणाला. ''तुम्ही उगीच स्वतःला बोल लावीत आहात. स्वतःला घायाळ करीत आहात. मला वाटते, हा सारा माता गांधारीच्या

शापाचा परिणाम आहे. स्वत:ला सावरा, देवी!''

"मलाही असेच वाटते.'' रुक्मिणी समजुतीच्या स्वरात म्हणाली.

"कृष्ण मानवी व्यथांपासून दूर होते.''

"अर्जुना, व्यथेचा जन्म अंतरात होतो. हृदयातच उगवते ती! ते असू देत. पण...'' स्वत:ला सावरीत सत्यभामा म्हणाली, "बंधू, एक प्रार्थना आहे.''

"आज्ञा करा, देवी!'' अर्जुन मनापासून म्हणाला. "कृष्णपत्नीने दीन होऊ नये.''

"प्रभासक्षेत्री तुम्हाला कृष्ण भेटतील...''

"देवी!'' अर्जुन कळवळला.

"होय बंधू! ते द्वारकेत परतणार नाहीत. कधी कुणाला भेटणार नाहीत– अगदी त्यांच्या राण्यांनासुद्धा! पण सखा अर्जुनला ते टाळणार नाहीत अशी श्रद्धा आहे माझ्या मनात! अगदी अक्षत श्रद्धा आहे...'' अर्जुन आणि रुक्मिणी चमकले; पण सत्यभामेचे तिकडे लक्ष नव्हते. ती बोलतच राहिली, "कृष्ण भेटतील तेव्हा त्यांना सांगा, सत्यभामा पापिणी आहे याची तिला जाणीव आहे. तिच्या अपराधी देहाला तुमचे दर्शन अशक्य हेही कळते तिला; पण... सत्यभामा चुकली म्हणून तिला शिक्षा करा. वाटेल ती घोर शिक्षा ती तुमचा वरदहस्त समजून तत्परतेने स्वीकारील. प्रायश्चित्त घ्यावयास ती उत्सुक आहे; पण तिच्या अपराधापायी समग्र कुळ, द्वारकानगरी... सारे काही त्यजू नका. बस! इतकी प्रार्थना आहे, अर्जुना... माझी भावना कृष्णापर्यंत पोहोचवलीत तर मी जन्माची ऋणाईत बनेन तुमची...''

रुक्मिणीला बिलगून सत्यभामा उरी फुटत रडू लागली. रुक्मिणीच्याही गळ्यातून हुंदका निसटला.

अर्जुन पुनश्च शून्यात हरवला...

❖

४

ॐ... ॐ... ॐ...

दुर्गाच्या नगारखान्यात रात्रीचा दुसरा प्रहर संपला हे सुचविणारे टोल घणघणले. भरतीचा आवेग आता ओसरला होता. सागराची गाज शमली होती. तरीही रात्रीच्या शांत वातावरणात क्षीण गाज ऐकू येत होती. रात्रीच्या अशब्द वातावरणापेक्षाही अधिक असह्य मौन अर्जुनाच्या मनात हिंदकळत होते. कृष्णाच्या महाली सामसूम होती. मोजक्या मशालींच्या प्रकाशात वातावरण उदास वाटत होते. दरवाजावरील संत्री निर्जीव पुतळ्यागत उभे होते. चंद्रप्रकाशामुळे उमटलेल्या त्यांच्या सावल्या भेसूर वाटत होत्या.

अस्वस्थ अर्जुन कृष्णमहालात प्रवेशला. उगीचच वातायनापाशी उभा राहिला. निरर्थक नजर सगळीभर भिरभिरत होती. दूधगंगेची नक्षत्रे निरपेक्षपणे ब्रह्मांडाला न्हाऊ घालीत होती. इहलोकात आता कृष्णाचे अस्तित्व उरलेले नाही; याची त्यांना जाण नव्हती. निसर्ग तोच होता. कृष्ण असतानाही नक्षत्रे अशीच प्रकाश उधळीत असत. दूधगंगेला काय? कृष्ण असो वा नसो! अर्जुनाच्या मनात उद्विग्न विचार डचमळला. असंख्य वसुंधरांवर अनंतकाळाने लादलेली शून्यता कदाचित या नक्षत्रांनीही आत्मसात केली असेल. युगायुगात महापुरुष प्रकट होत असतील आणि अनंतात विलीन होत असतील. द्वापारयुगात या युगपुरुषासारखे अनेक युगपुरुष या नक्षत्रांनी बघितले आणि पचविले असतील.

सैरभैर विचारांत अर्जुन गरगरत होता; अचानक आकाशात लांबच लांब तेजरेषा नजरेस पडली. एक प्रचंड उल्का आकाश प्रकाशित करून धरणीवर कोसळली. अंधाराचा शाप हिला ग्रासून गेला का? अर्जुनाच्या मनात प्रश्न उमटला. 'छे!' तो स्वतःच उत्तरला... 'हा सुद्धा नित्यक्रमच! त्या निखळत्या उल्केचे आकाशातील स्थान शोधण्याचा त्याने प्रयत्न केला; पण...'

हस्तिनापूर ते द्वारका! प्रवास थकविणाराच! तरीही अर्जुनाच्या पापण्यांना निद्रेचा स्पर्श नव्हता. आता मोजका कालावधी उरला होता. मग पिता वसुदेव

योगसमाधी घेणार होते. माता देवकी पतिपरायण पत्नी! समाधिस्थ पतीच्या पावलांवर पाऊल टाकीत महापंथगमन करणार होती. त्यांचा निरोप कृष्णाला पोहोचविण्याचे काम त्यांनी अर्जुनावर सोपवले होते. हे काम करण्यासाठी तरी कृष्ण भेटायला हवा. माता देवकी, पिता वसुदेव, कृष्णाच्या प्राणप्रिय रुक्मिणी आणि सत्यभामा... प्रत्येकाच्या मनात अक्षत श्रद्धा होती... अर्जुन सोपवलेली कामं करीलच, कसेही करून तो कृष्णाला भेटेल. कृष्णही इतर कुणाला नाही तरी अर्जुनाला अवश्य भेटेल. अगदी पार्थिवाचा त्याग केल्यानंतरही! नरनारायणाची जोडी त्यांची! अतूट... याच भावनेने इतरांनीही अर्जुनाजवळ मनीची भावना ओठी आणली होती; पण...

सारेच का आत्मप्रतारणेची मदत घेत शेवटचे श्वास संपवित आहेत? अर्जुनाच्या मनात व्याकूळ प्रश्न उमटला. आता कृष्ण कुणालाच भेटणार नाही. सखा अर्जुनही त्यासाठी अपवाद नाही. हा विचार त्याने प्रयत्नपूर्वक ओठांमागे ढकलला होता. जात्या जिवांच्या श्रद्धेला नख लावण्याचे क्रौर्य अर्जुनापाशी नव्हते. म्हणून त्याने स्वत:लाच प्रश्न विचारला... जात्या जिवांना कटू वस्तुस्थिती न कळल्यामुळे काय फरक पडणार आहे? त्यापेक्षा... केवळ अंतिम श्वास मोजणाऱ्यांना मन:शांती लाभावी यासाठी... यासाठीच अर्जुनाने स्वत:ची मर्यादा लपविणे योग्य ठरविले.

कृष्णाच्या प्रशस्त दालनात अर्जुन एकटाच उभा होता. याच ठिकाणी आयुष्याचे अनेक आनंदप्रद क्षण जगला होता तो! त्या क्षणांच्या आठवणी मनात पिंगा घालू लागल्या. कितीतरी वेळा इथेच कृष्णाशी आपल्यातुपल्या अनौपचारिक गप्पा रंगल्या होत्या. आता त्या गोष्टी... तो आनंदानुभव... सारे आठवणीतच...

त्याची अस्वस्थ नजर उगीचच भिरभिरली. डाव्या बाजूच्या कोपऱ्यात मंचकाच्या आकाराचे प्रचंड दगडी आसन होते. रिकामे! संपूर्णपणे मोकळे! पण यापूर्वीच्या भेटीत त्या आसनावर कृष्णाचे सुदर्शन चक्र विसावलेले नजरेस पडत असे. ते देदीप्यमान चक्र आता तिथे नव्हते. दारुकाने सांगितले होते...

''सव्यसाची! प्रभासक्षेत्री उपस्थित असणाऱ्या सर्वांनी सुदर्शनचक्र नभोमंडळव्यापी बनून, अदृश्य होताना बघितले, या घटनेचे आकलन कुणालाच झाले नाही. मग बघता बघता सारे कालवश झाले...''

त्रिभुवनातील कोणतीच शक्ती कृष्णाजवळून सुदर्शन चक्र घेऊ शकणार नव्हती. स्वत: कृष्णानेच चक्राला निरोप दिला असणार... दारुक आणि यादवांना जे कळले नाही, ते अर्जुनाला स्पष्ट जाणवत होते. दारुक बोलतच होता...

''आणि धनंजया, समुद्रतटाकी समाधिस्थ झालेल्या बलरामाच्या पार्थिव देहातून साक्षात शेषनाग प्रकट झाला. तो प्रचंड नाग सळसळत समुद्राच्या जलराशीकडे धावला. लाटांवर स्वार होऊन तो क्षणार्धात सागरात लुप्त झाला.

तरीही बलरामाचा पार्थिव देह तेजाने झगमगत होता...''

बलरामाच्या देहातून प्रकट झालेला शेषनाग अर्जुनाच्या नजरेसमोर साकार झाला. प्रभासक्षेत्री तो शेषनाग समुद्र आणि आकाशाला गवसणी घालीत असल्याच्या कल्पनेने अर्जुन शहारला.

पण... पण या साऱ्यांत कृष्ण कुठे असेल? प्रभासक्षेत्री समाधी अवस्थेत भेट घडेल! की देहविलय होऊन तो पंचमहाभुतांत... विचारांत गरगरणाऱ्या अर्जुनाचा थरकाप उडाला. पुन्हा त्याची नजर 'त्या' आसनाकडे वळली. सुदर्शन चक्र विरहित आसन त्याच्याने बघवेना. त्याने मान फिरविली. फिरविल्या नजरेसमोर पाञ्चजन्य शंख होता. कृष्णाच्या त्या अतिप्रिय शंखावर त्याची नजर स्थिरावली. सदाच कृष्णाजवळ असणारा हा शंख! तो मंचकावर तसाच सोडून निघून गेला. याचा अर्थ... यापुढे आता तो कुणाला भेटणार नव्हता. देहधारी कृष्ण विदेही झाला, तेच खरे!

तिसऱ्या प्रहराचे टोल कानी पडले. ब्राह्ममुहूर्त आता फारसा दूर नव्हता. अर्जुनाने पद्मासन घातले. ब्रह्मस्मरण करून प्रातर्विधी सुरू केले. यज्ञवेदीत समिधा अर्पण केली. पूर्वाकाशात अंधारावर प्रकाशरेषा उमटू लागल्या तरीही अजून पहाटच होती. इतक्या लवकर दारुक रथ घेऊन आला नसेल या विश्वासाने अर्जुनाने दरवाजाकडे बघितले; पण... अर्जुनाचा अंदाज साफ चुकला. अर्जुनावरच नजर ठेवून दारुक खोळंबला होता. "दारुक..." अर्जुनाच्या तोंडून आश्चर्योद्‌गार उमटला. दारुक अर्जुनासमीप सरकला. नतमस्तक होऊन बोलू लागला, "रथ तयार आहे. पिता वसुदेवाच्या योगसमाधीची वार्ता नगराच्या कोनाकोपऱ्यांत पोहोचली आहे. थोड्याच वेळात पुरजन तात वसुदेवांच्या महाली पोहोचतील. आपणही निघावयास हवे."

"चल!" अर्जुन उतावळ्या स्वरात म्हणाला. "लवकर पोहोचलो तर तात समाधी अवस्थेत जाण्यापूर्वी भेट घडेल. त्यांच्या नजरेच्या अमृतवर्षावात पुनित होता येईल."

पण... अर्जुन वसुदेवमहाली पोहोचला, तेव्हा वसुदेवांच्या देहातील आत्मा कुठल्याशा ब्रह्मनाडीत खोल उतरला होता. व्याघ्रचर्मावर पद्मासन घालून वसुदेव ताठ बसले होते. रात्री बघितलेला जराजर्जर, जीर्णशीर्ण देह हाच का असा प्रश्न पडावा, इतकी त्यांची मुद्रा तेज:पुंज दिसत होती. नेत्र बंद होते. ओठांत अजून फडफड जाणवत होती. युगांतराची साथ संपत असताना तटस्थ मनाने माता देवकी वसुदेवाच्या डाव्या बाजूस आसनस्थ होत्या. दोन-तीन प्रहरचा नगण्य काळ! तरीही त्यांच्या देहात कल्पनातीत फरक जाणवत होता. अर्जुन डोळे विस्फारून हा फरक बघत होता.

पदरवानेही नीरवतेस धक्का न लागेल याची काळजी घेत अर्जुन अलगद सावधतेने वसुदेवासमीप सरकला. आता ते नेत्र उघडणार नव्हते. ओठांची फडफड मंदावत होती. रुक्मिणी, सत्यभामा आणि इतर राण्या महाली आल्या. त्यांच्याबरोबर किशोर वयाचा वज्रही आला. हळूहळू पुरजन गर्दी करू लागले; पण इतका जनसमुदाय असूनही श्वासाचा आवाज वजा करता चैतन्याची खूण दिसत नव्हती. नि:शब्द वातावरणात साऱ्यांची नजर वसुदेवांवर खिळली होती. आता ओठांची थरथर कळेल, न कळेल इतकीच जाणवत होती. अचानक तीही थांबली. तरीही दालनाच्या आत-बाहेर अवश घनगंभीर ॐकार निनादत असल्याची प्रत्येकास जाणीव झाली. हा आवाज कुठून येतो आहे, ते त्यांना कळेना. भारावल्या नजरेने ते चहूकडे बघू लागले. पुनश्च वसुदेवांवर नजर स्थिरावली. काय होते आहे याची जाणीव होण्यापूर्वीच गूढ-गंभीर ॐकार निनादला. त्याचे असंख्य पडसाद उमटले. वातावरण ॐकारमय झाले. साऱ्यांच्या विस्मित चेहऱ्यावर अनिर्वचनीय आदरभाव उसळला. वसुदेवांच्या रोमारोमांतून ॐकार हिंदकळत होता. ओठांतून उमटणाऱ्या एका ॐकाराऐवजी असंख्य ॐकारांचा सागर उसळू लागला.

...आणि वेगाने आलेली ही लाट त्याच वेगाने दूर दूर जात आहेसे वाटते, न वाटते तोच तो पावन स्वर अक्षत शांततेत लुप्त झाला. वसुदेवांचा ताठ देह डावीकडे देवकीच्या खांद्यावर कलंडला. वस्तुस्थितीची जाणीव होताच पुरजनांनी ॐकाराचा उद्घोष सुरू केला. मंत्रमुग्ध पुरजनांनी वेढलेल्या अर्जुनाला अनायास स्वस्थता प्राप्त झाली. खांद्यावर पतीचा अचेतन देह ढळलेला असूनही माता देवकीला त्याची जाणीव नव्हती. अर्जुन पुढे झाला. सुस्थिर अवस्थेत बसलेल्या देवकीच्या खांद्यावर वसुदेवाच्या पार्थिवास वेगळे करून त्याने नीटसपणे जमिनीवर ठेवला.

वसुदेवांचा महाल, उद्यान, राजमार्ग, सगळीकडे जनसागर उसळला होता. अर्जुन शून्य नजरेने बघत होता... त्या जनसागरात वसुदेवाला खांदा देण्याचा अधिकार असणारे कुणीच नव्हते. कृष्ण-बलरामासारख्या धुरंधर, विराट व्यक्तिमत्त्वांच्या जन्मदात्यांचा अग्निसंस्कार करावयास कोणी नव्हते! होता फक्त लहानगा वज्र! त्याला हाताशी घेऊन अर्जुन अंत्यसंस्काराची तयारी करीत होता.

थोड्याच वेळात उगवलेल्या सूर्यकिरणांनी द्वारकेच्या स्मशानभूमीत वसुदेव-देवकीच्या पार्थिवाला पंचमहाभूतांत विलीन होताना बघितले. देवकीने पतीबरोबर देहविलय स्वीकारून सतिधर्म सिद्ध केला. त्यावेळी पुरजनांचे आर्द्र डोळे पुसावयास वारासुद्धा उपस्थित नव्हता. हवा स्तब्ध होती. प्रज्वलित चितेच्या तापापासून लवकर मुक्ती मिळविण्यासाठी रविकिरणांनी वेग वाढविला.

माध्यान्ह संध्या संपवून अर्जुनाने दारुकास साद घातली, "दारुका, राज्यपरंपरा खंडित होणे उचित नाही. द्वारकेच्या सिंहासनावर यादवकुळाचा एकमात्र वंशज वज्र..."

"क्षमा कौंतेया!" हात जोडून दारुक म्हणाला. "द्वारकेचे शासन आपल्या हाती असावे अशी तात वसुदेवांची इच्छा होती. श्रीकृष्णाच्या आज्ञेप्रमाणे मी हस्तिनापुरास रवाना होत असताना, मला बोलावून स्वयं वसुदेवांनी ही इच्छा ओठी आणली..."

"अर्जुना...!" रुक्मिणी-सत्यभामा एका स्वरात म्हणाल्या. "वज्र अजून बालक आहे. बंधू तुम्हीच..."

"क्षमा करा, देवी!" स्पष्ट विरोध करीत अर्जुन म्हणाला. "कृष्णाचा देह पंचमहाभुतांत विलीन झाल्याची वार्ता कळताच तुम्ही सतिधर्म आपलासा कराल. कृष्णविरहित द्वारकेत माझा श्वास गुदमरेल. आताही सारे असह्य वाटत असूनही, कर्तव्यभावनेने रेटतो आहे; पण कृष्णाच्या पार्थिवाला पंचमहाभुतांत विलीन केल्यावर मला इथे थांबणे जमणार नाही. देवी, प्रभासक्षेत्री अंत्यसंस्कारासाठी यादव वीरांचे पार्थिव देह खोळंबले आहेत. त्यांना अर्घ्य देण्यास अतिविलंब करणे अनुचित ठरेल. मला आज्ञा द्यावी."

"तर मग बंधू..." रुक्मिणी क्षीण स्वरात म्हणाली. "ज्या कुणाला तुमच्याबरोबर येण्याची इच्छा असेल त्या सर्वांना तुमच्याबरोबर हस्तिनापुरी न्या. कृष्णविरहित प्रेतवत नगरीत राहण्याची कुणाला इच्छा असेल असे वाटत नाही मला."

"होय पार्था!" सत्यभामा म्हणाली. "या भूखंडाचा, या जन्मीचा संबंध आता संपला, हेच खरे! साऱ्या मानवी संबंधांचे उत्तरदायित्व नियतीकडे असते. तसेच भूखंडाच्या संदर्भातून संबंध संपणे योग्य ठरेल."

"दारुका..." अर्जुन सत्तावाही स्वरात म्हणाला. "माता रुक्मिणी आणि सत्यभामेच्या इच्छेनुसार व्यवस्था कर. नगरीत फिरून वृद्धांचा विश्वास संपादन कर. जनमत जाणून घे. त्याप्रमाणे आजपासून सातव्या दिवशी हस्तिनापुराकडे प्रस्थान सुचवून ठेव."

"सात दिवस?" उतावळ्या स्वरात दारुकाने विचारले. "आता इथे क्षणभरही थांबावेसे वाटत नसताना परंतपा हा विलंब का? त्वरित निघू."

"दारुका, प्रभासक्षेत्री जाऊन श्रीकृष्णाचा शोध घेण्याचे कार्य अजून बाकी आहे याचा विसर पडला आहे तुला! कृष्णाचे परमतत्त्व अदृश्य झाल्यावर उरलेल्या मानुषी देहास आपले अर्घ्यदान मिळाल्याविना मनुष्यजन्माची पूर्णाहुती होणार नाही, याचे भान सुटता कामा नये. या कार्यासाठी आपण आजच द्वारका

सोडणार आहोत. तिसरा प्रहर संपेतो तू पुरजनांना, वृद्धांना भेट. स्थलांतराकडे त्यांचा कल आहे की दुसरा कुठचा मानस आहे, याचा अंदाज घे. चौथ्या प्रहरी आपला रथ प्रभासक्षेत्री रवाना होईल.''

विपरीत समयीही समतोल ढळू न देणाऱ्या अर्जुनाकडे दारुक आदराने बघत राहिला. स्वत:च्या उतावळेपणाविषयी मनात शरम वाटली. खजील मनाने तो सोपवलेली कामे करण्यासाठी निघून गेला.

सूर्य पश्चिमेकडे झुकला. त्याची तिरपी किरणे रैवतक पर्वताची लांबच लांब सावली निर्माण करू लागली. अर्जुनाचा रथ द्वारकेबाहेर पडला. रथाने प्रभासक्षेत्राची वाट धरली आणि पुरजन स्थलांतराच्या तयारीस लागले.

❖

५

एरक आणि अश्वत्थ

भव्यतेचा संबंध विस्तार आणि आकार यांच्याशी नसतो याची प्रचिती देणारे ते सुबक छोटे शिवालय होते. शिवचरणांच्या प्रक्षालनाची इच्छा असल्यासारखा भरतीच्या लाटा थेट प्रांगणापर्यंत उसळायच्या! प्रभासक्षेत्र तिथून विशेष दूर नव्हते. मंदिराचा ध्वज नजरेच्या टप्प्यात आला. दारुकाने रथाचा वेग कमी केला. किंचित मागे झुकत त्याने साद घातली. "गुडाकेशा, आता पिनाकिनच्या कैवल्यधामाचा परिसर सुरू होईल. इथे अश्व सोडावयाचे असतात."

रैवतक नजरेआड झाल्यापासून अर्जुन मौनात हरवला होता. दारुकाने त्याच्या नि:शब्द अवस्थेवर शब्दांचा ओरखडा पाडण्याचे दोन-तीन प्रयत्नही केले होते; पण त्याचे शब्द अर्जुनाच्या समाधी अवस्थेस धडक देऊ शकले नव्हते. तो मान उंचावून क्षितिजाकडे नजर लावून बसला होता. विस्फारली नज़र क्षितिजाच्या चारही सीमांत भिरभिरत होती. त्या अस्वस्थ अवस्थेत विझणाऱ्या आशेचा एकच किरण नजरेत धुगधुगत होता... इथे कुठेतरी कृष्णाची चाहूल लागेल... वसुदेव, देवकी, रुक्मिणी, सत्यभामाच नव्हे, तर इतर साऱ्यांची भावना कृष्णापर्यंत पोहोचविता येईल; पण... मनाच्या आंदोलनात एक 'पण' हिंदकळला. इतर साऱ्यांचे निरोप सांगितल्यावर तरी स्वत:चे मनोभाव व्यक्त करावयास हवेत. सारे ऐकल्यानंतर जर कृष्णानेच मिष्किलपणे विचारले की... 'अर्जुना! या साऱ्या निरोपात खुद्द तुझा आवाज कशातच नाही. तुला काहीच सांगावेसे वाटत नाही का?' तर काय उत्तर देणार आपण?

कृष्णाच्या संभाव्य प्रश्नाच्या कल्पनेने मनसोक्त गप्पा करण्याच्या इच्छेस जन्म दिला. कृष्णाला खूप काही सांगावेसे वाटत होते; पण उचंबळणाऱ्या इच्छेला चिमटा काढीत मन विचारीत होते... आजवर कृष्णापासून काही लपविलेच नाही, तर आता नव्याने काय सांगणार? ज्या प्रश्नाला उत्तर नाहीच, त्या प्रश्नाच्या उत्तराचा शोध निरर्थकच की...

भिरभिरत्या नजरेने तो सभोवतालचा आसमंत न्याहाळीत होता. धुळीत

दिसणाऱ्या पदचिन्हांकडे तो शोधक नजरेने बघत होता. त्यात कृष्ण न सापडल्यामुळे कधी निराश होत होता, तर कधी धुळीत उमटलेली प्रत्येक खूण त्याला कृष्णाच्या पावलाचा ठसा वाटत होती. वाऱ्याची झुळूक आली की दुतर्फा असणाऱ्या वृक्षांच्या पर्णभारात तालबद्ध सळसळ दाटत होती. त्यात प्रकट होणारा मधुर नाद अर्जुनाला मोहवित होता. कृष्णाच्या वेणूचा आवाज असा असेल का? स्वतःच प्रश्न निर्माण करून उत्तराच्या शोधात तो स्वतःच प्रश्नांची संख्या वाढवित होता...

अर्जुनाची भावसमाधी मोडणे दारुकाला रुचत नव्हते; पण आता पर्याय नव्हता. यापुढे रथ हाकारता येणार नव्हता. भगवान पिनाकिनाच्या कैवल्यधामात रथारूढ होऊन जावयाचे नसते. नाइलाजाने त्याने अर्जुनास भानावर आणले. दारुकाच्या सूचनेनुसार अर्जुन रथातून उतरला.

"पृथापुत्रा...!" शिवालयाच्या प्रांगणात प्रवेश करताच समुद्रतटाकी किंचित उंच स्थानाकडे बोट दाखवित दारुक म्हणाला. "त्या ठिकाणी हलधराच्या आत्म्याने शेषरूपात सागराकडे प्रयाण केले." स्तब्ध अर्जुनाने खांद्यावरून गांडीव उतरवून त्या भूभागाविषयी आदर व्यक्त केला. नतमस्तक होऊन त्या स्थळास वंदन केले. मंदगतीने दोघे त्या स्थानापाशी पोहोचले. बलरामाने ज्या ठिकाणी समाधी अवस्थेत पार्थिव देहाचा त्याग केला, त्या ठिकाणी अजूनही देहभस्म आणि अस्थिफुले पसरलेली होती.

"दारुका... ही राख... या अस्थी..." अर्जुनाच्याने बोलवेना.

पार्था, ज्येष्ठ बंधूच्या पार्थिवाला पंचमहाभुतांत विलीन करण्याच्या उद्देशाने याच ठिकाणी श्रीकृष्णाने अग्निदाह दिला; पण या शेषचिन्हांना अर्घ्यदान लाभलेले नाही."

समस्त आर्यावर्तात ज्याच्या सामर्थ्याला तोड नव्हती, त्या बलरामाचे शेषावशेष अर्घ्य मिळावे यासाठी ताटकळताना दिसले आणि अर्जुनाच्या काळजात कळ उठली. संस्कार करण्याचा अधिकार असणारी व्यक्ती भूतलावर उरली नव्हती. तिलांजलीसाठी तिष्ठत असणाऱ्या अवशेषांवरची नजर बळेच दूर करून अर्जुन समुद्राकडे चालू लागला.

गांडीव आणि राजचिन्हे दारुकाच्या हाती देऊन तो पाण्यात उतरला. समुद्राच्या लाटा त्याच्या गुडघ्यापर्यंत उसळत होत्या. सश्रद्ध मनाने स्नान करून ओल्या अंगाने, त्याने पश्चिमाभिमुख होऊन सांध्यसंध्या केली. ओंजळीत पाणी घेऊन मनोभावे बलरामाला तिलांजली अर्पण केली. राख आणि अस्थींवर समुद्रजलाची धार बरसली. "बस! आता बलरामाचे अस्तित्व स्मृतिमंजूषेतच!" तो पुटपुटला.

"दारुका..." संध्या... अर्घ्य... तिलांजलीचे कार्य संपवून अर्जुन थकल्या

स्वरात म्हणाला. "बंधो... रात्री इथेच वस्ती करू. या शिवालयात मनाला किंचित तरी स्वस्थता लाभेल. सकाळी उठून पुण्यसलीला हिरण्य आणि कपिलेच्या संगमाकडे प्रयाण करू. कदाचित, तिथे कृष्णाचा संकेत मिळेल."

होकार देत दारुक मंदिराकडे वळला. पुजाऱ्याने नुकतीच सांजआरती केली असावी. सांजवात, धूप इत्यादींचा प्रसन्न करणारा दरवळ अजून वातावरणात भरून होता. गर्भगृहात जाऊन दोघांनी शिवअर्चना, वंदना केली. दारुकाने दर्शविलेल्या स्थानी अर्जुनाने देह पसरला. शरीर आडवे झाले तरी डोळ्यांत नीज उतरेना.

"दारुका..." तो जागाच असणार या विश्वासाने अर्जुनाने साद घातली.

"कृष्ण-बलरामाने द्वारकेत मद्यपान निषिद्ध ठरविले होते. यादवांनी सुरापान करू नये असा कृष्णाचा आग्रह होता. तरीही असे घडलेच कसे?"

दारुकाच्या कंठातून उदास निश्वास निसटला. निरर्थक नजरेने त्याने वर बघितले. आकाशाच्या छतात नक्षत्रांची झुंबरे लटकत होती. त्यावर नजर खिळवून तो गंभीर स्वरात बोलू लागला, "शासनाच्या आदर्श नियमांमुळे स्वस्थ समाज निर्माण होत नसतो. पुरजनांनी सुरापान करू नये ही शासकीय आज्ञा होती. एक प्रकारे सांगावयाचे तर कृष्णाने लादलेली ही दारूबंदीच! स्वयं बलरामसुद्धा या सुरापानाच्या निषिद्धतेला आत्मसात करू शकले नव्हते म्हणून कृष्णाचा सारे मान ठेवीत; पण या बंदीचा यादवांनी स्वयंशिस्त म्हणून स्वीकार केला नव्हता. आबालवृद्ध, सारेच लपूनछपून सुरापान करीत. सुरापान निषिद्ध ठरविण्याच्या शासकीय आज्ञेमुळे एक प्रकारचा अंतर्भेद निर्माण झाला. कृष्णाला वस्तुस्थितीची जाणीव झाली आणि त्याला त्याची दुरापास्तताही कळली. तरीही त्याला वाटले... शिस्तीच्या पंज्याखाली सरसकट साऱ्या कु-छंदांना एकदम दाबून टाकण्यापेक्षा थोडी मोकळीक दिली तर समतोल पार कोलमडणार नाही. उत्सवाच्या निमित्ताने यादवांना स्वयंशिस्तीचे महत्त्व पटेल. द्वारकेतील सुराबंदी न उठविता..."

ऐकत असतानाही अर्जुन विचारमंथनात गरगरत होता. यादवांनाच का? खुद्द बलरामाला सुरापान फार प्रिय होते हे तो जाणून होता. मदिराबंदीची संकल्पना यादवांना न रुचण्याजोगीच होती. कृष्णाविषयी सद्‌भाव असूनही त्यांना चोरून पिण्याची इच्छा होणे नवलाचे नव्हते. मदिरेची चटक आणि इच्छा अमीटच...

"कौंतेया..." दारुक बोलतच होता. "सात्यकीने कृतवर्मावर पहिला प्रहार केला त्यावेळी सारे यादव सुरेच्या नशेत तर्रर होते. बेभान होते. याला अपवाद फक्त श्रीकृष्ण! कृतवर्मा मरणशरण होताच, त्याच्या उष्ट्या सुरापात्राने यादवांनी सात्यकीची हत्या केली. कुरुक्षेत्रातील महायुद्धात शस्त्राघात पचविणारे वीर कुत्री-मांजरी मरावीत तसे परस्परांना चावत, ओरबाडत मेले. कुणाही जवळ सारासार

विचार उरला नव्हता.''

''दारुका..: हा सारा विनाश कृष्ण शांत मनाने बघत होता? पचवित होता?''

''धनंजया, मला वाटते, यादवांच्या अवनतीची त्यास जाणीव असावी. कदाचित म्हणूनच, प्रभासक्षेत्री जाताना त्यांनी उद्धवास बरोबर घेतले नाही. उलट त्याला निरोप देत कृष्ण म्हणाला, ''बंधू, प्रभासक्षेत्रीचे निर्माण तुझ्यासाठी नाही. तुला तेथे येण्याचे कारणच नाही. तू तीर्थाटनास जा!''

दारुकाचे कथन ऐकताना अर्जुनाचे चित्त विचलित झाले. ''कृष्ण आर्षद्रष्टाच!'' तो पुटपुटला. मनात कुरुक्षेत्राच्या रणभूमीवरील विराटरूप दर्शनाची स्मृती उचंबळत होती. अठरा अक्षौहिणी सेनेत, सूर्य, चंद्र, नभोमंडळच नव्हे, तर समस्त ब्रह्मांडाला विराटरूपात विलीन होताना पाहून स्तब्ध झालेला अर्जुन आपला सखा आहे, हे कळत असूनही कृष्णाने सत्तावाही स्वरात आदेश दिला होता, ''या सर्वांचा संहार निश्चित आहे. सारे करणारा तू निमित्तमात्र आहेस. पार्था, या सर्वांचा काळ मीच आहे. निमित्त होण्यास तू नकार दिलास तरीही विलोपन अटळ आहे...''

''आणि जेव्हा प्रद्युम्न कोसळला तेव्हा...'' अर्जुनाच्या कानी दारुकाचे शब्द आदळले. त्या दारुण क्षणांची आठवण त्याच्या गळ्यात आवंढ्याची माळ बनून अडकली. अर्जुनाची भावसमाधी तुटली. रात्रीचा अंधकार गहिरा झाला होता. काजळकाळ्या अंधारात मध्येच निखळणारा तारा तेजरेषा उमटवित होता. हुंदक्यांची माळ गिळणाऱ्या दारुकाकडे अर्जुन विमनस्क नजरेने बघत राहिला. प्रद्युम्नाचा मृत्यू दारुकाला सहन होत नव्हता. ''आणि कृष्णाने...''

''दारुका काय झाले तेव्हा?'' अर्जुनाच्या कळवळल्या स्वरात कुतूहल मिसळले. ''आप्तजनांच्या हस्ते होणारी प्रिय प्रद्युम्नाची हत्याही कृष्णाने स्वस्थ मनाने बघितली? तोल सांभाळणे जमले त्याला?'' अर्जुनाच्या प्रश्नात ठासून आश्चर्य होते.

''नाही धनंजया!'' दारुकाच्या स्वरात निखळ वेदना उतरली. ''तोवर अलिप्त मनाने ते बुद्धिविहीन, विचारविहीन संहार बघत होते; पण प्रद्युम्नाचा शेवट दिसला आणि बेचैन झाले ते! त्याच अवस्थेत त्यांनी हात लांबविला. जमिनीवर लव्हाळे डुलत होती. ती एरक जातीची लव्हाळे त्यांच्या मुठीत बंदिस्त झाली. बेफाम, बेलगाम बनलेल्या यादवांकडे बघत त्यांनी मुठीत लव्हाळे उपटली. आवेगाने त्या तृणांना त्यांनी यादवांच्या दिशेस भिरकावून दिले. कृष्णाच्या मुठीतून निसटल्या तृणांनी लोखंडी मुसळांचे रूप धारण केले. उन्मत्त यादवांवर त्या मुसळांचे प्रहार होऊ लागले. परस्परांच्या आक्रमणातून वाचलेले यादव त्या एरकाच्या

स्पर्शाने धरणीवर कोसळू लागले...'' दारुकाने संहारलीलेची पूर्णाहुती केली.

अर्जुनाच्या नजरेसमोर शिशुपालवधाचे दृश्य साकार झाले. सुदर्शनधारी कृष्णाची आठवण... तीच का? कृष्णाच्या असंख्य रूपांच्या आठवणींचे मोहोळ फुटले... महायुद्धाच्या नवव्या दिवशी पितामहांशी लढताना अर्जुन विचलित होत असल्याचे कळताच महारुद्राचा अवतार भासणाऱ्या भीष्मांकडे रथाचे चक्र घेऊन धाव घेणारा श्रीकृष्ण! स्वत:ला वासुदेव म्हणविणाऱ्या पौंड्राला एकट्या हाताने संपविणारा समर्थ कृष्ण! त्याच्या अस्थींतून शंखाची निर्मिती करणारे वासुदेव...! त्या श्रीकृष्णाच्या हातात आवेशाने उपटलेली लव्हाळे कशी दिसली असतील? बेताल यादवांवर एरक तृणांची पाती भिरकाविताना कृष्ण कसा दिसला असेल? उत्तराच्या रूपात मनात जे कल्पनाचित्र तयार झाले, त्याच्या दर्शनाने अर्जुन शहारला. कदाचित... कदाचित...

कृष्णाने सांगितल्याप्रमाणे तेच देहधारी कृष्णाचे महानिर्वाण असेल. कुरुक्षेत्री घडलेल्या विराटरूप दर्शनात एरकाचे तृण उपटून फेकणाऱ्या श्रीकृष्णाचे संहारक रूपही असेल. आपल्या नजरेच्या सीमित कक्षेत ते सामावले नसेल... उलटसुलट विचारांच्या भोवऱ्यात भोवंडणाऱ्या अर्जुनाला उघड्या नजरेसमोर दिसणाऱ्या सृष्टीच्या सीमित तुकड्याकडे बघवेना. त्याने गपकन डोळे मिटले.

अर्जुनाने डोळे उघडले तेव्हा पहाटेचा मंदानिल गुदगुल्या करून हळुवारपणे चराचरास जागे करीत होता. ब्रह्मस्मरण करून त्याने स्नान केले. शिवालयाच्या प्रांगणात प्रात:संध्या केली. यज्ञवेदीत आहुती अर्पण करून त्याने दारुकाकडे बघितले. तो घोड्यांच्या पाठीवर मायेने हात फिरवित होता. क्षितिजावरून सूर्यकिरणे डोके वर काढू लागली त्यावेळी रथाला हिरण्य-कपिला संगमाच्या दिशेचा संकेत मिळाला होता.

अनिमिष नेत्राने अर्जुन दुतर्फा दिसणारे सृष्टिसौंदर्य बघत होता. अत्यंत रमणीय प्रदेशातून रथ पुढे सरकत होता. सुरापान न करताही कैफ दाटावा अशी मादक रम्यता नजरेचे पारणे फेडीत होती. उत्साही गोपबाळ गायींना घेऊन निघाले होते. रिकामे घट घेऊन वनिता नदीकडे जात होत्या. कुठल्याशा मंदिरात होणारा घंटारव वातावरण शुचिर्भूत करीत होता. काही ठिकाणी या नादवलयात समर्थ भजनिकांचे सूर मिसळत होते. हरिनामाच्या लहरी वातावरण पुनित करत होत्या. उघड्या नजरेस दिसणाऱ्या निसर्गापलीकडे चालणाऱ्या 'नेति... नेति... नेति...'च्या उद्‍घोषाची प्रचिती करविण्याचे सामर्थ्य त्या ध्वनिलहरींत होते. प्रात:कालच्या निरामय शांततेचा भंग करीत दारुकाने पहिला शब्द उच्चारला.

"राजपुत्रा... या इथून मार्गास दोन फाटे फुटतील. उजव्या बाजूचा मार्ग हिरण्य-कपिला संगमाकडे जाईल. त्या ठिकाणी पृथ्वीच्या पोटात लुप्ता सरस्वतीही

आहे असे म्हणतात. डावीकडचा मार्ग पावन प्राचीतीर्थाकडे जातो. यादवांच्या सर्वनाशाची प्रक्रिया पूर्ण झाल्यावर प्राचीच्या पवित्र अश्वत्थाशी बसून कृष्णाने सर्वांना अर्घ्य दिले.''

दुरून दिसणाऱ्या कुठल्याशा पिंपळाकडे अर्जुन शून्य मनाने बघत राहिला. पुन्हा अठरा अक्षौहिणी सैन्यामधोमध रथ उभा करून आदेश देणाऱ्या कृष्णाची स्मृती उफाळली. तेव्हा स्वयं कृष्णाने सांगितले होते... अर्जुना! वृक्षांत मी अश्वत्थ आहे. होय! स्वयं अश्वत्थ!... अश्वत्थाच्या आसपास कुठेतरी कृष्णाची अवश्य चाहूल लागेल. मनात आशा दाटली. तत्काळ अर्जुनाने आज्ञा केली, ''दारुका! रथ इथेच उभा कर. कदाचित हिरण्य-कपिला संगमस्थानी कुठल्याशा अश्वत्थाने कृष्णाची स्मृती जतन केली असेल.'' मनात कृष्णभेटीची ओढ दाटली.

लगाम खेचून दारुकाने रथ थांबविला. दोघे चालू लागले. दिवस चांगलाच वर आला होता. त्या झळझळीत प्रकाशात अर्जुनाची नजर चहूअंगाला भिरभिरत होती. कुठे पशूंनी अर्धवट खाल्लेले मानवी देह नजरेस पडत होते. रस्त्यात आढळणारे ते देहावशेष पाहून त्याच्या कंठातून करुण किंकाळी निसटली, ''दारुका...''

''होय कौंतेया!'' अर्जुनाचे मन पारखून दारुक उत्तरला. ''यातच सात्यकी, कृतवर्मा, प्रद्युम्न, अनिरुद्ध... आणि इतर सारे आहेत. आर्यावर्ताला एक युग प्रदान करणाऱ्या नरवीरांचे हे देह श्वापदांनी, पक्ष्यांनी टोचून, ओरबाडून अर्धवट खाल्ले आहेत, ही कडवट वाटली तरी वस्तुस्थिती आहे. असह्य वाटली तरी ती नजरेस पडणे आपले प्राक्तन आहे.'' नजर चुकवीत विखुरल्या देहावशेषांतून अर्जुन पुढे सरकू लागला. तोच–

''थांबा!'' मार्गाच्या बाजूस असणाऱ्या झाडीतून सत्तावाही आदेश आला. दारुक थबकला. प्रतिक्षिप्त क्रिया घडल्यागत अर्जुनाचा हात गांडीवावर स्थिरावला. झाडांच्या फांद्या दूर करीत एक काटकुळा काळा माणूस येताना दिसला. झुडपे दूर करण्यातही त्याची दमछाक होत होती. गांडीवाची गरज नसल्याचे जाणवून अर्जुनाने प्रश्नार्थक मुद्रा केली.

त्या नवागंतुकाचा वर्ण अगदी काळा कुळकुळीत होता. डोक्यावरचे केस तेलपाण्याविना शिप्तरासारखे दिसत होते. कमरेस गुंडाळलेले फटकूर वगळता त्याच्या अंगावर वस्त्र नव्हते. बटबटीत डोळ्यांत असीम भय आणि विषादाचे अजब रसायन होते. त्याचे समग्र दर्शन विलक्षण विपरीत भासत होते. शिष्टसंमत वर्तनाशी त्याचा परिचय नसावा. ''तुम्ही... तुम्ही अर्जुन आहात का?'' चिरक्या उतावळ्या स्वरात त्याने प्रश्न विचारला. अर्जुन गोंधळला. त्याच्या समीप जाऊन त्याने नवलाने विचारपूस आरंभली.

''होय बंधू! माझेच नाव अर्जुन आहे; पण तू कोण आहेस? माझी वाट बघत

असल्यागत तुझी चर्या का? तू इथे काय करीत आहेस?''

अर्जुनाच्या प्रतीक्षेत थांबलेला तो अतिसामान्य माणूस प्रश्नांच्या माऱ्याने विद्ध झाला. अर्जुनाच्या पायावर कोसळलाच. अत्यंत दीन नजरेने त्याने अर्जुनाकडे बघितले. रुदनाहूनही करुण वाटणाऱ्या स्वरांत तो म्हणाला, ''माझे नाव जरा! मला माफ करा! मी... मी... कृष्णाची हत्या केली...''

''क... क... क... काय? तू कृष्णाची...'' हत्या हा शब्द अर्जुनाच्या ओठांवर चढला नाही. त्याने ओठावर ओठ घट्ट आवळले; पण नजरेत वणवा पेटला. गांडीवावरची पकड घट्ट झाली. दुसरा हात जराच्या दिशेस धावला. लोळागोळा होऊन पायाशी पडलेल्या त्या काटकुळ्या माणसाचे केस त्याने मुठीत धरून जोराने खेचले.

❖

६

मेघधनुष्य आणि मोरपीस

दारुक नखशिखांत हादरला. अर्जुनाचा चेहरा ताम्रवर्णी झाला होता. त्याच्या गात्रांत काळाला ग्रासणारा कंप उमटला होता. नजरेत हुताशनाच्या ज्वाळा लवलवत होत्या. समग्र आर्यावर्तातील रथी-महारथीच नव्हे, तर सारथीही अर्जुनाच्या या रूपाशी परिचित होते. म्हणूनच दारुकाला जाणवले... क्षणार्धात जरा होत्याचा नव्हता होणार!

''महाबली...'' अर्जुनाच्या अत्यंत निकट येऊन दारुक पुटपुटला. तो अशा रीतीने उभा राहिला की, हालचाल करण्यापूर्वी अर्जुनाला दारुकाचा अडसर दूर करावा लागला असता.

''अविनयासाठी क्षमा प्रार्थितो! पण धनंजया, पितामह भीष्म, आचार्य द्रोण, महारथी कर्ण आणि किरात रूपातील साक्षात शिव अशा धुरंधरांसमोर ज्या गांडीवाचा टणत्कार केला, त्याचा उपयोग कौंतेयाने शरण आलेल्या... पायावर लोळण घेणाऱ्या अपरिचित दुर्बळासमोर करू नये. पांडुपुत्राने शरणागताला मारले तर ती घटना पुण्यशील पूर्वजांसाठीच नव्हे, तर पुढे येणाऱ्या कैक पिढ्यांसाठी लज्जास्पद ठरेल.''

''दारुका...'' अर्जुन विव्हळला. जराच्या मस्तकावरील त्याची पकड सैलावली. नजर झुकवून त्याने पायाशी लोळण घेणाऱ्या त्या जंतूसारख्या हीनदीन माणसाकडे पाहिले. हा... हा असला फाटका माणूस सांगतो... मी कृष्णाची हत्या केली... कसे शक्य आहे हे? कंस, जरासंध, कालयवन, पौंड्र यांसारख्या समर्थांना जे जमले नाही ते याला कसे जमले?

''धनंजया!'' विचारांत गुदमरणाऱ्या अर्जुनाला भानावर आणीत दारुक म्हणाला. ''कृष्ण यादव होता हे विसरता तुम्ही! छत्तीस वर्षांपूर्वी यादवकुळाच्या सर्वनाशाचे भाकीत माता गांधारीच्या मुखातून जाहीर झाले होते.''

अर्जुन दचकला. पुनश्च विराटरूप दर्शन आठवले! त्या विराटात स्वयं कृष्ण

जराच्या हस्ते मुक्त होत असण्याचा समावेश असण्याची संपूर्ण शक्यता होती. हे तर नियतीचे भाकीत नियतीने नेमलेल्या निमित्ताचा नाश करण्याचे घृणास्पद कार्य घडले असते तर? अर्जुनाच्या तोंडून विवश निश्वास निसटला. त्याचा आवेश ओसरल्याचे जाणवून दारुक थोडा दूर झाला. जरालाही त्याने अर्जुनाच्या पायापासून दूर सरकविले.

"जरा! बंधू, तू माझी वाट का बघत होतास?" आगंतुकाच्या खांद्यावर हात ठेवून अर्जुनाने विझल्या स्वरात विचारले. त्याच्या नजरेतील आग विझल्याचे जाणवले तरी गलितगात्र जराच्याने उठवेना. बसल्या जागीच तो केविलवाण्या स्वरात म्हणाला, "राजन, मी अपराधी आहे."

"वत्सा, तू भयमुक्त आहेस." अर्जुनाच्या स्वरात मार्दव प्रकटले.

"सांग, तुला काय सांगावयाचे आहे?"

"राजन, हा अपराध मी जाणूनबुजून केला नाही. व्यवसायाने मी पारधी आहे. छोट्यामोठ्या पशुपक्ष्यांची शिकार करून मी माझ्या परिवाराचे पोट भरतो. मी शूद्र! प्रात:काळच्या धूसर प्रकाशात शिकारीच्या उद्देशाने निघालो. दूरवर पिंपळवृक्षाखाली कुणीतरी पहुडले होते. आज साऱ्यांना तृप्त करण्याइतके मांस मिळेल असा तगडा वनचर दिसतोय, या विचाराने मला आनंदित केले. नेम धरून मी बाण सोडला; पण... पण माझ्या दुर्दैवाने ते कृष्ण होते." जराची मान शरमेने झुकली.

"जरा..." अर्जुन संतप्त स्वरात किंचाळला. "श्रीकृष्ण तुला तगडा वनचर प्राणी वाटला?"

"होय महाराज!" लज्जेने पारध्याची काळी चर्या अधिकच काळवंडली. "माझा बाण श्रीकृष्णाच्या उजव्या पायाच्या तळव्यात शिरला. मी बाण खेचून काढण्याच्या प्रयत्नात होतो. पण... पण... तेच निमित्त स्वीकारून त्यांनी देह ठेवला. तो क्षण... तो क्षण..." पुढचे शब्द जराच्या मुक्त रुदनात हरवले. प्रयत्नांची पराकाष्ठा केली, तरी त्या क्षणाचा थरार त्याच्या मनातून दूर होत नव्हता. रुदनाच्या अवघ्या प्रक्रियेतून शब्दांच्या मदतीविनाच तो क्षण अर्जुन आणि दारुक अनुभवत होते. प्रतीक्षा उरली होती फक्त त्या घटनेपाठची पार्श्वभूमी विशद करणाऱ्या शब्दांची! त्यासाठी जराच्या रुदनाचा आवेग शमण्याची आवश्यकता होती.

थकल्या कृष्णाने उत्तररात्री अश्वत्थाच्या भक्कम बुंध्याचा आधार घेऊन थोडा विसावा घेण्याचा निष्फळ प्रयास मांडला. दोन प्रहरांपूर्वी समुद्रकिनाऱ्यावर ज्येष्ठ बंधू– बलरामाने पार्थिव देहाचा त्याग केला होता. त्याचा देह अग्नीला अर्पण

करून कृष्णाने पाठ फिरविली होती. आता बलरामदादाही नाही. वृष्णीवंशात फक्त आपण उरलो आहोत याची जाण दाहक वाटत होती. तसे वसुदेव आणि वज्र होते; पण वृद्ध आणि बालकांना जमेस धरण्याची पद्धत नव्हती. वसुदेवांचे श्वासही आता संपत आले आहेत, हे कळत होते.

ज्येष्ठ बंधूच्या देहाला अग्नी देऊन कृष्णाने परत प्रभासक्षेत्राकडे मोहरा वळविला. रात्र चढू लागली होती तेव्हा! पशुपक्ष्यांची मेजवानी ठरलेले पुत्र, पौत्र, प्रपौत्र आणि इतर आप्तस्वकीयांचे देहावशेष रात्रीच्या अंधकारातही स्पष्ट दिसत होते. ते नजरेसमोरचे किळसवाणे दृश्य दिसत नसल्यागत तो मार्गक्रमण करीत होता. देहावशेषातून नव्हे तर सुकल्या पानांच्या ढिगातून वाट काढीत जावे तसे निर्लेप मनाने तो पुढे सरकत होता. अविरत चालत होता. रात्र सरली नव्हती. एका विशाल अश्वत्थाच्या पायथ्याशी विसावा घ्यावासा वाटून त्याने बुंध्याचा आधार घेऊन देह पसरला. डोळे मिटून अंतरंगात उतरला.

मिटल्या डोळ्यांसमोर ब्रह्मांड साकार झाले. परब्रह्माची आराधना दूर राहिली आणि नजरेसमोर कुरुक्षेत्राचा संहार उभा ठाकला. कुरुक्षेत्राचा संहार आणि प्रभासक्षेत्रीचा विनाश! अठरा दिवसांत अठरा अक्षौहिणी सेना भस्मसात झाली होती. त्यात यादवांचाही समावेश होता; पण ते धर्मयुद्ध होते. तो संहार 'विनाशाय च दुष्कृताम्' होता. धर्मसंस्थापनार्थाय होता; पण पवित्र प्रभासक्षेत्री जो विनाश झाला तो... डोळे उघडून कृष्ण किंचित हसला.

यादव वीरांनी एकमेकांवर शस्त्रे परजली होती. शस्त्रेच का? उष्ट्या सुरापात्रांची फेकाफेकी झाली होती. कुत्री-मांजरी गुरगुरत-भुंकत असावीत तसे ते एकमेकांना ओरबाडत सुटले होते. त्यातून जगले-वाचले ते एरकतृणांचे लक्ष्य ठरले होते. एरकस्पर्शाने त्यांना भुईसपाट केले होते.

ब्राह्ममुहूर्ताचे शैत्य वातावरण प्रसन्न करू लागले. कळत-नकळत प्रात:कालाची पदचिन्हे प्रकटू लागली. कृष्णदेहावर नि:शब्द वातावरणाचा शहारा फुलला. डावा पाय मुडपून त्यांनी उजव्या पायावर ठेवला. मनात माता गांधारीची स्मृती उसळत होती. पुन्हा कृष्णाने डोळे मिटले. तोच...

सूं... सूं... सूं... असा कंपन स्वर हवेत उसळला. क्षणार्धात कृष्णाच्या उजव्या पायाच्या तळव्याला एका टोकदार बाणाचा स्पर्श जाणवला. डोळे उघडून त्यानी पायाकडे बघितले. जिथे बाण शिरला होता तिथे रक्तधार लागली होती. त्या धारेकडे तो तटस्थ नजरेने बघत होता. क्षणार्धात ती नजर आकाशाकडे वळली. प्रात:काळच्या प्रकाशगमनामुळे नभोमंडळातील नक्षत्रे निस्तेज भासू लागली होती. कुठूनशी परब्रह्माच्या अवतरणाची प्रचिती मिळत होती... सुकल्या पर्णभारावर पावले टाकीत कुणीतरी आतुरतेने येत असल्याचे जाणवले. जवळच्या झाडाझुडपांतून

फांद्या दूर करीत कुणी अश्वत्थाकडे वळले. कृष्णाने नजर उचलून त्याकडे बघितले. पुष्ट वनचराच्या मांसाच्या लोभाने पारधी अश्वत्थाकडे झेपावला; पण...

अश्वत्थाखाली वनचर पहुडला नसून तिथे मानवदेह आहे, हे कळताच तो थबकला. मंद प्रकाशात पीतांबर धारण केलेली, मस्तकी मोरपीस डुलत असणारी व्यक्ती नजरेस पडली आणि त्याच्या तोंडून किंकाळी निसटली. हे काय घडले? स्वत:च्या कृतीने तो हादरला. बाण खेचून काढण्यासाठी तो कृष्णाकडे धावला. कृष्ण अनिमिष नेत्राने त्याची धडपड न्याहाळीत होता. उजवा हात किंचित हलवून तो निषेधात्मक स्वरात म्हणाला, ''बंधू! असू देत! माता गांधारीच्या शापाचा विरोध अशक्यच! हे जमणार नाही तुला...''

''माझ्या हातून महापाप घडले, प्रभू! मला क्षमा करा.'' पारधी कळवळून म्हणाला. त्याने कृष्णाला ओळखले होते. नुकतीच यादवीची वार्ता कानी पडली होती आणि लगेच... गुनाहित भावनेने काळवंडलेला व्याध म्हणत होता... ''आपल्याला वनचर प्राणी समजून मी बाण सोडण्याचा अपराध केला.'' शोकाकुल अवस्थेत तो कृष्णचरणांशी कोसळला.

''वत्सा!'' मनमोहक हसत कृष्णाने विचारले, ''तुझे नाव काय?''

''जरा!'' त्याच्या तोंडून एकच शब्द उमटला.

''वा!'' मनसोक्त हसत कृष्णाने पायाकडे बघितले. रक्ताचा ओघळ कुठच्या कुठे पोहोचला होता. ''तात! तुमचे नाव सार्थकी लागले. जरा कुणालाही सोडत नाही. अमरत्वाचा अभिशाप असणाऱ्यालाही जराच्या माध्यमातून महाकाळ स्पर्श करतोच. वत्सा! तू तर निमित्तमात्र...''

जरा गोंधळून ऐकत राहिला. कृष्णाची स्वगतोक्तीसारखी वाणी त्याला कळत नव्हती. तो बिचारा व्याध! त्याच्याद्वारे महाकाळ कुणाला कसा नि का स्पर्श करतो त्याला कळेना. ''वत्सा! जरावस्था हा प्रकृतिक्रम आहे!'' कृष्ण स्नेहल स्वरात म्हणाला. ''प्रश्न एकच उरतो... तुझा बाण दोन प्रहर उशिरा का सुटला?'' पुन्हा कृष्णाच्या ओठी मोहक स्मित फुलले. जराजवळ रुदन आणि व्यथेव्यतिरिक्त उत्तर नव्हते.

''जरा!'' क्षणभराने कृष्ण पुन्हा बोलू लागला. ''प्रत्येक देहात रक्ताच्या रूपाने मर्यादित चैतन्यप्रवाह असतो. तो प्रवाह आता संपणार आहे.''

''मला... मला प्रायश्चित्त घेऊ द्या, प्रभू! मला आता जगावेसे वाटत नाही. मला तुमच्या संगे न्या, प्रभू!''

''शांत हो, वत्सा!'' कृष्ण आश्वासक स्वरात म्हणाला. ''बंधू, तुझे जीवनकार्य अजून संपलेले नाही. ते संपविल्याविना तुझा अंत होणे नाही. माझे एक काम आता तूच करावयाचे आहे...''

“कुठचे काम प्रभू? आज्ञा करा!”

“आता कृष्णाचा आत्मा स्वधामाचा प्रवास सुरू करील,” कृष्ण बोलू लागला. कानात प्राण आणून जरा ऐकत होता. “माझा पार्थिव देह आहे त्याच ठिकाणी त्याच अवस्थेत राहू दे. अर्जुन इथे येईल तेव्हा त्याला समग्र घटनेचा वृत्तान्त कथन कर आणि त्याला सांग...” कृष्ण किंचित अडखळला. त्याच्या नेत्रांत अनिर्वचनीय चमक अवतरली. उजव्या पायाच्या तळव्याकडे नजर जाताच रुधिरधारेचा वेग मंदावल्याची जाणीव झाली. उजवा हात लांबवून त्यानी उजव्या पायाला स्पर्श केला. त्या ओलसर स्पर्शाने त्याच्या मनात गोकुळाची स्मृती जागविली. एका युगाच्या अंत:काळी व्रजभूमी आणि कालिंदीचा प्रवाह नजरेसमोर तरळला. राधेच्या नेत्रांतून ओघळलेले अश्रूही...

हो! इथेच... या उजव्या पायाच्या तळव्यावरच त्या पावनजलाचा अभिषेक झाला होता. मथुरेकडे प्रयाण करण्यापूर्वी राधेची भेट घेतली तेव्हा कृष्णचरणी लीन होऊन तिने अमर्याद अश्रुपात केला होता. ती राधा... तो ओलसर स्पर्श...

त्यानंतर कधीच राधेची गाठभेट नव्हती. “जरा...” अतीताच्या निबिड अरण्यातून मार्ग काढीत कृष्ण प्रयत्नपूर्वक म्हणाला. “अर्जुनाला सांग, गोकुळीच्या राधेला कळविण्याची व्यवस्था कर! तिला कळव... कृष्णाची प्रतीक्षा आता व्यर्थ आहे. मात्र कृष्ण निजधामाला गेला इतकेच तिला कळवावे. जराच्या बाणाचे निमित्त करून कृष्णाने देहलीला आटोपली हे तिला कळवावयाचे नाही. बस! वत्सा... कल्याणमस्तु!”

“भगवन्!” जराच्या दोन्ही नेत्रांत हिरण्य आणि कपिला प्रकट झाल्या. “माझ्या हातून महापाप घडले. या पापाचा भार उचलून मी जगू शकणार नाही. मला शाप द्या प्रभू. मला मृत्युदंड द्या. नरकयातना द्या.” जराने आक्रोश आरंभला.

“कल्याणमस्तु!” हात उंचावून कृष्ण पुन्हा बोलू लागला. स्वर स्वस्थ असला तरी त्यातील क्षीणता प्रकर्षाने जाणवत होती. “पाप हे आचरण नसून भावना आहे. आचरण कर्मप्रेरित असते. भावना आत्मप्रेरित असते. पापाच्या भावनेपासून तू मुक्त आहेस, वत्सा. म्हणून तुला पापाचा स्पर्श नाही...” इतके बोलून कृष्णाने डोळे मिटले. त्याच्या ओठांवर तेच त्रिभुवनास मोहित करणारे स्मित होते. आशीर्वादसूचक उंचावलेला हात ढळला आणि आसमंतात स्वर्गीय स्वर झंकारले. हिरण्य-कपिलेचा प्रवाह थबकला. शैत्याच्या संगतीला कुठूनसा मृद्गंध धावत आला. अदृश्य पुष्पांच्या मुलायम स्पर्शाने अवघी सृष्टी रोमांचित झाली.

तोवर व्यग्र आणि विव्हळ असणाऱ्या पारध्याच्या मनात चैतन्याचा प्रवेश झाल्यागत विमुक्त भावनेचे पडसाद उमटले. तनामनावर अनिर्वचनीय तरल

भावना स्वार झाली. तिला पापाचा स्पर्श नव्हता... खुद्द कृष्णाने सांगितले हे... अनिमिष नेत्राने तो रुधिरधार शोधू लागला; पण... तिथे लाल रंगाचा ओघळ नव्हता. साकळल्या रक्ताचा काळपट रंगही नव्हता तिथे! त्याऐवजी... त्याऐवजी अनोखे मेघधनुष्य तिथे उमटले होते. मोरपिसाच्या आणि इंद्रधनुच्या सप्तरंगांचा तिथे सागर उसळत होता. त्या रंगांच्या लाटांत वेणूचा सुस्वर मिसळला. तो स्वर्गीय अनुभव मनात हिंदकळत असताना स्वर क्षीण होऊ लागला. मंद गतीने तो हृदयाच्या गर्भगृहात उतरला... आता तो ऐकू येईना. त्याऐवजी तो दिसू लागला– श्रवणेंद्रियांना नव्हे, तर अंत:चक्षूंना जणू वाचा फुटली. ही अवस्थाही संपली. पुन्हा हिरण्य-कपिलेचा प्रवाह वाहू लागला. हवेत निखळ शैत्य उरले. त्यातील मृद्गंधाचा लोण झाला. जराच्या कंठातून अवश चीत्कार आला, ''कृष्ण!... कृष्ण!... कृष्ण!'' क्षणार्धात तो कृष्ण नाव धारण करणाऱ्या निष्प्राण देहाच्या पायाशी कोसळला.

त्या निष्प्राण कलेवराच्या ओठांवरचे मोहक स्मित अजूनही जिवंत वाटत होते. गूढ प्रसन्न मुखारविंदाला मृत्यूची विरूपता स्पर्शली नव्हती. एक युग अस्ताचलास जात असताना दर्शन घेण्याचे परमभाग्य एका शूद्राच्या झोळीत घालून कृष्णाने देहलीलेचे समापन केले होते. समापनाचा तो क्षण सहजपणे ब्रह्मांडात विरघळला.

''राजन!'' डोळे पुसून प्रथमच जराने मान वर करून अर्जुनाकडे बघितले. अर्जुनाच्या चेहऱ्यावर शून्यावकाश दाटला होता. त्याच्या नेत्रांत आसवे तर नव्हतीच; पण नैसर्गिक आर्द्रताही नव्हती. तटस्थ मनाने तो जराचे नव्हे तर कृष्णाचे बोल अंतरात उतरवित होता. थोड्या अंतरावर असलेल्या विशाल अश्वत्थाकडे त्याची नजर वळली. सकाळच्या कोवळ्या उन्हात सारे स्पष्ट दिसत होते. बुंध्याशी...

''परंतपा,'' अर्जुनाजवळ जाऊन दारुक पुटपुटला. ''अश्वत्थाच्या छायेत श्रीकृष्णाचा पार्थिव देह पार्थाची प्रतीक्षा करीत आहे. शेषकर्म संपविल्याविना देहलीलेचे समापन होऊ शकत नाही.''

दारुकाचा एकही शब्द अर्जुनाच्या कानात शिरला नाही. भारावल्या अवस्थेत तो अश्वत्थाकडे चालू लागला. नजर कृष्णावर स्थिरावली होती. खरोखरीच आत्म्याने स्वधर्माकडे प्रयाण केल्याचा इतका अवधी उलटला असूनही ओठावरील मोहक स्मिताचे ताजेपण उणावले नव्हते. निष्प्राण कलेवरावरही ते स्मित अमृतफुलागत सजीव वाटत होते. वृक्षाच्या पर्णभारातून मार्ग काढीत चुकार सूर्यकिरणे आवेगाने कृष्णाकडे झेपावत होती. क्षणभर कृष्णाचे ओठ हलल्यासारखे वाटले अर्जुनाला...

मी तर आजन्म निर्विकार स्वरूपाने प्राणिमात्रांत व्याप्त आहे आणि तरीही... तरीही पार्था, प्रकृतिक्रमाने मी जन्माची मायाही धारण करतो...

हे कोण बोलले बरे!... शंखनाद आणि रणभेरींच्या कल्लोळात साक्षात मृत्यूच्या महाप्रलयात, अठरा अक्षौहिणी सेनेच्या प्रचंड कोलाहलात छत्तीस वर्षांपूर्वी रथाचे कायदे सांभाळीत कृष्णाने उच्चारलेले हे वाक्य आता कोठून ऐकू आले?

दोन हात जोडून विनम्र मनाने अर्जुन गुडघे टेकून कृष्णचरणांशी बसला. अनोख्या अस्वस्थतेने त्याचा चेहरा झळाळून उठला. नतमस्तक होत तो मृदू स्वरात गुणगुणला, "अच्युता! मोहवश होण्यापासून पुन्हा एकदा मला वाचवून तुम्ही माझे जीवन धन्य केले आहे. इथेच आहात तुम्ही! इथेच तर आहात!"

❖

७

अस्ताचल

किंचितही गलबलाट न करता रथ, अश्व, पालख्या आणि बैलगाड्यांत मानवप्रवाह मंदगतीने उत्तर दिशेस सरकत होता. रैवतक पर्वताचा निरोप घेऊन सरकणाऱ्या समूहाने सुराष्ट्र, पांचाल, आनर्त आणि मरुभूमी हे भूभाग ओलांडले होते. जनसमूहाच्या अग्रभागी अर्जुनाचा रथ होता. द्वारकेचा निरोप घेतला ती घटना जुनी झाली होती. सप्तसिंधूची हिरवळही लवकरच संपणार होती. शतद्रूच्या प्रवाहात स्नान करून साऱ्यांनी आदल्या दिवसाचा थकवा धुतला. पुण्यसलीला भागीरथी आता विशेष दूर नव्हती.

कृष्णाच्या पार्थिव देहाला पंचमहाभुतांत विलीन करून अर्जुनाने द्वारकेची वाट धरली होती. द्वारकेचे प्रेतवत् रूप दुरूनही त्याच्या नजरेत भरले. असंख्य नागरिक अर्जुनाच्या प्रतीक्षेत नगराच्या महाद्वाराशी खोळंबले होते. सामानसुमान बांधून पुरजनांनी रथ, अश्व, बैलगाड्या, सारे सज्ज ठेवले होते! निघण्यास विलंब होऊ नये म्हणून! अर्जुन येताच त्वरित निघण्याचा निर्णय त्यांच्या भकास नजरेत तरळत होता.

रैवतक पर्वताच्या पायथ्याशी अर्जुनाचा रथ दिसताच नगरातील मान्यवर वृद्धाने पुढे होऊन अभिवादन केले. केविलवाण्या स्वरात तो म्हणाला, ''पांडवश्रेष्ठा आम्हाला सत्वर येऊन न्या! इतके दूर की, जिथून कृष्ण नसलेल्या द्वारकेचे आम्हाला दर्शन होणार नाही. या नगरीत आता श्वास घेणे अशक्य झाले आहे. तुम्ही गेलात तेव्हापासून आम्ही तुमची प्रतीक्षा करीत आहोत. निरवानिरव करून दुर्गाबाहेर तिष्ठत आहोत. लगेच निघू आपण!''

अर्जुनाच्या तोंडून निश्वास निसटला. प्रभास क्षेत्राहून परतताना सारा वेळ मनक्षोभ वाढत होता. सारे होत्याचे नव्हते झाले, यावर शिक्कामोर्तब झाल्यानंतरही... यादवांच्या सर्वनाशाच्या विपरीत खुणा बघितल्यानंतरही द्वारकाप्रवेश कसा सहन करावयाचा? डगमगत्या पावलांत भरावयास जोर कुठून आणणार? द्वारकेचे

दर्शन घुसमट करेल. कसा श्वास घेणार तिथे? काळजावर दगड ठेवून कसाबसा कृष्णाच्या पार्थिव देहाचा अंत्यसंस्कार पार पडला; पण आता... अर्जुन अनुत्तरित प्रश्नांच्या भोवऱ्यात भोवंडत होता. प्रश्नांची उत्तरे सापडणार नाहीत. अशरण मनाला अग्निपरीक्षेसारख्या परिस्थितीचा सामना करावयास लागेल. त्यासाठी बळ कुठून आणावयाचे, या प्रश्नांत गुदमरत असतानाच...

समग्र द्वारका-आबालवृद्ध आणि स्त्रियाही– अर्जुनाच्या व्यथेत सहभागी असल्याचे सिद्ध झाले. वेदनामय प्रश्नांची उत्तरे अचानक समोर आली. मनावरचा अपार बोजा अनपेक्षितपणे दूर झाला. अर्जुन विलक्षण हळवा झाला. सत्य विशद करताना कृष्णाने सांगितले होते, "गुडाकेशा, निराकार स्वरूपात मी प्राणिमात्रांत व्याप्त आहे." गायी, बैल, घोडे साऱ्यांची अबोल नजर जणू अर्जुनाला हेच सांगत होती. साऱ्या यादव स्त्रिया अर्जुनाच्या वाटेकडे डोळे लावून बसल्या होत्या. दुर्गाचे दरवाजे उघडे टाकून सारे द्वारकेविषयीची अनासक्ती व्यक्त करीत होते. प्रत्येकाच्या नजरेत एकच विनवणी होती... आम्हाला द्वारकेत पाय ठेवणे नको वाटते आहे. धनंजया, आम्हाला सत्त्वर हस्तिनापुरास ने.

सागरात भरतीच्या लाटा उसळत होत्या. अनरक्षित नगरीच्या मोकळ्या द्वारांतून आत शिरून पाणी राजरस्त्यावर मुक्त संचार करीत होते. त्या उसळत्या सागराकडे अर्जुन बेचैन नजरेने बघत राहिला. कृष्णाच्या हयातीत द्वारकेच्या पदप्रक्षालनापुरत्या जवळ येणाऱ्या लाडिक लाटांनी आता आक्रमक पवित्रा घेतला होता. द्वारकेच्या महालांना धडक देणाऱ्या त्या उद्धट जलराशींकडे बघताना अर्जुनाची नजर अगतिक बनली. सागराचा सर्वनाशी उन्माद त्याच्याने बघवेना. आवेगाने तो पाठ फिरवून तरातरा चालू लागला.

हस्तिनापूरचा प्रवास सुरू झाला. पाय उचलले जात होते. चक्रे फिरत होती. त्यांचा करकर आवाज आणि अबोल पशूंची कण्हल्यागत फुरफुर वगळता सगळीकडे शांतता होती. द्वारकेत घुसलेल्या सागराच्या जलराशींनी द्वारकेच्या पुरजनांच्या चैतन्यावरही पाणी फिरविले होते. हताश जनसमूह नि:शब्दपणे प्रवास करीत होता.

आसपास सप्तसिंधूचा रमणीय परिसर होता; पण विझल्या नजरेत निसर्गदत्त सौंदर्य भरत नव्हते. शतद्रू आणि द्रिशद्वती नद्यांच्या बेचक्यातून पुढे सरकताना सर्वांची नजर क्षितिजापलीकडे धावत होती. भागीरथी आता जवळ वाटत होती. तोच–

"कौंतेया!" दारुकाने साद घातली. त्याच्या आवाजात विलक्षण कंप होता. घोड्यांच्या ताठरल्या कानांकडे, जमिनीत रोवल्या पायांकडे बघत तो म्हणाला, "घोडे पुढे सरकावयास तयार नाहीत. फार घाबरलेले वाटतात..."

अर्जुन दचकला. भानावर आल्यागत सतर्क झाला. सवयीनुसार त्याचा हात गांडीवाकडे सरकला. शोधक नजर चहूबाजूंस भिरभिरली. घोडे थांबल्यामुळे सारे रथ स्तब्ध झाले होते. घोड्यांचे ताठ कान पाहून सशस्त्र सैनिक सतर्क झाले. पश्चिमेस प्रचंड धुळलोट नजरेस पडला. पर्वताच्या काळ्या शिलांमागून रानटी सशस्त्र सैनिक वेगाने धावत येत होते. क्षणात ते मार्गात अडसर बनून उभे राहिले. सशस्त्र वीरांचा नायक मधोमध उभा होता. दंड थोपटून तो म्हणाला, "मी आभीर सेनापती कुर्कट! बऱ्या बोलाने तुमच्याजवळील उत्तम रथ, सुलक्षणी घोडे, संपत्ती आणि तरुण स्त्रिया आमच्या हवाली करा. आज्ञापालनात होणारा क्षणाचाही विलंब चालवून घेता येणार नाही. क्षमेस पात्र ठरणार नाही..." बोलत बोलत धनुष्याची प्रत्यंचा खेचून त्याने टणत्कार केला. त्याचा उद्धटपणा असह्य होता.

"कुर्कट?" अर्जुनाची भुवई रोषाने वर चढली. "तुझी आणि तुझ्या साथीदारांची मरणघडी समीप आलेली दिसते. म्हणून तू हे दुःसाहस करीत आहेस. महाभारत संग्रामाचा विजेता सव्यसाची अर्जुन तुझ्यासमोर उभा आहे. त्याचे तीक्ष्ण बाण तुला आणि तुझ्या सहकाऱ्यांना स्वधामाच्या प्रवासास पाठवतील..."

"अर्जुन?" खळबळून हसत कुर्कटाने गर्जना केली. "काही वर्षांपूर्वी महायुद्धाचा प्रसंग घडला होता असे ऐकले होते; पण त्यात आभीर नव्हते; कुर्कट तर नव्हताच नव्हता. त्या महायुद्धाचा जीर्ण अवशेष बघण्याचा हा बरा योग आला."

त्याचे दर्पयुक्त भाषण असह्य होते. नाइलाजाने अर्जुनाने गांडीवाकडे मोहरा वळविला. प्रत्यंचेवर हात ठेवला; पण कुर्कटावर त्याचा परिणाम नव्हता. त्याच्या–लेखी अर्जुन वीर नसून महायुद्धाचा जीर्ण अवशेष होता. कुर्कट आणि त्याचे सैनिक निर्भयपणे यादव सैनिकांवर तुटून पडले. हाहाकार माजला. यादवांचे रथ, घोडे, बैलगाड्या, सारे उद्‌ध्वस्त होत असताना अर्जुन अत्यंत अनोळखी समस्येचा सामना करीत होता. संघर्षाविना दमछाक होत होती. "दारुका..." त्याच्या तोंडून विव्हळ चित्कार आला. "हे गांडीव पेलणे आज मला जमत नाही रे! कमालीचे जड वाटते आहे ते! आणि माझे बाण..."

प्रयत्नांची पराकाष्ठा करून त्याने दोन-तीन बाण सोडले; पण शिकाऊ धनुर्धराच्या बाणांसारखे ते हवेत वाटेल तसे आपटत मोडून गेले. अर्जुनाची गात्रे शिथिल होत असताना कुर्कट पुढे सरसावला. अर्जुनाच्या रथाच्या घोड्यांचे कान जोरात पिरगळून त्याने गर्जना केली, "अर्जुना, हे कुरुक्षेत्र नाही... इथे कुर्कटाशी सामना आहे. महाभारताचा जेता असल्याच्या बढाया माझ्यासमोर मारू नकोस. मला दया येते तुझी. तिकडे बघ..."

अर्जुनाची नजर अभावितपणे कुर्कटाने दाखविलेल्या दिशेस वळली. अर्जुनाच्या

सैन्याची दाणादाण उडाली होती. निर्धाराने अर्जुनाने पुन्हा गांडीव पेलण्याचा प्रयत्न आरंभला; पण... गांडीवाचा समतोल साधणेही त्याला जमेना. तरीही निराश न होता, नेटाने प्रयत्न करून त्याने दोन-तीन बाण सोडले; पण ते कुर्कटाच्या दिशेस वा त्याच्यापर्यंत पोहोचले नाहीत. यादव स्त्रियांचा आक्रोश पराकाष्ठेस पोहोचला. अर्जुन हतप्रभ झाला. यादव सैनिकांनी कुर्कटासमोर शस्त्रे टाकून शरणागती पत्करली. अर्जुनाने निराशा झटकून वेदविद्येचे स्मरण आरंभले; पण... सारी विद्या विस्मरणात गेल्याची जाणीव त्याला उद्ध्वस्त करीत होती. कुर्कटाचे अट्टाहास्य काळजावर करवत फिरवित होते. अगतिक नजरेने अर्जुन यादव सैनिकांकडे बघत होता. कुर्कटाचे सैनिक घोडे आणि धनधान्याचा कब्जा घेत होते.

"दारुका..." अर्जुन विव्हळला. बाण सोडावयाचा विचार टाकून त्याने गांडीवाचे टोक धरले. कुर्कटाच्या मस्तकावर प्रहार करण्याच्या हेतूने त्याने संपूर्ण धनुष्य उचलले; पण काय घडले आहे याचे आकलन होण्यापूर्वी अर्जुनाच्या हातून निसटून ते रथात कोसळले. वैफल्यग्रस्त अर्जुन निराश झाला. त्याचे प्रिय गांडीव त्याला साथ देईना. कुरुक्षेत्री विजय प्राप्त करून देणारे गांडीव हेच का, या प्रश्नात तो गोंधळला. पराभवाची अपरिचित जाणीव असह्य करीत होती. त्यातच शिशाच्या गरम रसासारखे भासणारे दारुकाचे दाहक शब्द कानात उतरले; "हे सारे आता व्यर्थ आहे पार्था! तिकडे बघा..." बोट दाखवून त्याने दिशासूचन करीत म्हटले. "सव्यसाची गांडीवधारी अर्जुनाला परास्त करणाऱ्या विजयी आभिरांचे यादव स्त्रिया स्वागत करीत आहेत."

"म्हणजे?" अर्जुन गोंधळला. पराभवाहून दुःसह वाटणारे दृश्य नजरेत भरले. यादव स्त्रिया स्वेच्छेने आभीर तरुणांना वश झाल्या होत्या. कुर्कट वा त्याच्या सैनिकांना त्यासाठी प्रयत्न करावे लागले नव्हते. अर्जुनाची केविलवाणी अवस्था कुर्कट मजेत बघत होता. त्याच्या मिशीत हास्य लपले होते.

"बघितलेस, अर्जुना?" अर्जुनाच्या रथाच्या अश्वाच्या पाठीवर दणदणीत थाप मारीत तो मिश्किलपणे म्हणाला. "तुझ्या शरांचे अपयश पाहून त्यांनी आमच्याकडे मोहरा वळविला. स्त्रिया विजयालाच वश होतात हे तू समजून घे. संपत्ती आणि सुंदरीवर जेत्यांचा हक्क असतो. संरक्षण देण्यास असमर्थ ठरणाऱ्या पराजित भेकडाकडे त्या बघत नसतात. त्यांची वरमाला..."

"अधम कुर्कटा..." जिवाच्या आकांताने अर्जुनाने शेवटचा प्रयत्न मांडला. "ज्यांच्या स्त्रियांची तू अवहेलना करीत आहेस ते यदुनंदन श्रीकृष्ण आणि हलधर बलराम..."

अर्जुनाच्या बोलण्याला असमर्थाचे वाचाळपण समजून ते पूर्ण होण्याची वाट

न बघता कुर्कटाने शंख फुंकला. विजयी शंखनाद वातावरणात दुमदुमला. रथातून उडी घेऊन अर्जुन यादवांच्या राणीवशाकडे वळला. 'देवी... देवी...' म्हणून किंचाळत तो धावू लागला; पण त्याच्या पायात वेग भरेना. जडत्व आलेल्या देहाचा मनाच्या घाईमुळे तोल ढळला. झोकांड्या खात धावणाऱ्या वृद्ध अर्जुनाकडे बघत कुर्कट उपहासाने हसला. "त्या वृद्ध स्त्रियांना मी हात लावणार नाही. तू निश्चिंत अस. आमचे लक्ष्य तरुण सुंदरी आणि संपत्ती! त्या आड येणाऱ्या सैनिकांना आम्ही कधीच धूळ चारली आहे. अफाट धन आम्ही हस्तगत केले आहे आणि तरुण स्त्रिया आम्हाला स्वखुशीने वश झाल्या आहेत. तूच बघून घे... विजयी वीरांना राजी करण्यासाठी त्यांच्यात चढाओढ लागली आहे."

कर्कश आणि कर्णकठोर वाटणारी कुर्कटाची वाणी वस्तुस्थितीचे वास्तव दाखविणारी आहे, हे दाहक सत्य अर्जुनाला हादरवित होते. स्तिमित नजरेने तो बघत राहिला. खरोखर आभीर योद्ध्यांना वश करण्यात यादव तरुणींच्यात अहमहमिका लागल्याचे स्पष्ट दिसत होते.

"दारुका..." डोळे मिटून अर्जुन कळवळला. "अरे, कृष्ण-बलरामाच्या कुळातील या स्त्रिया..."

"कौंतेया, कृष्ण-बलरामाचे अस्तित्व आता संपले आहे." दारुकाच्या शब्दांत पराकोटीची अगतिकता होती. तोल सावरून अर्जुनाने डोळे उघडले तेव्हा कुर्कट आणि त्याचे सहकारी पर्वताचा चढ चढू लागले होते. त्यांच्याबरोबर हसतखेळत यादव स्त्रिया जात होत्या. उरल्यासुरल्या यादव समूहाचे अवशेष इथेतिथे विखुरले होते. कुणी मृत तर कुणी मृतप्राय! वैफल्यग्रस्त अर्जुनाच्या तोंडून विषाद उमटला... "दारुका, महाभारताचा संग्राम कुणी जिंकला होता रे!" त्याची विवश नजर गांडीवावर स्थिरावली. निरुत्तर दारुकाच्या नेत्रांत आसवांना उधाण आले. कृष्णाच्या पार्थिव देहाचे दर्शन कासावीस करणारे नव्हते, इतका हा पराभव बघणे असह्य वाटत होते. सुन्न अर्जुनाच्या मनात प्रचंड उद्घोष हिंदकळला...

"परंतपा, हे भीष्म, हे द्रोण, हा जयद्रथ वा हा कर्ण यांना मी संपविले आहे. शेवटच्या घावासाठी तू निमित्तमात्र आहेस..." खरोखरी महाभारताचा जेता श्रीकृष्णच! गांडीवधारी अर्जुन नव्हे! अर्जुन पुटपुटला. दृश्य स्वरूपात जेता ठरलेल्या अर्जुनाची प्रतिमा कृष्ण नसताना झाकोळली आहे. पांडवश्रेष्ठ निष्प्रभ ठरला आहे. भीष्म, द्रोण, जयद्रथ, कर्ण... कुणाहीवरचा विजय आपला नाही. भ्रमनिरास करणारा हा क्षण पचविणे अर्जुनाला फार दुःसह वाटले. "दारुका" तो कळवळून म्हणाला. "कृष्णाविना अर्जुनाचे सामर्थ्य म्हणजे निष्प्राण देहाची शक्ती हे पटले तरी... एक कळत नाही. पचत नाही की... की..."

"काय कळत नाही, पार्था?"

“कुलीन यादव स्त्रिया जंगली आभिरांपाठी स्वेच्छेने...”

“धनंजया!” दारुकीच्या स्वरात असीम करुणा होती. “आपण ज्यांचे रक्षण करू शकत नाही त्या अन्यत्र रक्षण शोधणारच. हा प्रकृतिक्रम आहे. जंगली असला तरी कुर्कट जेता आहे. स्त्रिया नेहमी विजेत्याला वरमाला अर्पण करतात; कारण त्यामुळे त्यांना आपसूक संरक्षण प्राप्त होते... त्यांची विटंबना टळते.”

सारे पटल्यागत अर्जुनाच्या गळ्यातून निःश्वास निसटला. प्रयत्नपूर्वक तोल सावरीत त्याने उरल्यासुरल्या यादवावशेषांना एकत्र करण्याचे काम हाती घेतले. पुन्हा प्रवास सुरू झाला, तेव्हा संख्या अर्ध्याने उरली नव्हती. द्वारकेचा निरोप घेऊन प्रवास सुरू करताना मनात उत्साहाचा अभाव होताच. आता तर... असंख्य मुंग्या मृत सर्पाला खेचत नेत असल्यागत तो समूह फरपटत पुढे सरकत होता. तेज, चैतन्य, स्वस्थता साऱ्यांचा अभाव असला तरी यांत्रिकतेने हलनचलन होत होते, सतत दोन प्रहर ही फरपट चालू असल्याचीही कुणाला जाणीव होत नव्हती. सूर्य अस्ताचलास पोहोचला. अबोल पशूंचे झोक जाऊ लागले. दारुकाच्या मरगळल्या मनाला वास्तवाची जाण झाली.

दूरवर भागीरथीचा प्रवाह खळखळताना दिसत होता. त्या श्वेत प्रवाहावर अस्ताचली जाणाऱ्या सवितनारायणाची पिवळी किरणे कशीशीच भासत होती. त्या पिवळट प्रकाशात दारुकाला प्रवाहात उभे राहून सांध्यसंध्या करणारा कुणी साधू दिसला. त्याकडे निरर्थक नजरेने बघत तो हळुवार स्वरात बोलू लागला.

“महाबली...”

“दारुका, आता हे संबोधन अयोग्य आहे! अर्जुनाची विकल अवस्था तू बघितली आहेस.” अर्जुनाचा थकला अगतिक स्वर ऐकून दारुकाने दाताखाली जीभ चिरडली.

“रात्री इथेच मुक्काम करणे भाग आहे. अश्व थकलेत आता आणि नदीच्या तीरावर विश्रामाची सोयही जमेल.” दारुक केविलवाण्या स्वरात म्हणाला. उत्तर न देता अर्जुन रथातून खाली उतरला. दारुक साऱ्यांच्या व्यवस्थेत गुंतला. निर्जीव हालचालींना थोडा वेग प्राप्त झाला. गंगातटाकी संध्या करणारा साधू अर्घ्यदान संपवून प्रवाहाबाहेर आला. कुतूहलवश नजरेने तो नदीच्या तीरावरील गडबड बघू लागला. क्षणभर तो चमकलाच! झपाझप पावले टाकीत तो वेगाने अर्जुनासमीप आला; पण शून्यात हरवलेल्या अर्जुनाला त्याची जाण नव्हती.

“पृथापुत्रा...” त्याने साद घालताच अर्जुनाने दचकून बघितले.

“उद्धवा! तुम्ही? आत्ता? इथे?” त्याच्या तोंडून आश्चर्य निसटले.

“होय धनंजया! श्रीकृष्णाने मला तीर्थाटनास पाठविले, म्हणून मी आत्ता इथे! बरे! द्वारकेची काय खबरबात?”

उत्तर न देता अर्जुनाने मोकळ्या मैदानातील कळाहीन जनसमूहाकडे नजर वळविली. उद्धव बावरला.

"हे... हे मी काय बघतो आहे?" त्यानी चिंतित स्वरात विचारले.

"हे द्वारकेचे नगरजन इथे..."

"होय उद्धवा!" अर्जुनाच्या स्वरात टोकाची वेदना होती. "बंधो, आता द्वारका इतकीच उरली आहे. बाकी कुठेही आता द्वारकेचे अस्तित्व उरलेले नाही. यापुढे आपणास कधीच द्वारका दिसणार नाही."

उद्धवाने गपकन डोळे मिटले. त्याच्या ओठांत कंप होता. वंदन केल्यागत दोन हात जोडून नतमस्तक होत तो काहीतरी पुटपुटला. किंचित काल प्रार्थना करून स्वस्थ स्वरात म्हणाला, "फक्त द्वारका नव्हे! अर्जुना, समग्र द्वापारयुग महाकाळाच्या ओघात वाहून गेले आहे. अनंत सूर्य अस्ताचलास गेल्यागत सर्वत्र अंधकार दाटला आहे."

रात्रीच्या अंधकाराने सप्तसिंधूच्या परिसरास लपेटून घेतले.

❖

८

महाकाळाचा संकेत

उद्धव तीर्थाटनास रवाना झाल्यावर घटनांची जी घटमाळ तयार झाली तिचा वृत्तान्त अर्जुनाने कथन केला. उद्धव अत्यंत तटस्थ मनाने ऐकत होता.

बरीच रात्र झाली होती. थकलेभागले, पराभूत लोक देहाचे मुटकुळे करून अंधाराच्या आधाराने झोपी गेले होते. भागीरथीच्या किनाऱ्यावर कुणी निर्जीव गाठोडी इथे तिथे भिरकाविली असावीत, असे त्यांचे देह विपरीत दिसत होते. कथन संपवून अर्जुन भकास नजरेने वाहत्या प्रवाहाकडे बघत राहिला. त्या प्रवाहावर अर्जुनाच्या कथनाचा परिणाम नव्हता. घायाळ नजरेने त्याने उद्धवाकडे बघितले. मंद चंद्रप्रकाशात उद्धवाचा चेहराही त्याला गंगाप्रवाहासारखा निर्विकार भासला. त्याला गलबलून आले.

''उद्धवा!'' अर्जुन कळवळला. ''हा दारुण वृत्तान्त ऐकूनही तुम्ही तटस्थ आहात?'' उद्धव किंचित हसला. अर्जुन अधिकच उद्ध्वस्त झाला. ''तुम्ही हसता आहात उद्धवा? काय झाले आहे तुम्हाला?'' अर्जुनाच्या स्वरात काळजीचा कंप होता.

''मला काहीही झालेले नाही, अर्जुना!'' उद्धव सहज स्वरात उतरला.

''वत्सा! तुझ्या-माझ्या चर्मचक्षूंना समोरचे दृश्यच दिसू शकते; पण कृष्णाच्या नजरेस सारे दिसे. आपल्या नजरेसमोर असणारा गंगौघ आपणास दिसतो; पण आपल्या जागी श्रीकृष्ण असता तर त्याला या जलौघाचा आदि आणि अंतही दिसला असता.''

''गंगेचा अंत?''

''होय पुत्रा! एके काळी इथे गंगा नव्हती. सगरपुत्रांच्या मोक्षासाठी महाप्रयत्नांनी भगीरथाने तिला स्वर्गातून भूतलावर आणली. पुन्हा एखादा भगीरथ तप:साधना करून तिला दुसरीकडे घेऊन गेला तर आश्चर्य वाटून घ्यावयास नको. हा सप्तसिंधूचा परिसर, ही गंगा, तो हिमालय, सारेच महाकाळाच्या उदरात लुप्त

होणार आहेत. हे घडण्यास कदाचित वर्षे लागतील. कदाचित हे क्षणार्धात घडेल; पण काळाला वर्षाच्या मापदंडाने मापण्याचा अधिकार आपल्याजवळ कुठे? हिमालयाचे उत्तुंगपण आणि गंगेचा प्रवाह मापण्यासाठी मापदंड मिळविणे आपल्या कुवतीपलीकडचे आहे. तसेच महाकाळाला...''

''होय तात!'' अर्जुनाच्या तोंडून अभावित होकार आला.

''प्रभासक्षेत्री जाण्यासाठी यादवांनी प्रस्थान ठेवले...'' आकाश निरखीत उद्धव बोलू लागला. ''त्या पूर्व संध्याकाळी कृष्णाने मला जे सांगितले त्याचे नीटसे आकलन झाले नव्हते तेव्हा! पण आता त्या संकेताचे अर्थघटन होत आहे.''

''असे काय होते त्यात?'' अर्जुनाच्या मरगळल्या मनात उत्कंठा दाटली.

''कृष्णानेच सांगितले होते...'' वर्तमान भेदून उद्धवाची नजर 'तो' अतीत बघू लागली...

''उद्धवा... काल रात्री निद्रावस्थेत मला उंदीरदंशाचा अनुभव झाला.'' कृष्ण सहज स्वरात म्हणाला.

''काय म्हणता, मधुसूदना...'' अस्वस्थ स्वरात उद्धव म्हणाला. ''निद्रावस्थेत असले तरी काय मूषकासारख्या क्षुद्र जीवाने दंश करावा? मला ही कल्पनाही सहन होत नाही.''

''उद्धवा...'' अत्यंत निकट येत तो म्हणाला. ''महाकाळाच्या साम्राज्यात कुणी क्षुद्र नाही आणि कुणी बलवान नाही. समर्थ फक्त काळ! बाकी सारे निमित्तमात्र! पटावरच्या प्याद्यासारखे असतात!'' कृष्णाचा स्वर भलताच गंभीर होता. गोंधळलेल्या उद्धवाच्या पाठीवर हात ठेवीत तो हळुवार स्वरात म्हणाला, ''उद्धवा, तू विसरला असलास तरी काळ निर्लेप गतीने पुढे सरकत आहे. माता गांधारीचा शाप ग्रासण्याची घडी समीप आली आहे. महायुद्धानंतर छत्तीस वर्षांचा कालावधी उलटला की...''

कृष्णाने वाक्य अर्धे सोडले तरी उद्धवाला ते अचूक समजले. त्याच्या कंठातून अनावर चीत्कार उमटला... ''कृष्णा...''

''उद्धवा... मूषकदंशात काळाचा संकेत आहे. या संकेताचा स्वीकार करून जो महाकाळाच्या चरणाशी लीन होतो, त्याला महाकालाचा स्पर्श होत नाही. हा संकेत न ओळखणाऱ्यास मात्र महाकाळ ब्रह्मांडात वितळवून टाकतो. ज्याला हे कळते, परंतु स्वीकारणे जमत नाही अशा मूढास महाकाळ लोक-परलोकात कुठेही स्वस्थता लाभू देत नाही...''

कृष्णाने सतत बोलत राहावे आणि आपण अनंत कालापर्यंत ऐकत बसावेसे

वाटून उद्धवाच्या कानात प्राण गोळा झाले. कृष्णवाणीचा प्रवाह वाहत होता. "उद्धवा, यादव सुराप्रिय आहेत. खुद्द बलरामदादांनाही मद्यनिषेध असह्य झाला आहे. चोरूनमारून सारे सुरापान करतात हे मी जाणतो. ज्या क्षणी त्यांना कळेल की, त्यांचे हीन कृत्य मी जाणून आहे; तरी मी काही करू शकत नाही; त्या क्षणी मर्यादेचा लोप होईल. कृष्णासन्मुख सुरापान करण्याचा निर्लज्जपणा जे करतील तो क्षण पचविणे फार दुष्कर असेल, उद्धवा..."

"पण वसुदेवा, तू त्यांना अडव!" उद्धवाचे बालिश सूचन!

"ते निरर्थक ठरले रे!" कृष्ण हळवा झाला. "तसा प्रयत्न करणे महाकाळाचा अपमान करण्याजोगे ठरेल. महाकाळाच्या कार्यात हस्तक्षेप करणे बरे नव्हे; उद्धवा त्याऐवजी..." किंचित थांबून तो म्हणाला, "साऱ्या यादवांना घेऊन प्रभासक्षेत्री जावे म्हणतो. बलरामदादाही संगे असतील. द्वारकेत मद्यनिषेध आहे तसा प्रभासक्षेत्री नाही."

"म्हणजे?" उद्धव गोंधळला.

"उद्धवा, तुला का कळत नाहीये?" कृष्णाने हसत विचारले.

"इथे नियंत्रित असणाऱ्या वृत्ती तिथे अनियंत्रित बनतील. बेफाम रीतीने वृत्तींचे शमन करताना त्यांचा बुद्धिनाश होईल. बुद्धिनाशाचा परिणाम माता गांधारीची शापवाणी यथार्थ ठरवील." कृष्णाचे समापन केले.

"कृष्णा... सर्वनाश दिसत असताना तो टाळणे..."

"जमू नाही... जमवू नाही, यातच महाकाळाच्या महानतेचा स्वीकार आहे, उद्धवा! ज्यांचे कार्य संपले आहे त्यांनी भूभार का वाढवावयाचा? त्यांना महाकाळाचा स्पर्श होणे अनिवार्यच नव्हे, तर स्वागतार्हसुद्धा आहे. कृष्ण, बलराम आणि यादवांचे युगकार्य समाप्त झाले असले तरी तुझे तसे नाही. एक शेषकार्य संपवून मगच..."

उद्धव स्तब्ध झाला. समग्र वृष्णीवंशाचे जीवितकार्य समाप्त झाल्यानंतरही उद्धवाचे काम कसे बाकी राहील, ते त्याला कळेना. कृष्ण बोलतच होता... "ते कार्य तुला यथाकाल प्राप्त होईल..." आदेश देत कृष्ण म्हणाला. "प्रभासक्षेत्राचे निर्माण तुझ्यासाठी नाही. उद्या सकाळी तू तीर्थाटनासाठी रवाना हो."

उद्धव बावरला. कळवळून विचारू लागला, "वासुदेवा, गोविंदा, तीर्थाटनात मला तुझे दर्शन कसे घडेल?"

"उद्धवा..." कृष्ण स्नेहल स्वरात गुणगुणला. "शरीराच्या गुण-दोषाने आत्म्याचा लोप होत नसतो. अमर्याद चराचरांत तुला माझ्या आत्म्याचे दर्शन सहज घडेल."

उद्धव निरुत्तर झाला.

"तुमचे शेष कर्म कदाचित हे असेल." उद्धवाचे कथन संपताच अर्जुनाच्या तोंडून अनायास शब्द आले. त्यांच्या नजरेसमोर जरा तरळत होता. राधेला 'तो' निरोप पोहोचविण्याचे काम करवून घ्यावयाची जबाबदारी अर्जुनावर होती. उद्धवाहून त्या कामासाठी अधिक योग्य कुणीच असणार नाही या जाणिवेने त्याच्या मनात घर केले. कदाचित यासाठीच कृष्णाने उद्धवाला प्रभासक्षेत्राऐवजी तीर्थाटनासाठी भरीस घातले असेल. म्हणून अर्जुन म्हणाला, "उद्धवा, मला वाटते, गोकुळीच्या राधेला कृष्णाचा निरोप सांगणे हे तुमचे शेषकार्य असेल."

अविचल उद्धव किंचित विचलित झाला असे वाटले. खरोखरीच उद्धवाच्या नजरेसमोर आता गंगेचा श्वेतप्रवाह खळखळत नव्हता. कृष्ण, अर्जुन वा द्वारकाही तरळत नव्हती. त्याच्या मनाच्या गर्भगृहात कालिंदीतीरावरील स्मृती हिंदकळत होत्या. तो कदंबवृक्ष... गोवर्धन पर्वत... पुष्ट, तृप्त गायींचे कळप... रासलीलेत भान हरपून नाचणारे गोकुळवासी... गोपकन्यांत ठळकपणे नजरेत भरणारी चुणचुणीत राधा... त्या राधेला कसे सांगणार की कालिंदीचा प्रवाह आणि कदंबवृक्षातील चैतन्य आता हरपले आहे...

"आणि उद्धवा..." अर्जुन बोलू लागला. "कृष्णाने सांगितले आहे. देहविलयन झाल्याची वार्ताच राधेला सांगावयाची. ती घटना कशी घडली त्याचे वर्णन करणारा वृत्तान्त सांगावयाचा नाही..."

उद्धवाला आठवले– कंसाच्या आमंत्रणानुसार किशोर कृष्ण गोकुळाचा निरोप घेऊन मथुरेस गेला त्यानंतर, तो कधीच व्रजभूमीकडे जाऊ शकला नव्हता. मथुरा, द्वारका, हस्तिनापूर, इंद्रप्रस्थ, प्राग्ज्योतिषपूर... भिंगरी लागल्यागत भिरभिरत राहिला; पण व्रजभूमीस जाण्याजोग्या प्रयोजनाची निर्मिती झाली नाही. व्रजभूमीच्या प्रारब्धात नियतीने कृष्णप्रतीक्षाच लिहिली. ती गोपकन्या– राधा अजूनही कृष्णप्रतीक्षा करीत असेल. श्यामसत्काराची तीव्र इच्छा बाळगून मथुरेच्या दिशेस डोळे लावून बसली असेल... त्या राधेला सांगावयाचे... राधे, ही प्रतीक्षा आता वांझच राहणार आहे... भावनावेगात उद्धवाचे ओठ किंचित फडफडले. दुसऱ्याच क्षणी ओठ आवळून त्याने संयमाचा बांध घातला. देहोत्सर्गाची वार्ता सांगताना या घटनेचा तपशील न देण्याची – कडीबद्ध हकिकत कथन न करण्याची सूचना कृष्णाने का दिली असेल? उद्धवाच्या मनात अनायास प्रश्न उमटले.

कृष्णाविषयी आपण नको तितका आणि न शोभेल असा विचार करीत आहोत याची जाणीव झाली. उद्धव सावध झाला. त्याच्या मनात लज्जा दाटली. कृष्णाची कुठचीही कृती पूर्णत्वाने कधी कुणाला उमगली का? मग या कृतीपाठाचा कार्यकारणभाव आपल्याला कसा कळावा? स्वतःच्या प्रश्नाचे उत्तर त्यानी स्वतः प्रश्नातच शोधले. कदाचित्... मनात उठल्या प्रश्नाचे उत्तर राधेजवळ असेल.

"ठीक आहे!" तो निर्धाराने म्हणाला. "या शेषकर्मासाठी मी निमित्त बनेन. गोकुळास जाईन. व्रजभूमीच्या कणाकणाला सांगेन– आता कृष्णाचे अस्तित्व त्रिभुवनव्यापी बनले आहे. कणाकणांत सामावल्या कृष्णाचा विरह आता तुम्हाला छळणार नाही." अचानक चाहूल घेत उद्धवाने विचारले, "धनंजया, गंगेच्या प्रवाहावर उमटणारा विशिष्ट आवाज ऐकलास?" अर्जुन सतर्क झाला. कान देऊन ऐकू लागला; पण प्रवाहाची झुळझुळ वजा करता वातावरण नीरव होते. तरीही उद्धवाला त्या पलीकडचे ऐकू येत होते... "उद्धवा, अग्नी अप्रकट असला तरी त्याच्या अस्तित्वाला लोप होत नाही. दुःखाचे मूळ आसक्तीत आहे..." तीर्थाटनास निघताना कृष्णानेच सांगितले होते... कृष्णाची ती वृत्ती व्रजभूमीच्या कणाकणाला सांगावयाची. बस्स्! अगदी साधे सहज, काम आहे हे!

"अर्जुना..." कृष्णविचारांच्या संस्पर्शाने उद्धवाचा आवाज बदलला. विचलित होण्याची कक्षा ओलांडून त्याने स्वस्थता प्राप्त केली. अविचल स्वरात तो म्हणाला, "प्रात:काळी आपले मार्ग बदलतील. पुन्हा आपण युगकर्माच्या अधीन होऊ; पण त्यापूर्वी मला काही सांगावेसे वाटते..." अर्जुनाच्या भारावल्या नजरेत प्रश्न उमटला. उत्तरात उद्धव म्हणाला, "आभीर सेनापती कुर्कटासारख्या शूद्र आणि जंगली माणसासमोर पराजय स्वीकारताना..." उद्धव अडखळला.

"सांगा तात! नि:संकोचपणे बोला. तो पराजय मला अजूनही अनाकलनीय वाटतो आहे."

"म्हणूनच सांगावेसे वाटते पार्था... पराजयाच्या दारुण क्षणी तू बघितले आहेस... यादव स्त्रिया तुझ्याकडे पाठ फिरवून तुझ्या आधिपत्याचा अस्वीकार करून स्वेच्छेने कुर्कटास वश झाल्या... कुर्कटासमोर तू आणि तुझे गांडीव दोन्ही असमर्थ ठरलात. कृष्णाने सांगितले होते, त्याप्रमाणे मला यातही महाकाळाचा संकेत दिसतो. तो समजून घे अर्जुना आणि आता..." पुन्हा उद्धव थबकला.

"आता काय, उद्धवा?"

"जीवनयात्रेची शेष वर्षे परब्रह्माला समर्पित करून देहाला त्याचा बाह्य धर्म पूर्ण करू दे, अर्जुना! याहून अधिक सखोल तपशील तुला युधिष्ठिरच सांगू शकेल..." उद्धवाने नजर चुकवली.

उद्धवाच्या आदेशाचे मर्म जाणून घेण्यासाठी चित्त एकाग्र करण्याच्या उद्देशाने अर्जुनाने डोळे मिटले. मिटल्या डोळ्यांत आणि थकल्या गात्रांत आपोआपच निद्रा उतरली; पण उद्धवाच्या नेत्रांत नीज नव्हती.

आठवणींचा गोफ सुटत होता. उकलते धागे थेट गोकुळापर्यंत लांबत गेले. नजरेसमोर गोकुळीचा कान्हा तरळत होता. कृष्णाचे बालरूप प्रकर्षाने आठवत होते. त्या रूपाशी फक्त उद्धवाचा परिचय होता. कालिया नागाचे मर्दन केले

तेव्हा... धेनुकासुराच्या वधाचे वेळी... गोवर्धन गिरिधारी श्रीकृष्ण... कृष्णाच्या जीवनाच्या प्रत्येक टप्प्याशी परिचित असण्याचे परमभाग्य लाभलेला उद्धव! कृष्णजीवनाचा प्रत्येक कंगोरा बघितला होता उद्धवाने! अगदी शेवटच्या क्षणी द्वारकेचा निरोप घेई घेई तो... तीर्थाटनाचे प्रस्थान ठेवले तेव्हाही कृष्णाने ज्ञानमंजूषा उघडली होती. ती परमवाणी...

तरीही कृष्णाचे आकलन कुठे होऊ शकले? जीवनलीला संपविताना अंतिम क्षणी कृष्णाला राधा आठवली. वर्षानुवर्षं जिची गाठभेट नव्हती, जिचा उल्लेख कृष्णाने कधीही कुणाजवळ केला नव्हता, ती राधा... ती राधा कृष्णाच्या हृदयात वस्तीला होती. हृदयाच्या गर्भगृहात तिचे अढळ स्थान होते, याची जाण उद्धवाला मुग्ध करीत होती.

कृष्ण तर अतिमानव होता. महामानव होता... उद्धव मनोमन विचारात गुंतत होता. कृष्णाचे मानुषी रूप आता त्याला कमालीचे लोभस वाटत होते. राधेसहित अनेक गोपी स्त्रियांना कृष्णनामाचा जप करताना उद्धवाने बघितले होते; पण राधेचा ध्यास धरणाऱ्या कृष्णाचे दर्शन घेण्याचे परमभाग्य एका शूद्राला, जरा पारध्यालाच लाभले. पळभर हे शल्य उद्धवाला अस्वस्थ करून गेले; पण दुसऱ्याच क्षणी त्या शूद्राविषयी मनात अपार आदर दाटला. 'त्या' क्षणी कृष्णाच्या नजरेसमोर जो आठव दाटला असेल, तीत फक्त राधा असेल की संपूर्ण व्रजभूमी? व्रजभूमी असेल तर त्या दृश्यात आपलेही अस्तित्व असेलच... या मधुर कल्पनेत उद्धव आसुसून रमला.

सहज उद्धवाची नजर पूर्वेकडे वळली. उषःकालासाठी फारसा अवधी उरला नव्हता. श्रमित यादवसमूहात जाग नव्हती. थकलाभागला अर्जुनही उद्धवाशी बातचीत चालू असतानाच निद्राधीन झाला होता. निद्रिस्त अर्जुनाकडे बघताना उद्धवाच्या नजरेत कणव मिसळली. थोड्या वेळापूर्वी उद्धवाने अर्जुनाला महाकाळाचा संकेत ओळखण्याचा सल्ला दिला होता. तोच सल्ला...

उद्धवाला जाणवले... राधेला निरोप सांगण्याचे काम आपल्याही भवितव्याचा संकेत ठरेल. ते शेष कर्म पूर्ण होताच हा संकेत स्वीकारून कृष्णाच्या सल्ल्याप्रमाणे महाकाळाच्या चरणांपाशी बसून आपणही...

हाती कमंडलू घेऊन उद्धव उठला.

गंगेच्या प्रवाहाकडे नजर ठेवून त्याने ब्रह्मस्मरण केले. प्रातर्विधी उरकण्यासाठी तो झपाझप चालू लागला.

अर्जुन जागा झाला तेव्हा उद्धव कंबरभर पाण्यात उतरला होता. गंगाप्रवाहात उभे राहून एकाग्र मनाने प्राचीस अभिवादन करीत होता.

❖

९

महाप्रस्थान

हस्तिनापूर! महाराज युधिष्ठिराच्या संगमरवरी प्रासादाच्या श्वेतरंगावर परावर्तित होऊन सूर्याची किरणे राजमार्गावर स्थिरावली आणि आरस्पान म्लान वाटू लागला. सदा गांडीव धारण केलेल्या अर्जुनाला बघण्याची सवय होती पुरजनांना! नित्य गांडीव धारण करणाऱ्या अर्जुनाच्या खांद्यावर स्वाभाविक वळ उमटलेला होता. पाठीवर अक्षय भात्याच्या आकाराची अपरिहार्य खूण होती. गांडीव आणि अक्षय भात्याच्या अनुपस्थितीमुळे या खुणा उघड्या पडल्या होत्या. नि:शस्त्र अर्जुनाचे हे रूप विपरीत दिसत होते. पुरजनांना त्याकडे बघवेना.

शस्त्र झुकवून राजप्रासादाच्या द्वारपालाने अर्जुनाचे यथोचित स्वागत केले. मरगळल्या मनाने यांत्रिक हालचाली करणाऱ्या अर्जुनाच्या मनाने याची नोंद घेतली नाही. राजचिन्हे उतरवून तो महाराज युधिष्ठिराला वंदन करण्यास निघाला.

प्रासादात सारे यथावत होते. तिळभरही फरक नव्हता. घुमटावर फडफडणारा ध्वज आणि गवाक्षावर झुलणारी तोरणे हस्तिनापूरचे कुशलमंगल सुचवित होती. घोडे आणि अश्वपाल आपापल्या कामात व्यस्त होते. इतर सेवकही स्वत:ची कामे बिनबोभाट करीत होते. कुणाची नजर स्वाभाविकपणे अर्जुनाकडे वळलीही! ती सहज घटना असूनही त्या नजरेत दाह आहे या कल्पनेने अर्जुन शहारला.

उतावळ्या चालीने तो ज्येष्ठ बंधूच्या विश्रामकक्षाकडे वळला. त्याचीच प्रतीक्षा करणारा युधिष्ठिर त्याला सामोरा गेला. द्वारकेहून कृष्णाचा निरोप घेऊन दारुक आला त्या वेळी त्याच्या समवेत अर्जुनाला पाठविताना मस्तकी आशीर्वादाचे सूचक हात ठेवीत तो म्हणाला होता, ‘‘बंधो! द्वारका आणि यादवांचे क्षेमकुशल श्रीकृष्णावर निर्भर असते; पण खुद्द श्रीकृष्णाच्या खुशालीची वार्ता घेऊन तू सत्त्वर परत ये. आम्ही प्रतीक्षा करू.’’

अर्जुन परतला होता. प्रतीक्षा संपली होती; पण त्यांना हवी ती वार्ता घेऊन अर्जुन परतला नव्हता. ‘तो’ वृत्तान्त... पण जो वृत्तान्त युधिष्ठिराला कसा कथन

करावा या जीवघेण्या प्रश्नात अर्जुन गुदमरत होता. ती कटू वार्ता हस्तिनापुरात पोहोचली होती, याची जाण अर्जुनास राजमार्गावरच झाली होती. गांडीव आणि अक्षय भात्याच्या अनुपस्थितीत उघड्या पडलेल्या विरूप चिन्हांनी ती वार्ता खोटी ठरण्याच्या शक्यतेवर पाणी फिरविले होते.

पुढे होऊन अर्जुन युधिष्ठिराच्या पायाशी झुकला. ''श्रेष्ठा!'' त्याच्या तोंडून एकच शब्द निसटला आणि नजरेचे धरणीशी नाते जडले. त्याच्या मस्तकी हात ठेवून युधिष्ठिराने यांत्रिक स्वरात आशीर्वाद दिला, ''कल्याणमस्तु!''

''कल्याणप्राप्तीचा अधिकार मी गमावला आहे, महाराज'' अर्जुन कळवळला.

''शांत हो, वत्सा!'' युधिष्ठिर म्हणाला. ''मला कळले आहे सारे! श्रीकृष्णाचे महानिर्वाण... आभीरांहस्ते तुझा पराभव...''

''महाभारताच्या युद्धात श्रीकृष्णाने आपले रक्षण केले. त्या कृष्णाने त्याच्या पश्चात सोपविलेली जबाबदारी मी निभावू शकलो नाही. शल्याची बोच आता कधीच संपणार नाही.''

''वत्सा! आधी शल्याचा अर्थ समजून घे!'' हस्तनिर्देश करून अर्जुनाला आसन ग्रहण करण्याची सूचना देत युधिष्ठिर स्वत: आसनस्थ झाला.

''अर्जुना, श्रीकृष्णाच्या निर्वाणाला प्रकृतिक्रम म्हणता येणार नाही. आपल्या जीवनकार्याची समाप्ती झाली आहे, हे सूचित करणारे हे संदेश आहेत...'' युधिष्ठिराचा स्वर शांत होता.

''श्रेष्ठा...'' उद्धवाचे बोल आठवून अर्जुन उद्गारला.

''होय वत्सा! राजप्रासादात सुवर्णपात्रात वाढल्या जाणाऱ्या मिष्टान्नात हल्ली मला किडे वळवळल्याचा भास होतो. मध्यरात्रीच्या नीरव शांततेत कोल्हेकुई ऐकू येऊन माझा निद्राभंग होतो. मग निद्रा माझ्याकडे पाठ फिरविते. बाकी रात्र मी तळमळत राहतो.'' युधिष्ठिर निश्चल स्वरात म्हणाला.

''महाराज, हे सारे संकेत...''

''जीवनकार्य संपल्याचे सूचित करणारे आहेत, वत्सा! हे मला सांगतात... वेळेवर पाऊल उचलणे आवश्यक आहे. मृत्यू त्याच्या कराल बाहूंचा पाश टाकून आपणास ग्रासण्यापूर्वी आपण प्रकृतिक्रम स्वीकारणे उचित ठरेल. श्रीकृष्णाच्या देहोत्सर्गानंतर आपल्या महाप्रस्थानाचा क्षण समीप आला आहे याची जाण व्हावी...''

''पण श्रेष्ठा! धर्म आत्महत्येस अनुमोदन देत नाही. आत्महत्या हे नैराश्य आणि वैफल्यग्रस्त परिस्थितीचे प्रतीक आहे. अशा वेळी हे कसे घडवून आणता यावे?''

''देहधर्मावर बलात्कार न करता महाप्रस्थान करणे म्हणजे आत्महत्या नव्हे,

वत्सा!'' युधिष्ठिर आश्वासक स्वरात म्हणाला. ''पिता धृतराष्ट्र, माता गांधारी, विदुरकाका आणि जननी कुंती ज्या मार्गाने गेले तो मार्ग आता आपणास साद घालीत आहे. मी आता परिक्षिताच्या राज्यारोहणाची तयारी करण्यासाठी आवश्यक आदेश देणार आहे.''

''त्या दिशेस कृष्ण भेटेल, श्रेष्ठा?'' अर्जुनाच्या मरगळल्या मनात आशा पालवली. युधिष्ठिराने करुणामयी नजरेने त्याच्याकडे बघितले. सखा कृष्ण नसल्यामुळे एकाकी वाटत होता अर्जुन! हळुवार स्वरात तो म्हणाला, ''कदाचित भेटेलही! हिमाद्रीच्या गिरिकंदरात आपल्यासाठी एखादा संदेश असेलही!'' अर्जुनाच्या खांद्यावर हात ठेवीत स्वगतोक्ती वाटावी अशा तऱ्हेने तो बोलू लागला. ''आजवर आपल्याला मदतरूप होण्यासाठी श्रीकृष्ण आपला शोध घेत असे. यापुढे कृष्णप्राप्तीसाठी प्रयत्न हेच आपले शेषकार्य असावे. श्रीकृष्णाच्या शोधात आपण सारे आता प्रकृतीस शरण जाऊ. बंधू! चल ऊठ!'' युधिष्ठिर उठला.

कृष्णाने उद्धवास दिलेला संदेश, उद्धवाने अर्जुनास सुचविलेला मार्ग आणि आता युधिष्ठिराच्या मुखातून आलेला आदेश, या साऱ्यांची कडीबद्ध शृंखला अर्जुनाच्या मनात खणखणाट निर्माण करू लागली. कृष्णाच्या दृष्टिकोनातून जे उद्धवास उमजले होते, तेच तर युधिष्ठिर तपशीलवार सांगत होता. कृष्णाने कुणाकुणाला नजर प्रदान केली होती?

पुनश्च अर्जुनाच्या हृदयकुंभात कुरुक्षेत्र गरगरू लागले. हतप्रभ अवस्थेत घामाने डवरलेला गलितगात्र अर्जुन आठवला. तो क्षण... अच्युताने त्या वेळी पार्थाला सांगितले होते... आणि महायुद्धाच्या समाप्तीनंतर विजेत्याच्या रूपात हस्तिनापुराच्या राजप्रासादात प्रवेश करतानाही जे सांगितले होते, त्याचा आठव दाटला.

पुढे निवांतपणे अनौपचारिक गप्पा रंगल्या तेव्हा अर्जुन म्हणाला होता, ''कृष्णा, 'त्या' दिवशी कुरुक्षेत्राच्या रणभूमीवर तू खूप काही सांगितलेस; पण त्या वेळी माझ्या मनात क्षोभ होता. चित्त ठिकाणी नव्हते माझे! त्यामुळे खूप काही निसटले असणार मनातून! विस्मरणही झाले असणार मला. यदुनंदना, ते सारे पुन्हा ऐकव की!''

कृष्णाच्या मुखारविंदावर चिरपरिचित, करुणामयी चित्तहर स्मित विलसत होते. तो मधाळ स्वरात म्हणाला, ''वत्सा! कुरुक्षेत्राच्या रणभूमीवर भेटलेल्या कृष्णाचा शोध घेणे तुला राजप्रासादात कसे जमेल?'' कृष्णाचा प्रच्छन्न नकार समजूनही अर्जुनाने वारंवार सारे निश्चितीने ऐकण्याची कामना पूर्ण करण्याचा लाडिक हट्ट धरला.

''पार्था, कुरुक्षेत्रावरील अर्जुनाच्या मानसिकतेत आणि आजच्या तुझ्या चित्तवृत्तींत

फार अंतर आहे. गुडाकेशा, कुरुक्षेत्राच्या रणभूमीवरील कृष्णही वेगळाच होता.'' कुणा तिऱ्हाईताविषयी काही सांगत असल्यासारखा कृष्णाचा स्वर तटस्थ होता. ''सख्या, देह धारण करणाऱ्याने हे परमसत्य जाणून घेण्याची ही सुरेख संधी आहे. देहधारी हा स्वयंनिर्माण नसून निमित्तमात्र आहे. देहामार्फत प्रकट होणारे सत्य प्रत्येक क्षणी त्या विशिष्ट क्षणापुरते सत्य असते. ते सत्य त्या क्षणी प्राप्त करू न शकणाऱ्यासमोर तेच सत्य पुन्हा येते तेव्हा ते नव्या स्वरूपात येत असते हे समजून घे. शाश्वत सत्याची ही प्रक्रिया आहे, वत्सा.''

''अच्युता, मला हे शाश्वत सत्य विशद करून समजव.'' अर्जुनाच्या स्वरात आर्जव प्रकटले. त्या वेळी कृष्णाने खूप काही सांगितलंही! पण त्यात कुरुक्षेत्रासारखा टणत्कार नव्हता. सुदर्शनाच्या दिव्यतेचा साक्षात्कारही नव्हता. अपरोक्षपणे कृष्णाने समजाविले होते... देहधारक स्वयंनिर्माण नाही, निमित्तमात्र आहे...

स्वत: कृष्णही देहधारक होता.

विचारांत गरगरणाऱ्या अर्जुनाला साक्षात्कार झाला. देहधारकाच्या ज्या धर्मातून साक्षात कृष्ण मुक्त नाहीत, ज्या मर्यादांच्या ते पार नाहीत त्या मर्यादांतून अर्जुन वा इतर पांडव मुक्त असणार नाहीत. स्वयं श्रीकृष्णाच्या मुखातून पुनश्च गीता उद्घोष शक्य नाही; तर कुरुक्षेत्रावर गांडीवाच्या मदतीने केलेला पराक्रम... सामर्थ्य अर्जुन पुन्हा प्रकट करू शकेल अशी अपेक्षाच अनाठायी आहे. तशी आशा करणे बालिशपणा ठरेल.

या साक्षात्काराने अर्जुनाच्या मनावरचा भार दूर केला. सहज अलवार अवस्था जाणवली. त्याने छाती भरून श्वास घेतला. दालनात तो एकटाच उभा होता. युधिष्ठिर केव्हाच निघून गेला होता. संथ चालीने तो द्रौपदीच्या दालनाकडे वळला.

अर्जुन परतल्याची वार्ता द्रौपदीपर्यंत पोहोचली होती. दरवाजात उभी राहून ती अर्जुनाची प्रतीक्षा करीत होती. अर्जुन दिसताच तिचे नेत्र चमकले. विझणाऱ्या यज्ञशिखा आणि धूम्रवलयांतून स्वत:चे आगळे अस्तित्व प्रकट करणारी ती विलक्षण चमक होती. अनिमिष नेत्राने अर्जुनाकडे बघणाऱ्या तिच्या नजरेतील भाव त्याला कळले नाहीत.

''याज्ञसेनी!'' अर्जुनाने हळूच साद घातली. काही ऐकले नसल्यासारखी द्रौपदी अविचल होती. तिच्या समीप येत खांद्याला स्पर्श करून अर्जुन म्हणाला, ''पांचाली...''

''धनंजया...'' कापऱ्या ओठांतून जेमतेम शब्द निसटला. द्रौपदीने नजर चुकविली. तिच्या नेत्रांत कालिंदी प्रकट झाली.

''हे काय, द्रौपदी!'' स्वत:ला सावरत अर्जुन म्हणाला. ''राजसभेत जेव्हा दु:शासनाने तुझ्या वस्त्रास हात घातला, त्या क्षणी तुझ्या नेत्रांत आग उसळली.

आसवे नव्हती तेव्हा! वनवासात जयद्रथाने तुझे अपहरण केले, तेव्हा डोळ्यांतून ठिणग्या बरसल्या तुझ्या! विराटनगरीत कीचकाच्या अवहेलनेस सामोरी गेलीस तेव्हाही नेत्रांत संतापाची धग होती. ती हुताशनाची आग शमून आजच अश्रुपात का?''

"सव्यसाची!'' द्रौपदीच्या स्वरात मूर्तिमंत कारुण्य होते. "त्या प्रत्येक क्षणी मी कृष्णावर अवलंबून होते हे विसरता तुम्ही! वस्त्रहरणाच्या संकटासमोर हतबुद्ध झालेले पाच पती आणि पितामह! तरीही तो क्षण कृष्णाच्या आधाराने तरून गेले मी! वनवासातील दुःखात, दुर्वास मुनींच्या क्रोधाचे भय वाटले नाही मला! कारण, उष्ट्या पानाचे निमित्त करून माझी लाज राखण्याची कुवत श्रीकृष्णात असल्याची श्रद्धा होती मनात! पण आता हे अवलंबन संपले आहे.'' अतीताचा वेध घेणाऱ्या द्रौपदीचे डोळे काठोकाठ भरले होते.

अर्जुन स्तब्ध झाला. जीभ मौनात तर मन आठवणीत हरवले. नजरेसमोर वस्त्रहरणाच्या प्रसंगातील अगतिकता तरळत होती, रोष आणि उद्वेगाचे प्राबल्य असणाऱ्या मनात लाचारीचे रसायन होते तेव्हा! पण आता? चेहराभर फक्त करुणाच साकळली होती. विराटनगरीतील लाचार काळ आठवत होता. दुर्वासांच्या आगमनावेळची तुलसीदलाची किमया आठवत होती. स्मृतींचे शिंपले उघडून आठवणींचे मोती चमचमत होते. "कृष्णे...'' तो आवेगाने म्हणाला, "त्या अवलंबनाचा विलय म्हणजे आपल्या जीवनकार्याच्या समाप्तीचा संकेत! आता राहू नये अतीताविषयी खंत, खेद वा भविष्याचा वेध की वर्तमानाचा विचार! तीनही काळ मिटून जावेत. त्या परमतत्त्वाच्या प्राप्तीसाठी आता महाप्रस्थान... कदाचित हिमशिखरांत कृष्णाचे अवलंबन गवसेलही...''

"नाही! नाही! कृष्ण मला आता कधीच गवसणार नाही. मीच तर त्यांना म्हटले होते...'' द्रौपदीने आक्रोश मांडला.

"तू... तू काय म्हणालीस त्याला?'' अर्जुन गोंधळला.

"कृष्ण मला कसे भेटतील?'' द्रौपदीच्या अंतरातून चीत्कार उमटला.

"प्रत्येक क्षणी माझा सांभाळ करणाऱ्या कृष्णाला मी पाण्याहून पातळ केले. त्याने माझ्याकडे पाठ फिरविणेच योग्य!''

"कृष्णे...'' अर्जुन विव्हळला. त्याला द्वारका-सत्यभामा आठवली.

"मला बोलू द्या, अर्जुना! मला सांगा, देहत्याग करताना तरी श्रीकृष्णाने मला क्षमा केली? ते क्षमा करू शकले मला? खरे तर, मला क्षमेचा अधिकारच नाही.'' द्रौपदी रडू लागली.

अर्जुन न बोलता तिच्या मस्तकावर हात फिरवित राहिला. तोल ढासळत असूनही त्याच्या हाताचा आधार घेत द्रौपदी बोलू लागली.

''महायुद्धाच्या अठराव्या दिवशी... 'त्या' मध्यरात्री माझ्याकडून कृष्णावर जो घोर आरोप झाला त्या अपराधाची आठवण छत्तीस वर्षांनंतरही दाहक वाटतेय धनंजया! या वेदनेतून मला मुक्त करा, पार्था! हा दाह संपवा धनंजया! नाथ मला वचन द्या– एकदाच– फक्त एकदा कृष्णासमक्ष क्षमायाचना करण्याची संधी तुम्ही मला मिळवून द्याल? मी पाया पडते तुमच्या... मला वचन द्या अर्जुना...''

द्रौपदी मटकन अर्जुनाच्या पायाशी बसली. असे वचन कसे देता येणार? पत्नीच्या पाठीवर हात फिरवित असणाऱ्या अर्जुनाच्या नजरेत महायुद्धाच्या अठराव्या दिवसाचा आठव दाटत होता. महायुद्धात विजय प्राप्त झाल्याची ती आनंदरात्र! ते आनंदी क्षण... आनंद झाकोळला त्या क्षणाच्या आठवणीने अर्जुन शहारला...

❖

१०

त्या घोर रात्री...

महायुद्धाचा अठरावा निर्णायक दिवस! ती संध्याकाळ पांडवांना संपूर्ण विजय अर्पण करणारी होती. कुरुसभेत द्रौपदीला मांडी उघडी करून तीवर बसण्यास सांगितले होते दुर्योधनाने! वृकोदर भीमाने ती मांडी फोडून वैराच्या गुणाकारावर पूर्णविराम ठेवला. पुन्हा एकदा धर्मास किंचित मुडपून पांडवांनी विजय प्राप्त केला. दुर्योधनाच्या जांघेवर भीमाने गदाप्रहार केला! किंचित तिरपे बघत प्रकृतीने हा उरुभंग बघणे टाळले होते. उरुभंगाच्या घटनेस साक्षीदार होण्यास तयार नसल्याप्रमाणे दिवस लवकर मावळला.

पण तरीही... पांडवांची धर्मपताका फडफडली होती. रणभूमीवर अठरा अक्षौहिणी सैन्य छिन्नभिन्न अवस्थेत विखुरले होते. रथच काय, पण दोन पायांचा माणूसही निर्वेधपणे चालू शकणार नाही अशी परिस्थिती होती. मृतदेह आणि तुटल्या अवयवांचा नुसता खच पडला होता.

कुरुक्षेत्राच्या टोकास असणारी पांडवांची छावणी मात्र सुरक्षित होती. पांडवांच्या शामियान्यात द्रौपदीचे पाच पुत्र आणि सहोदर सेनापती धृष्टद्युम्न अठरा रात्रींचा थकवा दूर करण्याच्या उद्देशाने निद्राधीन झाले. शंभर कौरव संपल्यामुळे युद्ध संपल्यातच जमा होते. पांडवांसह कृष्ण छावणीबाहेर पडला. प्रात:काली तो परतणार होता. ब्राह्ममुहूर्तावर हस्तिनापूर प्रवेशाची तयारी सुरू होणार होती. थाटामाटात विजेत्याच्या रूपात नगरप्रवेश होणार या सुखस्वप्नाचे काजळ रेखून जवळच्या शामियान्यात द्रौपदी गाढ झोपी गेली. विजयामुळे पांडवसेनेच्या सतर्कतेत शिथिलता आली. अठरा अक्षौहिणी मृतदेहांवर, जीर्णशीर्ण अवयवांच्या तुकड्यांवर हिंसक पशुपक्षी घोटाळत होते. पक्ष्यांच्या टोकदार चोची प्रेतांच्या डोळ्यांत तर कुणाच्या काळजात खुपसल्या जात होत्या. मांसल भागातून रुधिराची कारंजी उसळत होती; पण आता रक्ताचे तांबडेपण काळवंडले होते. पावलोपावली थिजल्या काळपट रक्ताचे डाग नजरेत भरत होते. ओळखणे जमू नये अशा

मृतदेहांवर रात्रीच्या अंधाराचा लाभ घेऊन कोल्ह्या-कुत्र्यासारखे तुच्छ प्राणीही ताव मारीत होते. ते भेसूर, विपरीत दृश्य नजरेआड करण्यासाठी बालकाने पांघरुणात तोंड दडवावे तसा चंद्र ढगाआड दडला होता. मानवनिर्मित संकटामुळे कुरुक्षेत्राच्या धरणीला हादरे बसले होते. असीम रक्तपात! अमर्याद अश्रुपात... वातावरणात उडालेली धूळही अजून शमली नव्हती. त्या धुळीचे रज:कण अंधाराला अधिकच भेसूर करीत होते. त्या गहिऱ्या अंधकाराला उजळ ठरवावेसे वाटावे अशा कुटिल काळ्या करणीची योजना नियतीच्या मनात होती. त्यासाठी निमित्त ठरणार होती मामाभाच्याची जोडी! रात्रीचा काळिमा अंगावर लपेटून अंधाराच्या सावलीसारखे भासणारे दोन ब्रह्मपुत्र पांडवांच्या छावणीकडे जात होते. ते अश्वत्थामा आणि कृपाचार्य अशी नावे धारण करीत होते.

शामियान्यात निजलेल्या विजेत्यांना चिरनिद्रा प्रदान करण्याची त्यांची कुटिल योजना होती. मनात सुडाचा अग्नी धगधगत होता. शस्त्र परजित ती जोडी पांडवांच्या छावणीत चाचपडू लागली. शामियान्यात सहा देह नजरेस पडले. ''पांडव गाढ झोपेत आहेत.'' सहा देहांचे धनी पांडव आणि द्रौपदी असावे तसे वाटून अश्वत्थामा म्हणाला. कृपाचार्यांनाही ते पांडवच वाटले.

''या निद्रेला आपण अंतिम निद्रा ठरविणार आहोत. दुर्योधनास दिलेल्या वचनाची पूर्तता करणार आहोत.'' ते म्हणाले.

''होय मामा!'' दातओठ खात अश्वत्थामा म्हणाला. ''माझ्या पित्याचा वध धर्माला धरून झाला नाही. दुर्योधनाचा उरुभंग तरी कुठे धर्माला साजेसा होता? धर्मलोप करून विजय प्राप्त करणाऱ्यांना शासन झालेच पाहिजे.''

''पण... पण सहावी व्यक्ती कृष्ण असू शकते.'' कृपाचार्यांच्या आवाजात कंप दाटला.

''घाबरलात मामा?'' अश्वत्थामा तुसड्या स्वरात विचारू लागला. त्याच्या रोमारोमांत कली धिंगाणा घालीत होता. मामाचा उपहास करणाऱ्या अश्वत्थाम्याच्या नजरेसमोर दोन प्रसंगांचा आठव दाटला– इंद्रप्रस्थातील यज्ञप्रसंगी समग्र आर्यावर्तातील राज्यकर्त्यांच्या उपस्थितीत झालेला शिशुपालाचा वध! सुदर्शनचक्राने ऋषिमुनींच्या उपस्थितीत शिशुपालाचे मस्तक धडावेगळे केले होते ते आणि द्वारकेचे आतिथ्य...

अश्वत्थाम्याची स्मृतिमंजूषा उघडली. कृष्णाचा प्रभाव सुदर्शनचक्रामुळेच तर आहे! ते जर आपल्या हाती आले तर... निद्राधीन कृष्ण झोपेत मरणशरण झाला तर ते सुदर्शनचक्र... पण ते चक्र आपणास नेता कसे येणार? क्षणभर तो चक्रावला. हस्तिनापुराच्या सिंहासनाबद्दल नव्हते इतके त्याच्या मनात सुदर्शनाविषयी आकर्षण होते. ते आकर्षण अश्वत्थाम्याच्या गात्रांत अवश कंप बनून उतरले. दातओठ खात तो पुढे सरकला. वैराच्या अग्नीने काळजात दाह उत्पन्न केला

होताच. सुदर्शनचक्र विषयीच्या आकर्षणाने त्यात विंझवणारा घातला. मनात पेटलेला वणवा देहात रुधिराच्या प्रवाहाला शब्दातीत उष्मा प्रदान करीत होता. लांब लांब ढांगा टाकीत अश्वत्थामा शामियान्यात घुसला. द्वारपाल निवांत झोपले होते. शामियान्यात निजलेल्या देहांना जागृतीची संधी न देता अश्वत्थामा वारंवार गदेचा प्रहार करीत सुटला. किंकाळी फोडण्यासही कुणाला अवधी मिळाला नाही. क्षणार्धात त्यांची तडफडही संपली.

निद्रिस्त व्यक्ती पांडव नसल्याची जाण झाली तेव्हा दुर्घटना घडून चुकली होती. पळभर अश्वत्थामा स्तब्ध झाला. दुसऱ्याच क्षणी त्याची नजर धूळमाखल्या धृष्टद्युम्नाच्या छिन्नभिन्न देहावर स्थिरावली. "आचार्य घातक्या..." धृष्टद्युम्नाच्या मस्तकावर पचकन थुंकला. लत्ताप्रहार करीत तो ओरडला, "आचार्य समाधी अवस्थेत असताना त्यांचे शिर धडावेगळे करणाऱ्या दुरात्म्यास त्याच्या पापाची शिक्षा व्हावयास हवी..." एकही प्रतिवार करण्याची संधी न मिळालेल्या पांडवपुत्रांना पाहून त्याच्या मनातील तिरस्कारास उधाण आले. त्या उन्मादात तो पुन्हा किंचाळला, "तुम्ही पांडव नसलात तरी काय? पांडवपुत्र आहात! तुमच्या मातेनेच हा वैराग्नी प्रज्वलित केला आहे. त्यास आता तुमचे अर्घ्य लाभले..."

अंधकार अधिकच गहिरा झाला.

अश्वत्थाम्याच्या किंचाळण्याने द्वारपाल जागे झाले. इतर सैनिकही पांडवांच्या शामियान्याकडे धावले; पण ते पोहोचतो क्रूरकार्य संपवून अश्वत्थामा आणि कृपाचार्य अंधारात दिसेनासे झाले होते.

द्रौपदीला विनाशवार्ता कळताच तिच्या रोमरोमांत अग्निज्वाला भडकली. युद्धाच्या चौदाव्या दिवशी पितृछत्र हरवले होते. विजयामृताचे सुवर्णपात्र हाती आले; पण ते ओठी लागण्यापूर्वीच... सेनापती वीर बंधू आणि हस्तिनापूरच्या भावी सम्राटांचा – स्वपुत्रांचा चिरविरह सोसावा लागत होता. ज्या सिंहासनाच्या प्राप्तीसाठी अविरत तीव्र इच्छा मनात बाळगली होती, त्या सिंहासनाची प्राप्ती झाली; पण... त्यावर आरूढ होऊ शकेल असा एकही पुत्र उरला नव्हता.

हे वृत्त पांडवांच्या कानी पडताच ते कृष्णासह छावणीकडे धावले. सगळीकडे स्मशानशांतता व्यापून होती. विजयामृताचा प्याला ओठापाशी येऊन निसटला होता. विजय प्राप्त झाला असूनही सर्वांच्या चेहऱ्यावर पराभूत भाव होता. पेटत्या मशालींच्या प्रकाशात धुळीत पडलेल्या रक्तलांछित देहावरील थिजलेले रक्त भेसूर दिसत होते. झाला भीषण प्रकार साऱ्यांना अवाक् करणार होता.

"भीमसेना!" कुरुक्षेत्राच्या स्मशानशांततेवर द्रौपदीच्या आकांताचा करकरीत ओरखडा उमटला. "माझ्या सूडाग्नीला तृप्त करण्याचे बिकट काम तुम्ही सातत्याने केले आहे. ज्या निर्लज्ज हाताने माझ्या निरीस स्पर्श केला तो हात तुम्हीच

मुळापासून उखडून टाकला. त्या दुष्टात्म्याची छाती फोडून उसळलेल्या रक्ताने तुम्हीच माझ्या शुष्क केसांना ओलावा दिलात. दुर्योधनास पापाचे शासन तुम्ही दिलेत. या आनंदाचे सुख मला किंचित्कालच मिळावे?''

''पांचाली...'' युधिष्ठिर बोलू बघत होता; पण बेभान द्रौपदी काही समजण्यास समर्थ नव्हती. भान सुटून ती आग ओकत होती...

''ज्या निर्लज्ज मांडीवरचे वस्त्र दूर करून द्रुपदकन्येच्या शीलाची अवहेलना झाली, ती जांघ तुम्ही फोडल्याची घटना अवघे दोन प्रहर जुनी झाली आहे...''

''कृष्णे...'' कृष्णाने सखी द्रौपदीला साद घातली; पण द्रौपदीच्या अंतरात ती उतरली नाही. कुणाचाही शब्द तिच्या कानापर्यंत उतरत नव्हता. एक एक प्रसंग आठवीत ती भीमाच्या भावना उद्दीपित करीत होती...

''विराटनगरीत कीचकाच्या घृणास्पद वर्तनाला उत्तर देणारे तुम्हीच होतात... जयद्रथाने एकाकी अबला समजून अपहरण केले तेव्हा तुम्हीच सोडवलेत मला, नाथ!'' कळवळून आक्रंदणाऱ्या द्रौपदीचे घनदाट केस पाठभर उधळले होते. डोळ्यांत हुताशनाच्या ज्वाळा लवलवत होत्या.

''या हत्यांचा मी सूड घेईन, पांचाली...'' गर्जना करीत भीमाने गदा गर्रकन फिरवली. त्या गतिशील गदेतून उमटलेल्या ठिणग्या त्याच्या कृतनिश्चयाची ग्वाही देत होत्या. पेटत्या स्वरात भीम ओरडला, ''मला फक्त एक प्रहराचा अवधी दे. आचार्यपुत्राचे मस्तक तुझ्या चरणी ठेवतो.''

''महाराज युधिष्ठिर, भीमसेनाला आवरा, अश्वत्थामा आचार्यपुत्र आहे. त्याला अस्त्रविद्या अवगत आहे. त्या विद्येला उत्तर देण्याची कुवत भीमात नाही. ते उत्तर फक्त अर्जुन देऊ शकेल, याची जाण ठेवा...'' कृष्णाचा प्रत्येक बोल आज्ञा समजणाऱ्या युधिष्ठिराने अर्जुनाकडे बघितले. तो विस्फारल्या नजरेने अश्वत्थामा-वधाची प्रतिज्ञा करणाऱ्या भीमाकडे बघत होता. कृष्णाचे बोल कानी पडताच त्याचा हात गांडीवाच्या प्रत्यंचेवर पडला.

''भीमा...'' युधिष्ठिर मृदू स्वरात म्हणाला. ''कृष्णाचे म्हणणे रास्तच आहे.'' धर्मयुद्धाचे नियम गुंडाळून असले अधम कृत्य करणाऱ्या अश्वत्थाम्याच्या मनात आता राक्षस थैमान घालीत आहे. त्याला शासन करणे फक्त अर्जुनाच्या अस्त्रविद्येने जमवावे लागेल. म्हणून योग्यायोग्यतेचा सारासार विचार करून...''

''प्रत्येक क्षण मोलाचा असताना सारासार विचारांचे नाटक कशासाठी?'' द्रौपदी किंचाळली.

''भीमा!'' कृष्णाचा स्वर कमालीचा गंभीर बनला. ''अश्वत्थामा मानवीय लक्षणे हरवून बसला आहे. अशा मृतप्राय ब्राह्मणाचे मस्तक द्रौपदीच्या चरणी ठेवल्यामुळे विनाश नष्ट होईल का? हा घोर परिणाम पुसला जाईल का?

तुझ्याजवळ अस्त्रविद्या नसताना तू हे साहस करणे निरर्थक ठरेल.''

''कृष्णा...'' द्रौपदी आर्त स्वरात म्हणाली. ''विजय प्राप्त होताच तुम्ही सारी मला विसरलात? माझ्यासाठी असलेल्या महायुद्धाचे आधिपत्य करून विजयश्री मिळविणाऱ्या माझ्या बंधूंची आणि पाच पुत्रांची इथे निर्घृण कत्तल झाली आहे. त्याविषयी तुम्हाला लेशमात्र दुःख नाही?''

''भगिनी पांचाली?'' कृष्णाने द्रौपदीच्या खांद्याला स्पर्श केला.

''भगिनी?'' क्रोधावेशात द्रौपदीचा आवाज चिरकला. कृष्णाचा हात हिसडून ती ओरडली. ''आजवर याच भ्रमात होते मी! समजत होते– मी कृष्णाची परम सखी, प्रिय भगिनी आहे; पण आज समजले मला... द्रौपदी-सुभद्रेत कृष्णाने डाव्या-उजव्याइतका का होईना फरक ठेवला आहे...''

सारे स्तब्ध झाले; पण कृष्णाच्या चेहऱ्यावर तेच, त्रिभुवनाला भुरळ पाडणारे स्मित होते. करुणामयी आणि चित्तहर असे! युधिष्ठिर अस्वस्थ झाला. डोळे विस्फारून अर्जुन द्रौपदीकडे बघत राहिला...

''हे... हे कुठचे गरळ ओकतेस, पांचाली?'' युधिष्ठिराने विरोधाचा दुबळा प्रपंच मांडला.

''असू द्या, महाराज!'' तुसड्या स्वरात द्रौपदीने युधिष्ठिरास गप्प केले. नजरेसमोर पाच पुत्र आणि बंधू यांचे निष्प्राण देह विकृत रूपात पसरले होते. पुत्रगमावल्या मातेच्या मनाचा समतोल संपूर्णपणे सुटला होता. कोलमडत्या मनात तिरस्कार उफाळला होता. पतिव्रता द्रौपदीवर माता द्रौपदी मात करीत असल्यागत अपमान करीत ती ओरडली, ''जे कार्य करण्यासाठी क्षणाचाही विलंब न लावता एका पायावर धावत जावयास भीम तयार आहे, त्या कार्यासाठी विलंबनीती का? त्या घातकी ब्राह्मणास सुरक्षित जागी पोहोचण्यास अवधी मिळावा म्हणून?''

''भानावर ये, द्रौपदी! गप्प बस!'' द्रौपदीचे खांदे घुसळीत युधिष्ठिर कळवळला.

''मी आत्ताच भानावर आले आहे, महाराज! आजवर भ्रमात होते.'' द्रौपदीच्या स्वरात कमालीचा विखार उतरला. ''कृष्णाच्या कुटिल राजनीतीचे आत्ताच खऱ्या अर्थाने मला आकलन झाले. ते कठोर वास्तव मला सहन होत नाही. हस्तिनापूरचे सम्राटपद पांडवांपश्चात माझ्या पुत्रांना मिळू नये यासाठी हा डाव आहे, याची खात्री पटली आहे आता! सम्राटपद कृष्णभगिनी सुभद्रेच्या कुसव्यास मिळावे यासाठीच कृष्णाने या अक्षम्य कृत्य करणाऱ्याला...''

मनातील कुशंका ओठी आणून द्रौपदी छाती पिटत आक्रोश करू लागली. देहदाह तिला सहन होईना. भान हरपून ती धरणीवर कोसळली.

पांडवसेनेत अनिर्वचनीय मौन पसरले. वातावरण कमालीचे चैतन्यहीन बनले.

अचेतन मृतदेहांच्या सान्निध्यात श्वास घेणारे काही मृतदेह उभे असल्यासारखी उद्ध्वस्त शांतता पसरली. अंधकार अजूनच गडद झाला. त्या गाढ अंधारात उमटणारी कोल्हेकुई आणि गिधाडांच्या पंखांची फडफड भेसूरता वाढवित होती. साऱ्यांची नजर कृष्णावर खिळली होती; पण कृष्णमुद्रेवर अक्षत स्वस्थता होती, ओठांवर करुणामयी मंद स्मित होते. मशालीच्या प्रकाशज्वाला स्थिर होऊन सावल्या थिजल्यासारखे वाटत असताना कृष्ण पुढे झाला. द्रौपदीसन्निध बसून त्यांनी तिच्या तप्त मस्तकावर स्नेहल हात ठेवला.

"हे पाहा, सखी द्रौपदी..." तो मधाळ स्वरात म्हणाला. "सखी कृष्णे... प्रिय भगिनी... तुला जे अभिप्रेत आहे हे घडणार आहे. अवश्य घडणार आहे, याविषयी खात्री बाळग!"

कृष्ण काय बोलला ते कुणाला कळेना. सारे डोळे चोळीत सभोवार बघत होते... जड पुतळ्यासारखा भीम निश्चल उभा होता. त्या शेजारी असलेला अर्जुन मात्र आता कुठेच दिसत नव्हता.

❖

११

न तद्भासयते सूर्यो...

"कृष्णे... त्या भयंकर क्षणाच्या आठवणींत गुंतू नकोस." त्या क्षणाची आठवण असह्य वाटून अर्जुन कळवळला. "त्यावेळी श्रेष्ठाचे म्हणणे कदाचित योग्य होते..."

"ते काय म्हणाले होते, पार्था?" अर्जुनाकडे बघत द्रौपदीने केविलवाण्या स्वरात 'त्या' वेळी स्वतःची जाण हरपल्याची खंत व्यक्त केली. युधिष्ठिर वा इतर कुणीही काय म्हटले याची तिला जाण नव्हती.

"हेच की त्या युद्धात जे मेले ते खऱ्या अर्थाने जीवन जगले. ज्यांनी विजय संपादन केला, त्यांना अवश पराभूत पचवावा लागला."

पत्नीला आठवणींत न गुंतण्याचा सल्ला देणारा अर्जुन स्वतःच आठवणींच्या गुंत्यात अडकत होता. मनात युद्धोत्तर दुःखाचा आठव दाटून तो म्हणाला, "ज्या पराजयाला विजय समजून आपण काही क्षण हुरळलो, त्या विजयाने आपणांस सुख दिले; पण आपला विजय भ्रामक असल्याची जाण झाली तेव्हा..."

"फार उशीर झाला होता धनंजया!" द्रौपदी व्यथित स्वरात म्हणाली.

"पण महाप्रस्थानाचे प्रस्थान ठेवतेवेळीही एक अभिप्सा सुटत नाही... या शोकाकुल अवस्थेत काजळकाळ्या रात्री आवेगाच्या भरात जी हीन भावना व्यक्त झाली, त्यासाठी कृष्णचरणी माथा ठेवावा. मनापासून क्षमायाचना करण्याची संधी मिळावी..." पुढचे शब्द हुंदक्यात गुदमरले. द्रौपदी गप्प झाली.

अर्जुनाच्या नजरेसमोर कृष्णाचे पाय तरळत असताना मनात गोंधळ माजला. कृष्णाचे पाय कसे असणार? कृष्णदेहाचे पाय असतील; पण त्या देहाचे पाय तर – प्रभासक्षेत्री हिरण्य – कपिला संगमतटाकी अश्वत्थाच्या बुंध्याला टेकून चिरनिद्रेत पहुडलेला कृष्णदेह आठवला. त्या देहाच्या उजव्या पायात रुतलेला तो जीवघेणा तीक्ष्ण बाण...

"शांत हो, पांचाली!" प्रयत्नांची पराकाष्ठा करून अर्जुनाने स्वतःचा ढळणारा

तोल सावरीत म्हटले. "कृष्णाच्या चरणांवर माथा टेकणे आता फार सोपे झाले आहे. इथेच तर आहेत ते! इथल्या प्रत्येक कणात! अत्र, तत्र, सर्वत्र... सगळीकडे त्यांचे अस्तित्व फैलावले आहे. मनोमन स्मरण करून हात लांबव. त्या हाताला कृष्णाचा चरणस्पर्श होईल."

"कुठे... कुठे जाणवतील कृष्णाचे पाय?" हात लांबवीत द्रौपदी चाचपडली. चरणस्पर्श न झाल्यामुळे उदास स्वरात म्हणाली, "छे! मला चरणस्पर्शाची संधी मिळणार नाही. माझ्या हाकेला ते कधीच ओ देणार नाहीत. मीच धुत्कारल्यावर... अश्वत्थाम्याच्या पाशवी कृत्यात क्रौर्य होतेच; पण काही झाले तरी तो शत्रूचा सेनापती! सूड आणि द्वेषाने आंधळा झालेला! त्यात त्या रात्री घुबडांनी थैमान घातले होते, त्याचा परिणामही असणारच! त्याच्याकडून धर्माचा लोप होऊन अधम कृत्य घडले, तर ते क्षम्य ठरते; पण मी... मी जे बोलले... कृष्णाच्या निष्कलंक उदात्त हेतूंवर जे कोरडे विंझले मी... ते अक्षम्यच! खरेच का इतका तोल गेला माझा? तुम्ही कुणीही माझा का विरोध केला नाहीत?"

"श्रेष्ठाने विरोध केला होता! पण सारे फोल ठरण्याइतका तुझा तोल सुटला होता. तरीही याज्ञसेनी, मला वाटते..." अर्जुन आश्वासक स्वरात म्हणाला. "तुझ्या बेताल वागण्याचा डंख कृष्णाच्या मनात नसेल. म्हणूनच त्यानी 'त्या' रात्री भीमाला अडवून मला अश्वत्थाम्यासाठी पाठविले. तू म्हणतेस त्याप्रमाणे त्या रात्री अश्वत्थामा शत्रू पक्षाचा सेनापती नव्हता. तो ब्राह्मणही नव्हता तेव्हा! तो होता निखळ राक्षस! सारासार विचार हरवलेला! त्याच्या हस्ते भीमाची हत्या झाली असती. ज्या अस्त्राचा उपयोग देवांनी दानवांविरुद्धच्या लढाईतही टाळला, ते ब्रह्मास्त्र अश्वत्थाम्याने वापरले, हे तू जाणतेस..."

"होय पार्था!" अश्वत्थाम्याच्या मस्तकाऐवजी तुम्ही त्याच्या मस्तकावरील मणी माझ्यासमोर धरलात, त्या वेळी मी पूर्णपणे भानावर आले होते. क्षणभर वाटले... तुम्हाला म्हणावे – हा मणीसुद्धा नको मला! – तरीही मी तसे म्हणाले नाही. पांडववंशाचा एकमात्र अंश, उत्तरेचा गर्भ वाचविण्यासाठी त्याची गरज होती. शपथपूर्वक सांगते पार्था, त्या क्षणी तो गर्भ सुभद्रेच्या पौत्राचा आहे हा विचार माझ्या मनात नव्हता. ती कृष्णाची सख्खी बहीण आहे हे गौण होते, माझ्या लेखी! तरीही... तरीही कृष्णासन्मुख नतमस्तक होऊन हे सांगणे जमले नाही मला!"

"कृष्णाला फक्त व्यक्त होणारी भावना कळत होती, असे नव्हे. अशब्दाशी त्याचा सुरेख परिचय होता. म्हणून तर त्याने तुझी इच्छा पूर्ण केली. द्रौपदी, आचार्यपुत्राच्या हत्येच्या पातकातून त्यानेच आपणास वाचविले. तुझ्या इच्छेनुसार उत्तरेच्या गर्भाला संजीवन प्रदान केले..."

अतीताचा वेध घेणारा अर्जुन किंचितकाळ त्या अतीतात हरवला– 'जर मी आजीवन मिथ्याचरण केले नसेल, तर हे कळिकाळा, उत्तरेच्या गर्भाला संजीवन प्राप्त होवो...' –हे कोण बोलले?

द्रौपदी आणि अर्जुन, दोघांना हे शब्द एकाच वेळी कसे ऐकू आले? दालनाच्या भिंतीतून आता हे बोल उमटले? दोघे सुखद आश्चर्य अनुभवित राहिले.

"तुम्ही... तुम्ही काही ऐकले, नाथ?" द्रौपदी चकित स्वरात विचारीत होती.

"आणि मी सातत्याने आजीवन सत्य आणि धर्माचे अवलंबन केले असेल, तर हे महाकाळ उत्तरेच्या गर्भात प्राण भरा..."

पुन्हा तोच घनगंभीर स्वर वातावरणात घुमला.

"गुडाकेशा... हा आवाज कृष्णाचा आहे." द्रौपदीच्या स्वरातील आर्ततेची मात्रा वाढली. "त्या भयानक रात्री अश्वत्थाम्याच्या पाशवी विनाशाची झेप थेट उत्तरेच्या गर्भाप्रत पोहोचली, त्या वेळी त्याला व्यर्थ करून मृत गर्भाला पुनर्जीवित करताना कृष्णाच्या मुखातून उमटलेली ती अमृतवाणी तुम्ही आता ऐकलीत, धनंजया?"

"आणि जर मी भयभीत अवस्थेत कधी युद्धातून पळ काढला नसेल वा भयव्याप्त स्थितीत हिंसेला शरण गेलो नसेल तर हे सर्वसमर्थ महाकाळ! उत्तरेच्या गर्भास प्राण प्रदान करा..."

देहाच्या रंध्रांतून आत उतरलेली ती अमृतवाणी रोमरोम ताठरविणारी होती. ती पुन्हा कशी ऐकू येत आहे? प्रत्येक उच्चार स्पष्ट! कणीदार! 'त्या' रात्री ऐकला तसाच लाघवी तरीही करारी! छे! हा भ्रम असूच शकत नाही.

"धनंजया, तुम्ही गप्प का?" आवेगाने अर्जुनाचे खांदे हलवित द्रौपदीने विचारले. "आपण कृष्णवाणीच तर ऐकत आहोत. ती अमृतवाणी ही! आणि तुम्ही म्हणता आहात– कृष्ण आता आपल्यात नाहीत. तुम्ही प्रभासक्षेत्री कृष्णदेहाला पंचमहाभुतांच्या स्वाधीन करून परतला आहात... नाही पार्था! हे खरे नाही. मला सत्य सांगा– कुठे आहे कृष्ण? एकदाच मला त्यांच्याकडे न्या नाथ... त्या काळरात्री मनात आले तरी अहंकारास वश होऊन जे मी केले नाही ते मला करू द्या. त्याला एकदाच भेटवा नाथ... निदान महाप्रस्थानावेळी तरी हे घडवून आणा... फक्त एकदा कृष्णचरणी माथा टेकण्याचे भाग्य मला मिळेल अशी व्यवस्था करा..." अवश अश्रुधारेने द्रौपदीचे गाल ओले केले.

नि:शब्द अर्जुनाने पत्नीच्या चेहऱ्यावर मृदुतेने हात फिरविला. तो हात ओला झाला आणि कुरुक्षेत्राच्या रणभूमीवर हतप्रभ अवस्थेत घर्मबिंदू उमटले होते, त्यावेळचा ओलसरपणा आठवला. त्या ओलसरपणात प्रकट झाला होता निर्वेद!

वैराग्य! आज प्रकटली होती करुणा! मनात वैराग्य दाटत असताना कृष्णाने समर्थपणे हात धरला होता; पण आता ही करुणा प्रकट होत असताना...

"पार्था!" आठवणींच्या भोवऱ्यात गरगरताना भोवंड येण्यापूर्वी त्याला द्रौपदीची हाक ऐकू आली. "महाराज युधिष्ठिरांच्या राजमुकुटात अश्वत्थाम्याचा तो ब्रह्ममणी जडविलेला आहे," तिच्याने पुढे बोलवेना. अर्जुन गोंधळला. आवंढा गिळून ती म्हणाली, "आता वाटते हस्तिनापूरचे राज्य परिक्षिताच्या हाती सोपवावे; पण... पण मुकुटातून तो मणी दूर करावा. जमल्यास तो अश्वत्थाम्यास परत करावा. हे जमविता आले तर..." कृष्णसंस्पर्शाची व्याप्ती वाढली.

"हे तू काय सांगत आहेस, कृष्णे?"

"होय पार्था!" कृष्णच म्हणाले होते... ब्रह्मतत्त्व गमाविलेला ब्राह्मण म्हणजे राक्षस योनी!" आचार्यपुत्राचे ब्रह्मतत्त्व महाराजांच्या राजमुकुटात आहे. वंशपरंपरेने हा मुकुट हस्तिनापूरच्या प्रत्येक सम्राटाच्या मस्तकी विराजमान होईल. त्यात हा ब्रह्ममणी असेतो त्याचा इतिहास विस्मरणात जाणार नाही. आणि... असा... हिंसा, अधर्म, अधमता, सूड... साऱ्या अस्वागतार्ह मनोविकारांनी लडबडलेला इतिहास हस्तिनापूरच्या भावी सम्राटांच्या मस्तकावर राहून त्याद्वारे सतत विश्वाच्या नजरेसमोर राहणे आता पटत नाही, नाथ! अत्यंत अयोग्य आणि अनुचित वाटते ते..."

वर्तमान मागे टाकून द्रौपदीची नजर भविष्यकाळ न्याहाळीत होती. आता तिच्या आर्ष स्वरात आधीची अस्वस्थता उरली नव्हती.

"तुला काय म्हणावयाचे आहे, द्रौपदी? आता समस्या कुठे आहे? मात्र निराकरणच..." अर्जुन गोंधळात चाचपडला.

"माझ्या कामनेत निराकरणच आहे, नाथ!" किंचित थबकून तिने बाहेरच्या नभोमंडळाकडे नजर वळविली. आकाशव्याप्त ब्रह्मतत्त्व अंतरात उतरवित ती बोलू लागली, "ब्रह्मतत्त्व हरविलेला अश्वत्थामा आता रानोमाळ भटकत असेल. कुठे असेल? कशा असह्य वेदनेचा सामना करीत असेल! त्यापेक्षा त्याला ब्रह्ममणी परत देता आला तर..."

"पांचाली... पांचाली भानावर ये तू..." पत्नीचे अनपेक्षित रूप पाहून अर्जुन गोंधळत होता. यज्ञाच्या ज्वाळांतून जी प्रकट झाली ती साक्षात अग्निशिखा हे काय बोलत आहे त्याचे त्याला आकलन होईना. द्वैतवनातील अरण्यवासात... विराटनगरीतील अज्ञातवासात, हस्तिनापूरच्या राजसभेत... विष्टीच्या अति नाजूक प्रसंगी... इतकेच काय? महायुद्धाच्या एकोणिसाव्या सकाळी... त्या शोकाकुल प्रभातकाळीसुद्धा जी स्त्री संघर्ष, सूड, युद्ध आणि प्रतिशोधाचे– महाविनाशाचेच प्रतिपादन करीत होती... वारंवार युधिष्ठिराला, तर प्रसंगी कृष्णालाही

विनाशनिवारणाच्या प्रयत्नांसाठी जिने फैलावर घेतले होते... जिवाच्या आकांताने जिने या प्रयत्नांचा विरोध केला होता ती... जिच्या अग्निज्वालेच्या रूपाचेच सतत अर्जुनाला दर्शन घडले होते... त्या द्रौपदीचे हे रूप...? अर्जुन चक्रावला.

''होय नाथ! कदाचित आजच मला खऱ्या अर्थाने जाणीव जागृत झाल्यासारखे वाटत आहे. महाराज युधिष्ठिरांना जे अभिप्रेत होते त्याचे मर्म कळते आहे. सत्यदर्शन होत आहे मला! आपण सारे महाप्रस्थान करून मुक्त होऊ. पार्थिव विश्वाचा निरोप घेऊ. लौकिक सुखदु:खांपासून मुक्ती मिळवू; पण अश्वत्थाम्यासाठी हा मुक्तीचा मार्ग मोकळा नाही...''

अर्जुनाचे मन पुन्हा अतीतात घसरले.

ब्रह्मण्यास वंचित झालेल्या अश्वत्थाम्यास श्रीकृष्णाने शाप दिला होता... त्या काळरात्री केलेल्या घोर कुकर्माची शिक्षा म्हणून तो तीन हजार वर्षे व्यथित जीवन जगत राहणार होता. कृष्णाच्या मुखातून उमटलेली आर्षवाणी... कृष्णवाणी मिथ्या कशी ठरेल? सुकृत्य कधीतरी संपतात. विस्मरणाच्या दरीत ढकलली जातात; पण घोरकर्म-कुकर्म अशी विरघळून जात नाहीत. भावी पिढ्यांसमोर धोक्याचा लाल कंदील धरण्याचे कर्तव्य हे कदाचित कुकर्मांचे शेषकर्म असेल. त्यांना काळाच्या प्रवाहात विरघळणे म्हणूनच जमत नसावे. कुकर्माच्या कर्त्यांना स्वस्थता लाभत नाही. त्यांना अशांत अवस्थेत भटकत राहावे लागते. कदाचित त्यांच्या दुष्कृत्यांची हीच शिक्षा कृष्णास अभिप्रेत असेल. हे वैशिष्ट्य! हे कथन सदा जिवंत राहावे या उद्देशाने कृष्णाने असा शाप दिला असेल... मनात उठलेल्या संभाव्य शक्यतेच्या विचारावर आता कृष्णाकडून शहानिशा करवून होकाराचे शिक्कामोर्तब जमणार नाही हे अर्जुनाला प्रकर्षाने जाणवले!

''महाभारत काळाचे साक्षीदार होणे ज्यांच्या प्रारब्धात लिहिले होते त्यांचे अंतिम अवशेष आपल्या रूपाने महानिर्वाण स्वीकारतील...'' स्वगतोक्ती असल्यागत द्रौपदी बोलत होती. ''सारे जीव स्मृतींच्या भयावह ससेमिऱ्यातून विमुक्त होतील. याला अपवाद असेल फक्त आचार्यपुत्राचा! मुक्ती तर सोडा, दाहक जीवन जगताना त्याला ब्रह्मण्याच्या सोबतीचे आश्वासनही नाही. ब्रह्मतत्त्वाचा लोप झालेला अश्वत्थामा सतत वाढत्या व्यथेचा दाह सहन करील. कसे सहन करील तो हे दु:ख?''

''कर्मफळांपासून कुणीच मुक्त नाही, द्रौपदी! स्वत: श्रीकृष्ण जिथे कर्मफळाच्या अधीन झाला तिथे अश्वत्थाम्यास कर्मभोगांपासून मुक्ती कशी मिळावी?'' अर्जुन स्वत:च्या कुवतीप्रमाणे द्रौपदीचे सांत्वन करण्याचा प्रयत्न करीत होता.

''ते कळत असूनही वाटते... या अपार, अमर्याद वेदनेला आपण सारे... विशेष तर मी कारणीभूत झाले, याचे मला कधीच विस्मरण होणार नाही. ही बोच

– पार्था, आता साऱ्या दोषांना विगलित करण्याचा क्षण नजरेच्या टप्प्यात आला असताना...''

''तेव्हा काय?'' थबकल्या द्रौपदीकडे बघत अर्जुनाने विचारले.

''तेव्हा हे शल्य असह्य बोचरे रूप धारण करीत आहे – इहलोकात न जमले तरी परलोकात – या जन्मी नव्हे तरी पुढच्या कुठच्या तरी जन्मात कधी कृष्णभेट घडली आणि त्यांनी विचारले... महाभारत काळाच्या महावेदनेपासून तू मुक्ती मिळविलीस; पण तुझ्या सूड आणि धिक्काराचा परिणाम – दाहक शापरूपाने मस्तकी बाळगणाऱ्या अश्वत्थाम्याचे अविरत भ्रमण चालू आहे. वैर आणि धिक्काराची भावना पिढ्यान्‌पिढ्यांसमोर जिवंत ठेवण्याचे तुझे दुष्कृत्य...'' नजर चुकवित द्रौपदी अडखळली. ''पार्था, जेव्हा असे घडेल तेव्हा मी काय उत्तर देऊ? अश्वत्थाम्याला तो मणी देणे जमले तरच ती बोच कमी होईल.'' कृष्णाच्या करुणेचा संस्पर्श आता समग्रपणे व्यापक बनत होता.

''शांत हो, द्रौपदी!'' पाठीवर हात फिरवित अर्जुन पत्नीला आश्वासन देऊ लागला. ''कृष्णाच्या प्रश्नाच्या भयाने नव्हे, तर त्याच्या करुणेच्या संस्पर्शाने त्या भावनेने जीवनप्रवाहात मिसळणे हीच खरी मुक्ती! ती मुक्ती आपल्याला सदेह प्राप्त झाली आहे हे आपले परमभाग्य! त्या परमभाग्याच्या साह्याने आता आपण आपले परलोकगमनही इहलोकासारखेच समृद्ध करणार आहोत...''

''नको, नाथ नको!'' द्रौपदी कळवळली. ''परलोक तरी इहलोकासारखा नसावा अशी माझी प्रार्थना आहे. फक्त कृष्णाव्यतिरिक्त इहलोकीचे कुठचेही तत्त्व परलोकात प्रवेश करू नये हीच कामना मनात आहे. इहलोकीच्या साऱ्या दाहक स्मृतींचे विलोपन होईल अशा महाप्रस्थानाचा प्रवास आपण करू. त्यासाठी पार्था, मला मार्गदर्शन करा. देहधारी अश्वत्थामा त्याच्या कुकर्माच्या व्यथेचे भोग भोगत महाकाळात भटकत राहणार आहे. तशाच कुठल्याशा कुकर्माचा सल परलोकीही आपला पाठपुरावा करणार असेल – देहविरहित अवस्थेत आपल्याला पीडणार असेल तर विमुक्तीला अर्थच उरणार नाही. परंतपा, देहमुक्तीच नव्हे तर स्मृतिमुक्तीही हवी आहे मला! स्वामी, सत्त्वर मला स्मृतिमुक्त प्रदेशात घेऊन चला...'' भावविवश द्रौपदी धो धो बोलत होती.

'या' द्रौपदीशी अर्जुनाचा परिचय नव्हता... पण... पण ही भावना मात्र अपरिचित नव्हती. कृष्णाच्या मुखातून अमृतवाणीचा उद्‌घोष झाला होता त्या कुरुक्षेत्राचा आठव पुन्हा मनात उसळ्या मारू लागला; पण ती अमृतवाणी आता द्रौपदीच्या मुखी? हे कसे घडले? चक्रावल्या अर्जुनाच्या नेत्रांत पुनश्च अतीत अवतरला.

...अठरा अक्षौहिणी सेना महाविनाशाच्या क्षणाच्या प्रतीक्षेत खोळंबली होती.

ज्या पदाच्या प्राप्तीसाठी निमित्त ठरलेली ठिणगी द्रौपदीच्या जिव्हेवर आरूढ झाली होती, त्याच जिव्हेवर आता कृष्णभावना अवतरली होती... 'त्या' वेळी कृष्ण म्हणाला होता,

न तद्‌भासयते सूर्यो । न शशांको न पावक: ।

यद्‌गत्वा न निवर्तंते । तद्धाम परमं मम ! निवर्तन्ते ।।

जिथे सूर्य, चंद्र, अग्नी... कशाचेही अस्तित्व नाही अशा परमधामाची प्राप्ती झाल्यावर... अर्जुन भारावला. त्याच अवस्थेत त्याने द्रौपदीचा हात हाती घेतला. अनायास त्याच्या ओठांवरून शब्द घरंगळले... "हे पाहा, असे धाम! याज्ञसेनी, चल! आपण अशा परमपदाकडे जाऊ, जे धाम साक्षात कृष्णाचे असेल."

स्मृतींच्या सूर्यापासून, स्नेहाच्या शशांकापासून आणि वासनेच्या अग्नीपासून मुक्त अशा प्रदेशाकडे जाण्यासाठी – महाप्रस्थानाच्या उद्देशाने त्याने पाऊल उचलले! तिच्यासह! 'तद्‌धाम परमं मम' म्हणत!

❖

१२

मी कृष्णाचा शिरच्छेद करणार होतो

आकाशाकडे बघत उद्धव झपाझप चालत होता. नैमिषारण्यातील घनदाट वृक्षांच्या फांद्यांआडून आजूबाजूच्या आश्रमात पेटलेल्या यज्ञवेदींच्या धूम्ररेषा डोकावत होत्या. शुद्ध तुपाचा दरवळ वेदीत माध्यान्ह संध्येचे अर्घ्य अर्पण होत असल्याची कल्पना देत होता. क्रुद्ध पिता अपराधी पुत्राकडे बघत असल्यागत मध्याकाशातून सूर्य आग ओकत होता. या नैमिषारण्याशी उद्धव नीट परिचित होता.

कधीपासून, एकटा, एकाकी प्रवास करीत होता उद्धव! भागीरथीकाठी अर्जुनाच्या भेटीचे निमित्त झाले. तीर्थाटनाची दिशा बदलली. ज्या शेषकार्यासाठी कृष्णाने त्याला निमित्त बनविले होते, ते कार्य त्याला गोकुळाकडे नेत होते. कृष्णाच्या देहोत्सर्गाची वार्ता राधेच्या कानी घालावयाची होती... राहून राहून त्याचे मन याच विचाराभोवती घिरट्या घालीत होते. देहलीलेचे समापन करताना कृष्णमनी राधेचा आठव दाटला. धन्य झाली राधा! ती धन्यता राधेला समर्थ शब्दांत पोहोचविणे जमेल का? आता कृष्ण नाही. कृष्णाच्या अस्तित्वाचा लोप झाला आहे हे तिला कुठच्या शब्दांत सांगावे?

गोकुळाचा निरोप घेऊन कृष्ण मथुरेस निघाला तेव्हा उद्धव त्याच्या संगती होताच. तो दिवस उद्धव कधी विसरू शकणार नव्हता. नंदाघरी आलेल्या अक्रूरांनी सांगितले होते... "मथुरेस धनुष्ययाग यज्ञ होणार आहे. कंसाचे आमंत्रण घेऊन मी आलो आहे. कृष्ण आणि बलरामाला माझ्याबरोबर मथुरेस पाठवा..."

त्या वेळी अक्रूरांच्या चेहऱ्यावरील स्मित म्लान होते हेही आठवले उद्धवाला! संघराज्याच्या पतनानंतर वृष्णीसंघातील या वरिष्ठ पुरुषाने कंसाची चाकरी स्वीकारली. शिवल्या ओठांनी वावरत कंसाच्या कुटिल कारस्थानांना मूक संमती सुचविली. कंसाच्या सत्तासामर्थ्यापुढे त्याने माथा टेकविला. किशोर कृष्णाच्या हत्येसाठीच हा

प्रसंग आहे, याची त्याला जाण नसणे अशक्य होते. तरीही...

कटू स्मरण झटकण्याच्या प्रयत्नांत उद्धवाची नजर चोहीकडे भिरभिरली. जवळच निर्मल झरा झुळझुळत होता. त्या जलप्रवाहात त्याने स्नान केले. शीतल जलस्पर्शाने कटू स्मृतींचा दाह शमला. शांत मनाने त्याने माध्यान्ह संध्या केली. संध्या संपवून डोळे उघडले तेव्हा झऱ्याकाठी अतिजर्जर, कृश, निस्तेज वृद्ध नजरेस पडला. हातात पाणी घेऊन हळूहळू तो ते मस्तकावर शिंपडीत होता. अपरिचित वाटणाऱ्या वृद्धात गूढ परिचयाची झाक जाणवली. उद्धव त्याला निरखू लागला, एकटक!

देहाचा वेध घेत त्याची नजर मनात उतरल्यागत तो वृद्ध चमकला. त्याने अस्वस्थ नजरेने उद्धवाकडे बघितले. उद्धव स्तब्ध झाला. नवागताचे खोल उतरलेले डोळे गहन गुहेसारखे भासत होते. चेहरा प्रेतासारखा दिसत होता. उघड्या देहावर यज्ञोपवीत होते. तरीही... कधीतरी या देहाने शस्त्र बाळगल्याची चहाडी करणाऱ्या विरूप खुणाही दिसत होत्या. उजवा हात मस्तकी दाबून तो उद्धवाकडे बघत होता. कसलीशी जाण झाल्यागत त्याच्या कृश गात्रांत कंप प्रकट झाला. ओठही थरथरले त्याचे!

"अश्वत्थामा...!" उद्धवाच्या स्वरात निखळ नवल दाटले. "तुझी ही दशा!" आचार्य द्रोणांचा पुत्र, कौरवराज दुर्योधनाचा समर्थ मित्र, हाडाच्या सांगाड्यावर चामडीचे आवरण चढविल्यासारखा दिसत होता. दुर्बलतेमुळे त्याची उंच काया धनुष्यासारखी वाकली होती. समग्र व्यक्तिमत्त्व अत्यंत ओंगळ वाटत होते.

"उद्धवा..." अनावर आवेगाने तो उद्धवाकडे झेपावला. तो वेग सहन न होऊन त्याचा झोक गेला. उद्धवाने तत्परतेने त्याला सावरले. भेलकांडल्या अश्वत्थाम्याकडे तो चकित नजरेने बघत राहिला. त्याच्या मस्तकावरील जखम ताजी असल्यागत तीतून रक्तस्राव होत होता आणि फार जुनी असल्यागत त्यात दुर्गंधिही जाणवत होता. उद्धव उमजला! अर्जुनाने ब्रह्ममणी कापून नेल्यामुळे झालेली ती जखम आता कधीही भरणार नव्हती. कृष्णाच्या शापामुळे काळ तीवर खपली धरू शकणार नव्हता. अमानुष कृत्याचे कटू भोग संपता संपणार नव्हते. न संपणारे भोग हेच आता प्राक्तन होते. अश्वत्थामा उद्धवाच्या पायाशी वाकला.

"कल्याणमस्तु!" उजवा हात अश्वत्थाम्याच्या मस्तकी ठेवून उद्धव उद्‍गारला. त्या हस्तस्पर्शाच्या रूपाने जळत्या जखमेवर सहानुभूतीचे शीतल मलम मिळाल्यागत अश्वत्थाम्याला स्वस्थता प्राप्त झाली. अनिर्वचनीय तृप्तीने त्याने डोळे मिटले. मिटल्या डोळ्यांतून खळकन अश्रू ओघळले.

"उद्धवा..." अश्वत्थामा कळवळून म्हणाला. "तात, हा वेदनाशामक वरदहस्त किंचित्काल मस्तकावर विसावू द्या. कित्येक वर्षांनंतर या पापी देहाला स्नेहल

स्पर्श लाभला आहे.''

अश्वत्थाम्याच्या मलिन देहावर उद्धवाचा स्नेहल हात फिरला. अंगभर धुळीचे थर साचले होते. जबड्याची उपसलेली हाडे भेसूर भासत होती. उद्धवाच्या स्पर्शाने घायाळ झालेल्या अश्वत्थाम्याच्या नेत्रांतून अविरत आसवे ओघळत होती. खोल उतरल्या डोळ्यांतून वाहणारे पाणी दाढीच्या जटांत लुप्त होत होते.

''अश्वत्थामा...'' तो सावरताच त्याला निकट बसवून उद्धट म्हणाला.

''कुरुक्षेत्रावरील 'त्या' प्रात:काली तुला बघितला. त्यानंतर तू कुणाला कधी दिसला नाहीस. काय खबरबात तुझी? कुठे असतोस?''

''मी कुठे असणार, उद्धवा?'' प्रश्न विचारून तो किंचित हसला. प्रेतकळा आलेल्या त्याच्या चेहऱ्यावर ते हास्य अत्यंत हिडीस भासले. उदास स्वरात तो म्हणाला, ''साऱ्यांच्या नजरा टाळत इथेतिथे भटकत असतो, झालं! कुणी भेटू नये असेच वाटते मला! तरी... तरीही उद्धवा, तुमची भेट झाली ते आवडले मला आणि...'' गळ्यात अडकल्या हुंदक्याने त्याला पुढे बोलू दिले नाही. उद्धवाच्या तोंडून नि:श्वास निसटला. उत्सुक नजरेने अश्वत्थामा त्याच्याकडे बघत होता.

''सारे कर्माधीन आहे, वत्सा!''

''उद्धवा... कुरुक्षेत्रावर 'ती' घटना कधी घडली?'' त्याच्या तोंडून खिन्न प्रश्न निसटला, ''तीन हजार वर्षांचा कालावधी पूर्ण होण्यास अजून किती वर्षे बाकी आहेत?''

अश्वत्थाम्याचा वेदनासक्त प्रश्न ऐकून उद्धवाला अपार खिन्नता आली. स्थळ... काळ... घटना... साऱ्यांचे भान सुटलेला अश्वत्थामा छत्तीस वर्षांच्या दीर्घ कालावधीनंतर प्रथमच कुणा परिचितास भेटत होता. त्याच्या लेखी महाकाळ एकाकार झाला होता. तरीही इतक्यातच शापाचा प्रदीर्घ कालावधी कधी संपतोसे झाले होते त्याला! सुहृदाशी बोलण्याची संधी लाभताच नेमका तोच प्रश्न निसटला होता.

''तीन हजार वर्षे म्हणजे महाकाळाच्या व्याप्तीचा अत्यंत छोटा भाग'' तो करुणामय स्वरात म्हणाला. ''हा वेदनामय काळ तू सहज संपवू शकशील...'' उद्धवास वाटले – या छत्तीस वर्षांच्या काळात तो ज्या व्यथावेदनांना सामोरा गेला, त्या वेदनेस वाचा फोडण्याची संधी त्याला द्यावयास हवी.

''तसेच होवो, उद्धवा; पण...'' उद्धवाच्या सहानुभूतीने शक्तिलाभ होऊन तो म्हणाला. ''मला मात्र मी युगायुगांपासून निरर्थक भ्रमण करीत आहे असेच वाटते. समयाचा सर्प सहस्त्र फणा काढून मला वेढतो आहे. त्याचे फूत्कार माझा देह क्षीण करू शकले, तरी देह संपविण्याचे सामर्थ्य त्यांच्यात नाही. या मरणप्राय

जीवनातही उद्धवा, एक तीव्र इच्छा जोर धरून आहे...''

"इच्छा?'' उद्धवाच्या स्वरात आश्चर्यापेक्षा नापसंतीची मात्रा अधिक होती. "अजूनही इच्छेची वासना तुला पिडते आहे? अरे, आत्म्याला आहे ती वेदना कमी का आहे? त्या असह्य पीडेत इच्छेच्या स्वयंनिर्मित वेदनेची भर कशासाठी घालतो आहेस?''

"उद्धवा, मनात उत्पन्न होणाऱ्या इच्छेची निरर्थकता पडली आहेच मला. पण तरीही... एका कामनापूर्तीची इच्छा मनात घर करून आहे.'' अश्वत्थामा विवश स्वरात बोलू लागला. "महायुद्धाच्या अठराव्या मध्यरात्री मी जे अधम कृत्य केले ते अक्षम्यच होते. तरीही श्रीकृष्णाने मला प्रायश्चित्ताच्या, पश्चात्तापाच्या वेदीत जळण्याची संधी दिली. ती दिली नसती तर त्रैलोक्यात माझ्यासाठी स्थान नव्हते. अर्जुनाच्या हस्ते माझा वध झाला असता, तर माझा आत्मा अशरीरी अवस्थेत त्रस्त समंधासारखा रानोमाळ भटकत राहिला असता; पण कृष्णाने हेरले... अपराधी देहाची शिक्षा निरपराध आत्म्याला करणे योग्य नाही. देहाने अपराध केला असला, तर दंडाचा अधिकारी देहच ठरावा. आत्मा नको. त्या अटीतटीच्या क्षणीही ही जाण जागती ठेवून समतोल बिघडू दिला नाही श्रीकृष्णाने! मी लायक नसूनही माझ्यावर कृपा केली. देहाला शाप देऊन आत्म्यासाठी मुक्तीचा दरवाजा उघडा ठेवला... या पामरासाठी, उद्धवा...''

"शांत हो बंधू!'' अनुकंपेने खांदा थोपटत उद्धव म्हणाला.

"सारा अतीत विस्मृतीत गाडून स्वस्थ हो, वत्सा!''

"फक्त एकाच परिस्थितीत विस्मरण जमविता येईल, तात! त्या परिस्थितीच्या निर्मितीसाठी मला तुमचे साहाय्य हवे! मला मदत करा, उद्धवा...''

"वत्सा सांग. कुठल्या प्रकारची मदत मी करू शकतो?''

"मला... मला कृष्णदर्शनाची संधी मिळवून द्या.''

"कृष्णदर्शन?'' उद्धवाच्या काळजातून चीत्कार उमटला.

"होय तात! कृष्णचरणी माथा टेकून मनाच्या गर्भागृहात दडविलेल्या एका पापाची कबुली द्यावयाची इच्छा आहे.''

अगतिकपणे उद्धवाने डोळे मिटले. काय सांगणार याला? चर्मचक्षूंसाठी आता कृष्णदर्शन नाही. तो लाभ फक्त प्रज्ञाचक्षूंना मिळू शकेल, हे त्याला सांगणार तरी कसे? नेत्र उघडून त्याने अश्वत्थाम्याकडे बघितले... त्याच्या खोल उतरल्या डोळ्यांत पापक्षालनाची उत्सुकता हिंदकळत होती.

"आचार्यपुत्रा!'' सावध, सतर्क स्वरात उद्धव म्हणाला. "इतक्या वर्षांपासून ज्या पापाच्या जाणिवेने सातत्याने पीडा निर्माण केली आहे त्या पापाचा डंख पापक्षालनासाठी समर्थ आहे. वत्सा, अशा पापाची कबुली देण्याची गरज उरत

नाही. पापभावनेच्या बोजापासून तू मुक्त हो!''

"तुम्हाला अभिप्रेत आहे त्या पापाविषयी मी बोलत नाही. हे दुसरेच पाप! त्या अघोर कृत्याविषयी कृष्णासमक्ष कबुली देता आली तरच मला मुक्ततेचा मार्ग दिसू शकेल.''

"मुक्त होण्यासाठी तू इतर कुणाहीजवळ पापाची कबुली देऊ शकतोस. अगदी आत्ता! माझ्या समक्ष मन मोकळे करून तू पापभावनेपासून स्वत:ची सोडवणूक करू शकतोस.''

क्षणभर तो उद्धवाकडे बघत राहिला. गुप्ततेचा बोजा सहन होत असल्यागत तो पुटपुटला, "मी कृष्णहत्येची योजना आखली होती.''

"महायुद्धात प्रतिपक्षाच्या धुरंधराला नामोहरम करण्याचे प्रयत्न होतच असतात. त्याला हत्या म्हणत नाहीत. जयाच्या लालसेने अशा योजना उभयपक्षी घडत असतात.''

"नाही! नाही! मी कुरुक्षेत्राच्या रणभूमीविषयी म्हणत नाही. ही घटना महायुद्धाच्या फार आधीची आहे.'' उद्धवाच्या स्वरातील अनुकंपा सहन न होऊन तो किंचाळला. "द्वारकेत कृष्णातिथ्याचा आनंद लुटत असताना मी कृष्णहत्येची स्वप्ने बघत, कट रचित होतो. कृष्णाचे सुदर्शनचक्र हस्तगत करून त्याच्याच मदतीने कृष्णहत्या करण्याचा मानस होता. आर्यावर्तातील एकमेव वासुदेव होण्याची हीन योजना होती ती! माझे तनमन त्या महत्त्वाकांक्षेने झपाटले होते...''

मध्याकाशात तळपणाऱ्या सूर्याकडे बघत असूनही वस्तुत: अश्वत्थामा अतीत न्याहाळीत होता.

समग्र आर्यावर्ताचे ऐश्वर्य 'त्या' दिवशी इंद्रप्रस्थात जमा झाले होते. पांडवांच्या राजसूय यज्ञाचे प्रयोजन होते. भीष्म, द्रोण, दुर्योधन, कृपाचार्यांसमवेत अश्वत्थामाही इंद्रप्रस्थास आला होता. मंडपात देशोदेशींचे सत्ताधीश आसनस्थ झाले होते. कृष्ण, शिशुपालासारखे दिग्गज अग्रभागी बसले होते. ऋषिमुनींच्या उपस्थितीमुळे समग्र वातावरणात शुचितेचा शिडकावा झाला होता. महाराज युधिष्ठिराने मंगलाचरण सुरू केले. ते संपताच साऱ्यांनी पुन्हा आसन ग्रहण केले. युधिष्ठिर पुढे झाले. पितामहांच्या चरणांशी झुकून वंदन करीत ते म्हणाले, "यज्ञाचा शुभारंभ होत आहे. उपस्थितांचा सत्कार करून आपण त्या कार्याची सुरुवात करणार आहोत. यजमानाच्या दृष्टिकोनातून सारे उपस्थित महानुभाव आहेत. अशा वेळी अग्रपूजेचा मान कुणास द्यावा ते सांगण्याची कृपा करावी.''

"पुत्रा!'' किंचित हसत पितामह म्हणाले. "अग्रपूजेचा अधिकार असणारी व्यक्ती एकच! आर्यावर्तात एकच वासुदेव एकमेवाद्वितीय ठरतो हे जाणून श्रीकृष्णाला

अग्रपूजेचा मान देऊन तू त्याचा प्रथम सत्कार कर. तेच धर्माचरण ठरेल.''

मंगल वाद्यांचा गजर झाला. युधिष्ठिर श्रीकृष्णाकडे वळला. सुवर्ण तबकात पूजासाहित्य घेऊन सेवक त्यांच्यापाठी गेला. तोच ''थांबा...!'' राज्यकर्त्यांच्या मेळाव्यातून सत्तावाही आज्ञा आली. चेदिनरेश शिशुपाल उभा राहिला. सारे चकित नजरेने त्याच्याकडे बघत होते. तिरस्काराने ओठ मुरडून तो बोलू लागला.

''अग्रपूजेचा अधिकार कृष्णाला देऊन पितामहांनी धर्माची उपेक्षा केली आहे. कृष्णाची कुठल्याही प्रदेशावर सत्ता नाही; कारण तो अभिषिक्त राजा नाही. तो आहे सामान्य गवळी! संग्रामात अजेय होण्यासाठी शिक्षण देण्यात येते, त्या वयात असताना तो गायींचा शेणगोठा करीत होता. अशा अतिसामान्य व्यक्तीला अग्रपूजेचा मान देणे अनुचित ठरेल.''

साऱ्यांच्या नजरा कृष्णावर खिळल्या. तिऱ्हाइताविषयी ऐकत असल्यागत तो शिशुपालाचे वक्तव्य ऐकत होता. कुणी विरोध करीत नसल्याचे पाहून शिशुपालास स्फुरण चढले. मुक्त मनाने तो कृष्णनिंदा करू लागला.

''कृष्णपिता वसुदेव, स्वयं पितामह, यांसारखे ज्येष्ठ इथे उपस्थित आहेत. अशा वयोवृद्धांना हा मान द्या असे सांगण्यायोग्य मोठे मन कृष्णापाशी नाही. तो उथळ मनाचा आहे. मला हा प्रकार अत्यंत हीन वाटतो. इथे कौरवराज दुर्योधन बलवान आहेत. कवचकुंडलधारी कर्ण उपस्थित आहे. कुलगुरू कृपाचार्य आणि आचार्य द्रोणांसारखे ज्ञानी यज्ञाची शोभा वाढवित आहेत. यज्ञकार्य संपन्न करणसाठी भगवान व्यास जातीने आले आहेत. या साऱ्या धुरंधरांना डावलून कृष्णासारख्या अतिसामान्य व्यक्तीस अग्रपूजेचा हक्क देणे हा अधर्म आहे...''

यज्ञमंडप स्तब्ध झाला. फक्त शिशुपालाचा उद्दाम आवाज शांततेवर चरे पाडीत होता. मौनाला संमती समजून शिशुपाल बेलगाम उधळला, ''सामर्थ्य बाजूस ठेवून नीतिमत्ता बघावी तरी या गवळ्याची लायकी नाही. रासलीलेचा प्रपंच मांडून परकीय स्त्रियांबरोबर धिंगाणा घालणारा तो वासनासक्त नर आहे. अधर्माचरण करून जरासंधाला संपविणारा कपटी... परस्त्रीचे अपहरण करून तिला स्वकीया बनविणारा वासनांध कृष्ण...'' संतापाने त्याचा आवाज चिरकला.

कृष्णाच्या चेहऱ्यावर मिष्किल स्मित होते. शिशुपालाचा रोख रुक्मिणीकडे होता. तिच्या बंधूने शिशुपालास लग्नासाठी वचन दिले होते. वाग्दत्त वर पसंत नसल्याचे पत्राद्वारे श्रीकृष्णास कळवून तिने त्याला पाचारण केले होते. रुक्मिणीहरणामागची पार्श्वभूमी शिशुपालास ठाऊक नसावी. लग्न मोडल्याचा डंख मनास सतत पीडत होता. म्हणून अग्रपूजेचे निमित्त करून तो गरळ ओकत सुटला. शिष्टसंमत भाषेची सीमा ओलांडून तो ओरडला... ''अशा व्यक्तीस अग्रपूजेचा मान देणे म्हणजे अप्सरेचे लग्न हिजड्याशी लावून देण्यासारखे

निंदनीय कृत्य ठरेल...''

''शिशुपाल...'' श्रीकृष्णाचा स्वर पर्वतावर आदळून परावर्तित होणाऱ्या शंखनादाप्रमाणे गहिरा वाटत होता. ''या मंगल प्रसंगी स्वशक्तीचे प्रदर्शन वा माझ्या हस्ते अभद्र घटना व्हावी असे मला वाटत नव्हते; पण तुझ्या उद्दाम वर्तनाने माझ्यासमोर दुसरा पर्यायच ठेवलेला नाही. घे... माझ्या सुदर्शनचक्राचा सामना कर. अग्रपूजेचा अधिकारी हो...''

अचानक कृष्णाच्या उजव्या हाताच्या करंगळीवर 'सुदर्शन' प्रकट झाले. सूर्यतेजाचा लोळ वाटणाऱ्या त्या चक्राकडे सारे विस्फारित नजरेने बघत राहिले. क्षणार्धात तो तेजाचा लोळ शिशुपालाकडे धावला. मदतीच्या आशेने शिशुपालाची नजर समर्थ योद्ध्यांकडे वळली; पण महातेजाच्या दर्शनाने सारे अवाक् झाले होते. श्रीकृष्णाच्या रौद्र रूपासमोर शिशुपाल निष्प्रभ ठरला. असंख्य मान्यवरांच्या उपस्थितीत देठापासून फूल वेगळे व्हावे तसे शिशुपालाचे मस्तक धडापासून वेगळे झाले.

भयव्याप्त सभामंडपात पळभर स्तब्धता पसरली; पण दुसऱ्याच क्षणी सभामंडपाच्या सांदीकोपऱ्यांत श्रीकृष्णाचा जयजयकार दुमदुमला.

अश्वत्थाम्याच्या क्षीण नजरेसमोर या क्षणीही तेजस्वी सुदर्शनचक्र आणि त्याकडे विस्फारित नजरेने बघणारा राज्यकर्त्यांचा समूह तरळत होता. 'तेव्हा' तर...

तेव्हा तर मनावर सुदर्शनचक्राचा इतका तीव्र प्रभाव होता की, अश्वत्थाम्याच्या मनोरथाचा वारू मोकाट उधळला होता...

❖

१३
कल्याणमार्गाची यात्रा

शिशुपालाचा वध झाला ही अमंगल घटना वगळता राजसूय यज्ञाचा कार्यक्रम छान झाला. यज्ञाची पूर्णाहुती झाली. सारे स्वस्थानी रवाना झाले. रोजच्या व्यवहाराची घडी नीट बसली; पण अश्वत्थाम्याचे चित्त ठिकाणी नव्हते. त्याच्या मनोरथाचा वारू मोकाट उधळला होता.

वायव्यास्त्र, वरुणास्त्र, ब्रह्मास्त्र – यच्चयावत् अस्त्रविद्या द्रोणाचार्यांनी स्वपुत्राला दिली होती. शस्त्रास्त्रविद्येची जी गूढतम माहिती कर्णार्जुनाजवळ नव्हती, तीसुद्धा अश्वत्थाम्याजवळ होती. गुरू द्रोण स्वत: परशुरामाचे शिष्योत्तम होते. तत्कालीन आर्यावर्तात त्यांच्याशी बरोबरी करू शकेल असे कुणी नव्हते. तरीही राजसूय यज्ञावेळी जे दिसले ते कल्पनातीत होते. त्याच्या प्रभावातून अश्वत्थामा मुक्त होऊ शकत नव्हता. पापणी लवण्याइतका अवधी मिळण्यापूर्वी अगदी नगण्य काळात सूर्याच्या धगधगीत गोलासारखे भासणारे तेजस्वी सुदर्शनचक्र कृष्णकरावर प्रकट झाले होते. त्याने जणू तर्जनीवर अपरिमित तेज तोलले होते. त्या तेजाने त्याला तळापासून ढवळून काढले. मनाने त्या तेजाचा ध्यास घेतला.

पितामहांनी श्रीकृष्णाला अग्रपूजेच्या सन्मानाचा अधिकारी ठरविले. त्यापाठी त्या सुदर्शनचक्राचे सामर्थ्य आहे अशी खात्री वाटत होती अश्वत्थाम्याला! पितामह श्रीकृष्णाला 'एकमेव वासुदेव' म्हणाले होते. वासुदेवाच्या सामर्थ्याचे रहस्यही सुदर्शनचक्रातच आहे याविषयी त्याच्या मनात तिळमात्र शंका नव्हती. समर्थ राज्यकर्त्यांच्या उपस्थितीत क्षणार्धात शिशुपालाचे मस्तक धडावेगळे करू शकणारे सुदर्शनचक्र... सारा सभामंडप पुतळ्यासारखा स्तब्ध होऊन ज्याकडे बघत होता ते सुदर्शनचक्र...

ते सुदर्शनचक्र आपल्या हाती आले तर...?

...तर इहलोकातून श्रीकृष्णाचे अस्तित्व पुसणे जमेल. एकदा का श्रीकृष्णाचा काटा दूर झाला की... ज्याच्या हाती सुदर्शनचक्र तोच आर्यावर्तात सर्वशक्तिमान!

राजसूय यज्ञावेळी असंख्य भयभीत नजरा ज्यावर खिळल्या होत्या, ते सुदर्शनचक्र आपल्या तर्जनीवर विराजमान झाले की कसे दिसेल? सारे जण आपली कशी स्तुती करतील? आपले लांगूलचालन करतील... या कल्पनेत अश्वत्थाम्याच्या मनात दिवास्वप्नांची माळ फुलत होती. ते मिळविण्याच्या योजना मनात आकार घेत होत्या. अगदी झपाटून टाकले होते सुदर्शनचक्राने अश्वत्थाम्याला!

मनातील योजनेचा परिपाक म्हणून तो द्वारकेस गेला. वरवर बघता कृष्णाचा पाहुणचार झोडण्यासाठी 'अतिथी देवो भव' या उक्तीप्रमाणे देव – अतिथी बनून! सुरुवातीस सहजतेचा आव आणणाऱ्या अश्वत्थाम्याच्या मनात सुदर्शनचक्र हस्तगत करण्याची घाई दाटली होती.

"मधुसूदना..." एकदा शिळोप्याच्या गप्पा रंगात असताना तो चातुर्याने म्हणाला. "माझ्या आचार्य पित्याने मला सर्व शस्त्रास्त्रविद्येत पारंगत केले आहे. आर्यावर्तात कुणाजवळ माझ्याइतकी सखोल माहिती नाही."

"होय आर्यपुत्रा!" सहज स्वरात श्रीकृष्ण म्हणाला. "आचार्य द्रोण साक्षात जामदग्नेय-भगवान परशुरामाचे शिष्य! भार्गव आता निवृत्त झाले आहेत. म्हणजे आचार्यांसाठी आता कुणी स्पर्धक उरलेले नाही. तुलाही कुणी समकक्ष नसणे स्वाभाविक आहे."

"केशवा..." सतर्क, सावध स्वरात अश्वत्थामा म्हणाला. "ही सारी रहस्ये मला तुमच्याजवळ मोकळी कराविशी वाटतात." कुटिल नीतीची मदत घेत डोळे बारीक करीत तो म्हणाला, "द्वारका अजेय आहे. यदुनंदनाच्या आधिपत्याखाली आहे..." किंचित थबकून त्याने कृष्णाचा अंदाज घेण्याचा प्रयत्न केला. कृष्णाच्या चेहऱ्यावर नेहमीचे मोहक स्मित होते. अश्वत्थाम्याची भीड चेपली. तो म्हणाला, "हे विपुल ज्ञान तुमच्याजवळ असले तर साक्षात इंद्रही तुम्हाला वचकून राहील." कृष्णाच्या चेहऱ्यावर विलसणारे स्मित कळण्याची कुवत नसणारा अश्वत्थामा उत्तेजित स्वरात म्हणाला, "माझी समग्र विद्या मी तुम्हाला देण्यास तयार आहे, कृष्णा..." आर्यावर्तातील एकमेव वासुदेव बनण्याच्या स्वप्नाने त्याला इतके झपाटले होते की, ब्राह्मणपुत्र असल्याचे विसरून तो सौदा करणाऱ्या व्यापाऱ्याची भाषा बोलू लागला. कृष्णाला ठकविण्याच्या उद्देशाने तो लाघवी स्वरात म्हणाला, "मधुसूदना, या साऱ्या विद्येच्या बदल्यात तुम्ही माझ्या एका विज्ञप्तीचा स्वीकार करा..."

"अश्वत्थामा..." केव्हापासून शांतपणे ऐकणारा कृष्ण म्हणाला. सहजपणे त्याने अश्वत्थाम्याच्या खांद्यावर हात ठेवला. मोहक स्वरात तो बोलू लागला, "वत्सा! तू माझा अतिथी आहेस. तुझी प्रत्येक इच्छा पूर्ण करणे माझा धर्म आहे. आधीच तू ब्राह्मण! त्यात आचार्यपुत्र! शिवाय माझा अतिथीही! तुझ्या संदर्भात

एकाच्या बदल्यात दुसरे असा आदानप्रदानाचा व्यवहार मला शोभणार नाही. नि:संकोचपणे तुझी कामना ओठी आण! तुला तृप्त करण्यास मी वचनबद्ध आहे.''

अश्वत्थाम्याचा आनंद गगनात मावेना. सारी स्वप्ने साकार झाल्यासारखे वाटले त्याला! शिवाय, त्या स्वप्नांच्या प्राप्तीसाठी शस्त्रास्त्रविद्येतील रहस्य कृष्णाला देण्याचे श्रमही करावे लागणार नव्हते. आर्यावर्तातील एकमेव वासुदेव होण्याचा क्षण आता नजरेच्या टप्प्यात आला. कुठलाही अडसर दिसत नव्हता. तो विलक्षण उत्तेजित झाला. त्या भरात कृष्णाने सौदा नको असे म्हटले असूनही त्याला औदार्याचा झटका आला. मानभावीपणे तो म्हणाला, ''तर मग... माझ्या साऱ्या अस्त्रविद्येच्या बदल्यात मला तुमचे सुदर्शनचक्र द्या.''

कृष्णाच्या चेहऱ्यावरील मोहक स्मित किंचितही म्लान झाले नाही. अश्वत्थाम्याची मागणी ऐकून तो विचलितही झाला नाही. त्याच्या खांद्यावर प्रेमाने थोपटत तो लाघवी स्वरात म्हणाला, ''आचार्यपुत्रा! तुला सुदर्शन हवे आहे तर ते तू घे. त्यासाठी तू मला अस्त्रविद्या देणे गरजेचे नाही हे मी तुला आधीच सांगितले आहे. आत्ता तरी मला तुझ्या अमोघ अस्त्रविद्येची गरज नाही. असती तरी... किंवा असेल तेव्हा मी माझे बघून घेईन. त्यासाठी अतिथीशी सौदा करणे माझ्या मते हीन कृत्य ठरेल. ते मी करणार नाही. वत्सा, या क्षणापासून सुदर्शनचक्र तुझे झाले. ते तू आत्ता नेऊ शकतोस. अर्थात तुला ते जमले तरच...''

सुदर्शनचक्र केव्हाही नेता येईल हे कळले आणि अश्वत्थामा भलताच हुरळला. आनंदाच्या भरात कृष्णाने उच्चारलेले शेवटचे अर्धे वाक्य – तुला जमले तरच... त्याच्या कानी पडलेच नाही. त्याला एकच जाणीव होत होती... फार सहजपणे वासुदेव बनण्याचे स्वप्न साकार होणार होते! खुळावल्या अवस्थेत त्याने झटक्यात पाठीवरचा कृष्णकर दूर सारला. आवेगाने त्याने सुदर्शनचक्राच्या दिशेने झेप घेतली. भव्य आसनावर सुदर्शनचक्र होते. त्यावर अश्वत्थाम्याने प्रेमाने हात फिरविला. सुदर्शचक्राचा स्पर्श त्याच्या रोमारोमांत अनोखी स्पंदने जागृत करणारा होता. बस्स्! आता क्षणार्धात या अनुपम चक्राचा कबजा घ्यावयाचा आणि... आव्हानयुक्त नजरेने त्याने श्रीकृष्णाकडे बघितले.

उत्तेजित अवस्थेत अश्वत्थाम्याने सुदर्शनचक्रास धरले. ते उचलण्याच्या उद्देशाने उजव्या हाताला झटका दिला. पण... सुदर्शनचक्रावर आपटून हात परत फिरला. मागे ढकलला गेला. हाताला वेगळ्याच प्रकारच्या झिणझिण्या आल्या. सुदर्शनचक्राच्या स्थितीत मात्र तसूभराचाही फरक पडला नव्हता. त्याला नवल वाटले. आपली घाई कृष्णाला कळली असेल या कल्पनेने तो बावरला. स्वत:चा चेहरा पडला असेल, असेही वाटले त्याला! म्हणूनच पडला चेहरा कृष्णासन्मुख वळविण्याचे

टाळून त्याने मध्यभागातून सुदर्शनचक्र धरले. गच्च मूठ आवळली. सारी शक्ती पणास लावली. चक्र उचलण्यासाठी पराक्रमाची पराकाष्ठा केली. तरीही...

कृष्ण आपल्या फजितीचा आनंद लुटत असेल? आपल्या मनातील इच्छा-आकांक्षांचा त्याला वास आला असेल तर... मनात उठलेल्या 'तर'चे जे उत्तर तयार होत होते, त्या संभाव्य शक्यतेने अश्वत्थाम्याच्या मनात भय आणि लज्जेचे अजब रसायन तयार होत होते. मनातील आवर्तने दडपून टाकण्याच्या प्रयत्नांत तो निश्चयाने पुढे सरसावला. दातओठ खात त्याने सुदर्शनचक्र उचलण्याचे आव्हान स्वीकारले. दोन्ही हात सरसावून त्याने सुदर्शनचक्रावर मजबूत पकड जमविली. जोर लावून त्याने चक्र उचलण्याचा प्रयत्न मांडला; पण... अश्वत्थाम्याच्या देहावर प्रस्वेदबिंदू जमले; पण सुदर्शनचक्र होते तिथे, त्याच अवस्थेत राहिले. अश्वत्थामा जबरदस्त थकला. जे चक्र कृष्णाच्या उजव्या तर्जनीवर फुलासारखे विसावले होते, ते उचलणे दूर; पण दोन्ही हातांची मदत घेऊन, प्रयत्नांची पराकाष्ठा केल्यावर साधे सरकविणेही जमले नाही आपल्याला, ही जाण त्याला उद्ध्वस्त करीत होती. कृष्णाच्या बोटाच्या सामर्थ्यापेक्षाही आपले सामर्थ्य थिटे आहे हा विचार त्याला सहन होईना. जिवाच्या आकांताने तो प्रयत्न करीत सुटला; पण...

हताश अवस्थेत अश्वत्थामा भेलकांडत परत फिरला. कृष्णाच्या मोहक स्मितात आता करुणेची भर पडली. ही दयाही अश्वत्थाम्याला सहन होईना. नजर झुकवून तो निश्चल उभा राहिला. घामाने ओल्या झालेल्या त्याच्या मस्तकावर स्नेहाने हात ठेवीत श्रीकृष्ण बोलू लागला...

"वत्सा! सुदर्शनचक्र ही एक शक्ती आहे. शक्तीच्या प्राप्तीसाठी स्वामित्वाची नव्हे, तर समर्पणाची आवश्यकता असते. ज्या दिवशी खऱ्या अर्थाने हे सत्य तुला पचेल, त्याचे स्पष्ट आकलन होईल त्या दिवशी सुदर्शनचक्रच काय त्याहीपेक्षा अधिक बलवान शक्ती स्वत: तुझा शोध घेत येतील."

अश्वत्थामा काही बोलला नाही; बोलण्यासारखे काही नव्हतेच. कृष्णाच्या एक बोटाच्या सामर्थ्याहूनही कमी बळ असणारे आपण समर्पणाच्या बाबतीतही पार थिटे आहोत याची जाण कमालीची दाहक वाटत होती. लज्जित अवस्थेत त्याची नजर झुकलीच. कृष्णाकडे बघणे त्याला जमेना.

"आचार्यपुत्रा! लज्जित होऊ नकोस. लज्जेअधीन झाल्यामुळे तुझा चेहरा काळवंडला आहे. माझ्याने त्याकडे बघवत नाही." कृष्णाच्या शब्दांपेक्षा स्वरात अधिक सांत्वन होते. कान देऊन अश्वत्थामा तो स्वर अंतरात उतरवू लागला. "वत्सा, शक्तिप्राप्तीसाठी प्रयत्न करणे, शक्तीची आराधना करणे अजिबात लज्जास्पद नाही. फक्त शक्तिप्राप्तीपाठचा हेतूच अधोगतीला उर्ध्वकिरण करणारा

असतो. मला सांग, वत्सा, हे चक्र तुला कशासाठी हवेसे वाटले?''

अश्वत्थामा दचकला. त्याची चर्या कमालीची केविलवाणी दिसत होती. सौहार्दपूर्ण स्वरात कृष्ण विचारीत होता. ''इतकी प्रचंड शक्ती तुला का हवी होती?''

उत्तरात त्याचे ओठ थरथरले; पण त्यातून शब्द उमटला नाही. कृष्णाची हत्या करण्यासाठी सुदर्शनचक्र हवे होते हे खुद्द कृष्णाला कसे सांगता येणार? वासुदेव बनण्याची मनोकामना कृष्णाला समजली तर? मनात उठल्या प्रश्नाचे संभाव्य उत्तर कल्पनेतही हादरवित होते.

सुदर्शनचक्राची प्राप्ती दूर! प्राण वाचविणेही अशक्य ठरले असते. शिशुपालाचा आकांत आणि देठतुटल्या फुलासारखे दिसणारे त्याचे मस्तक आठवून त्याला दरदरून घाम फुटला. कृष्णाकडे बघण्याची शक्तीच हरवली. पाठ फिरवून तो संथ गतीने निघून गेला.

''उद्धवा!'' लज्जित स्वरात अश्वत्थामा म्हणाला. ''कृष्णाचा शिरच्छेद करण्यासाठी मी त्याच्या आतिथ्यशीलतेचा उपयोग करणार होतो. त्याचे औदार्य पचविण्याची कुवत नसलेला मी... निकृष्ट जातीच्या प्रयत्नांची कास धरून सुदर्शनचक्रासारखी अमोघ शक्ती हस्तगत करण्याची स्वप्ने बघत होतो. या मूर्खपणापायी किती हीन प्रयत्न मांडले मी... हजारो वर्षे हे शल्य उरात खुपत राहणे असह्य ठरेल! कृष्णाने विचारल्या प्रश्नाचे उत्तर देणे तेव्हा टाळले होते मी! आता कृष्णचरणांशी बसून या पापाचा स्वीकार करण्याची कामना आहे. ती पूर्ण झाली की मगच या शल्याची बोच बोथट होईल.''

उद्धवाच्या नेत्रांत आर्द्रता चमकली.

''अश्वत्थामा...'' अत्यंत मृदूपणे त्याच्या मस्तकावर हात ठेवीत उद्धव म्हणाला. ''पाप-पुण्य, कर्म-अकर्म या द्वंद्वापासून मुक्त हो! अलिप्त हो. यापुढे कुकर्माच्या वाटेस न जाण्याचा कृतनिश्चय कर. शेष जीवनयात्रा अश्वत्थाम्याची नसून कृष्णकर्म आहे असे समज! कृष्णाची विश्वव्यापी करुणा तुझे जीवन व्यापू दे. निरपेक्षतेने कृष्णकर्म करीत राहा...''

''नाही उद्धवा!'' अश्वत्थामा कळवळला. ''तुम्ही म्हणता या साऱ्याला माझा विरोध नाही; पण... हे सारे कृष्णभेटीनंतर! 'त्या' दिवशी कृष्णाने विचारलेल्या प्रश्नाचे उत्तर दिल्याविना माझ्या मनास शांतता लाभणार नाही. माझ्या मनाच्या वेदनेचा दाह शमणार नाही. तो शमावा असे वाटत असेल, तर तात, मला कृष्णभेटीची संधी मिळवून द्या.''

''वत्सा, आता कृष्णदर्शनाची प्रक्रिया सीमित उरलेली नाही. तो ब्रह्मांडव्यापी

बनला आहे आता.''

''म्हणजे?'' अश्वत्थाम्याची काया ताठरली.

''कृष्णाचा देहधर्म संपला आहे.'' उद्धवाचा कंठ रुद्ध झाला.

''मला आकलन होईल असे बोला, उद्धवा? पटकन सांगा, आता कृष्ण कुठे आहे?''

''तुझ्या अत्यंत समीप आहे! अत्र तत्र सर्वत्र आता कृष्णाचा व्याप आहे. यापुढे श्रीकृष्ण हे विशिष्ट देहाचे नाव नसून परमतत्त्वाचा परिचय असणार आहे.'' उद्धवाने थकून डोळे मिटले. दीर्घ निश्वासाच्या रूपात त्याच्या तोंडून दुःख निसटले. प्रयत्नपूर्वक तोल सावरीत तो म्हणाला, ''वत्सा, एका महायुगाची समाप्ती झाली आहे.''

''हे... हे कसे शक्य आहे, उद्धवा? कृष्णासाठी देहधर्म कसा असेल? असलाच तर अश्वत्थाम्याच्या भळभळत्या जखमेवर स्नेहामृत शिंपल्याविना त्याचे समापन कसे होईल? उद्धवा, महायुगात निर्माण झालेली ही वैफल्यग्रस्त जखम भरत नाही, तोवर महायुगाची समाप्ती कशी होईल?'' अश्वत्थाम्याचा विलाप काळजास घरे पाडीत होता. अचानक ताठ होत तो कणखर स्वरात म्हणाला, ''मला भेटल्याविना कृष्णाला तरणोपाय नाही. कृष्णाच्या शोधात मी वणवण फिरेन आणि ज्या दिवशी मला कृष्ण भेटेल...''

वाक्य पूर्ण न करता तो पाठ फिरवून चालू लागला. तरातरा चालत तो दाट वनात शिरला. ''कल्याणमार्गाची यात्रा एकाकीच असते, उद्धवा...'' अश्वत्थाम्याचा क्षीण स्वर पायाखाली दबल्या जाणाऱ्या पाचोळ्याच्या आवाजात लुप्त होत असूनही... उद्धवाच्या कानांत ती अमृतमय गुणगुण उतरली...

कुणी कुणाला बोट दाखवून दिशासूचनाचे पुण्य मिळवू शकले तरी आत्म्याच्या मार्गावर प्रत्येकास एकाकीपणे वावरावे लागते. कुणी कुणाच्या सुखाचे वा दुःखाचे कारण बनू शकत नाही. फक्त आत्मा आणि त्याची कर्मेच एकमेकांना विळखा घालून असतात.

हात जोडून उद्धवाने दशदिशांस वंदन केले. यादवांना प्रभासक्षेत्री नेण्याचा निर्णय सांगून आदल्या संध्याकाळी कृष्णाने हेच सारे सांगितले होते. विस्मरणात गेलेली अमृतवाणी नैमिषारण्यात पुनश्च कशी कानी पडली? उद्धव चक्रावला.

परत हात जोडून उद्धवाने अश्वत्थाम्याच्या मन:शांतीसाठी प्रार्थना केली.

❖

१४

तमाल आणि कदंबवृक्षाचा पर्णभार

यमुनेच्या तीरावर वसलेली मथुरानगरी एखाद्या पुष्ट गोपगृहिणीच्या कडेवरील बाळसेदार बालकासारखी दिसत होती. उद्धवाची गती आपोआपच मंदावली. कालिंदीच्या पात्रात पाय बुडवून तो क्षणभर उभा राहिला. सूर्य पश्चिमेला झुकला होता. आपली लालसर किरणे तो कालिंदीच्या पात्रात बुचकळीत होता. कालिंदीचा किनारा नि:शब्द होता. प्रवाहाच्या लाटा किनाऱ्यावर आपटून परत येत होत्या, तितकाच काय तो आवाज! बाकी वातावरण शांत होते. मध्येच एखादा पक्षी पाण्यात चोच बुडवून पाणी पीत होता, तेवढा आवाज वजा करता सर्वत्र शांतता होती.

उद्धवाने मथुरेकडे बघितले. मार्गावरील धुळीत गायींची पदचिन्हे उमटली होती. त्यावर कुठे रथांची चाके फिरल्याच्या खुणाही होत्या. प्रवासाचा थकवा दूर व्हावा यासाठी तोंड धुण्याच्या हेतूने उद्धवाने यमुनाजल ओंजळीत भरले. अचानक कालिंदीसमोर नतमस्तक होऊन त्याने हात जोडले! ओंजळीत वेगळा पडलेला जलप्रवाह पुन्हा यमुनेत कोसळला. वाहत्या प्रवाहात आता त्या ओंजळभर प्रवाहाचे अस्तित्व दिसत नव्हते. पुन्हा एकदा तो नतमस्तक झाला. ओंजळीतील प्रवाह वेगळा पाडता येत नाही याची खंत गोंजारणाऱ्या उद्धवासमोर प्रवाहातून शब्दब्रह्म उसळले... उद्धवा, कित्येक वर्षांपूर्वी तू कृष्णासमवेत इथे आला होतास. धनुष्ययागाचे निमित्त पुढे ठेवून कृष्ण-बलरामाला घेऊन अक्रूर इथे आले, त्या वेळी तूही संगे होतास. तर मग आत्ताच एकटा का आला आहेस? कृष्ण-बलरामाचे क्षेमकुशल सांगण्यासाठी की, त्यांचा काही निरोप सांगण्यासाठी? इकडे येणार आहेत का ते? सांग उद्धवा, सत्त्वर सांग – कधी येणार आहे कृष्ण सांग की चटकन...

उद्धवाच्या देहावर सरसरून काटा फुलला. अभावितपणे तो पाण्यापासून दूर

झाला. प्रश्न विचारणाऱ्या कालिंदीच्या लाडिक लाटांकडे त्याच्याने बघवेना. अगतिकपणे त्याने डोळे मिटले. त्याच्या घायाळ मनात आक्रोश दाटला. "यमुनाबाई... माते, मी अपराधी आहे तुझा! पण माझ्या एकट्याने येण्याला पर्याय नव्हता, हे समजून घे माते! बालकावर रुसू नकोस. अपराध क्षम्य ठरव माझा. कारण... मी एकटा आलो असतो तरी माते, कृष्ण सतत तुझ्या सन्निध आहे. त्या पक्ष्यांच्या सुस्वरात तुला वेणुनादाची प्रचिती मिळेल. तुझ्या जलराशींत विहार करणाऱ्या कूर्मांच्या चालीत तुला कृष्णाचा पदरव सापडेल. तुझ्या जलस्पर्शाने गायींच्या त्वचेवर थरथर उमटेल! ती तुला कृष्णसंस्पर्शाची प्रचिती करवील. आणि माते... माझ्या नेत्रांतून ओघळलेल्या अश्रुबिंदूंत..."

उद्धवाच्या गळ्यात भला थोरला आवंढा अडकला. टपोरा अश्रुबिंदू जलप्रवाहात टपकला. कळवळल्या मनाचे आक्रंदन पुन्हा चालू झाले. "माते... या अश्रूंत श्रीकृष्णाचे मोरपीस दडले आहे. ते कृष्णप्रिय मोरपीस तू तुझ्या कुशीत घेतलेस... आता तुझ्या कुशीत माता देवकी आणि माता यशोदाही! माता देवकी आणि यशोदेचे अस्तित्व उरले नसले तरी कालिंदी खळखळते आहे. माते, तुझ्या कुशीत कृष्णमातेच्या विव्हळ विरहाचे मोरपीस तू सामावले आहेस. त्याच कृष्णप्रेमाचे आणि कृष्णप्रिय मोरपिसाचे तू 'यावच्चंद्र दिवाकरौ' जतन करणार आहेस, माते..."

भाववश उद्धवाला यमुनाप्रवाहाने चिंब भिजविले.

उद्धव मथुरेच्या महाद्वाराशी पोहोचला, तेव्हा गोपबाळ गायींना घेऊन परतत होते. ज्या नगरीत आता उद्धव प्रवेश करणार होता त्या नगरीवर आता कंसाचे आधिपत्य नव्हते. तीवर उग्रसेनाचाही अधिकार नव्हता. जरासंध आणि कालयवनाच्या आक्रमणाच्या त्रासातून मथुरेस मुक्त करण्यासाठी मथुरेचा निरोप घेऊन कृष्ण थेट द्वारकेस गेला होता. त्या वेळी, काही यादवांनी कृष्णासंगे द्वारकेस जाणे पसंत केले होते. उग्रसेनही तेव्हा द्वारकेस गेले होते. उरल्यासुरल्या यादवांची – वृष्णी भोजकांची जी नवी पिढी मथुरेत होती, तिला कथनाद्वारेच कृष्णपरिचय घडला होता. फार थोड्या वृद्धांनी कृष्णाला प्रत्यक्ष बघितले होते. खुद्द उद्धवही खूप वर्षांनंतर मथुरेस येत होता. आज रात्री मथुरेस राहून सकाळी गोकुळाकडे प्रयाण करण्याचा त्याचा मानस होता. गोकुळीच्या राधेला कृष्णाच्या देहोत्सर्गाची बातमी दिली की, आपणही कर्मबंधनातून मुक्त होऊ... उद्धव स्वत:शी संवाद करत चालत होता.

तंद्रीतच तो दुर्गाच्या प्रवेशद्वाराशी पोहोचला. जुन्या नजरेने तो मथुरेचे नवे रूप न्याहाळीत होता. अपरिचित आगंतुकाला महाद्वाराशी उभे पाहून दोन-चार तरुण त्याच्या आसपास घुटमळले. त्यातील पोक्त विचारांचा एक तरुण पुढे

झाला. उद्धवाला वंदन करून म्हणाला, "वंदन करतो तात! मथुरानगरीत आपण नवे वाटता. निवासाचा प्रबंध केलेला नसेल तर आतिथ्याची संधी देऊन मला उपकृत करा!"

"कल्याणमस्तु!" यांत्रिकपणे उद्धवाने आशीर्वाद दिला. मथुरानगरीत आपण नवागंतुक ठरणे त्याला कसेसेच वाटले; पण सारे बदलल्याचे जाणवत होते. क्षणभर त्याला वाटले – कृष्ण इथे येतो तर इथल्या प्रजाजनांसाठी तोही अपरिचित ठरला असता. त्याच्या ओठी कडवट स्मित फुलले; पण वस्तुस्थिती विपरीत वाटली तरी तीस वास्तवाचे अधिष्ठान होते. सच्चेपण जाणवून तो पुटपुटला, "असे घडणे स्वाभाविकच आहे. हे आकाश... ही भूमी... ही कालिंदी तीच असली तरी आता नगरजन तेच कुठायत! उद्धव इथे अनोळखीच ठरणार. पुरजनांच्या लेखी तो अतिथी ठरणे दुरापास्तच आहे. महाकाळाच्या गतीशी ताल जुळविणे कुणालाच जमण्यातले नाही." बेलगाम उधळल्या विचारांवर विवेकाचा कोरडा विंझून बोलला... "वत्सा! तुझ्या आमंत्रणाबद्दल आभार; पण मथुरेतील एखाद्या वयोवृद्धाकडे थांबणे गला अधिक सोईचे वाटले. मला ओळखणारे कुणी इथे आहे का याची चौकशी करता येईल."

"वृद्ध यादव!" किंचित विचार करून त्याने उत्तर दिले. "इथे असणाऱ्या वृद्धजनांत अक्रूर तात ज्येष्ठ आहेत."

"अक्रूर?" उद्धव शहारला. या नगरीत प्रथम प्रवेश केला तेव्हा अक्रूरच तर होते. ते जिवंत असल्याचे कळले म्हणून उद्धव आनंदित झाला. वयाला व वेशाला न शोभणाऱ्या उतावीळ स्वरात तो म्हणाला, "मला सत्त्वर अक्रूर तातांना भेटले पाहिजे." कित्येक दिवसांत स्वकीयांची भेट नव्हती. उद्धवाच्या उत्साहाला उधाण आले. त्या तरुणाने चकित स्वरात विचारले, "आपण अक्रूरजींना ओळखता?" त्याच्या स्वरात आश्चर्याइतकेच आदराचेही पडसाद होते.

"होय वत्सा!" उद्धव किंचित हसून म्हणाला. "उग्रसेन, वसुदेव आणि बलराम-श्रीकृष्णांचा सहवास लाभलेला हा जीव, तात अक्रूरांच्या संगतीने प्रथम या नगरीत आला होता."

"भाग्यवान आहात आपण! आपला परिचय?" कृष्णाचे नाव कानी पडताच आसपासच्या साऱ्यांनी कान टवकारून उद्धवाकडे धाव घेतली.

"या देहाला उद्धव म्हणतात," प्रश्नकर्त्याच्या खांद्यावर उद्धवाने वात्सल्याने हात ठेवला.

"उद्धवजी" साऱ्यांच्या मुखातून आश्चर्योद्गार निसटला. नवी पिढी उद्धवाला पाहून ओळखत नसली तरी ऐकून ओळखत होती. जमलेल्या साऱ्यांनी आदराने हात जोडले. सारे उद्धवाबरोबर चालू लागले.

"क्षमा, तात!'' मार्गदर्शक अपराधी स्वरात म्हणाला. "उद्धवजींना मथुरेत नवागत समजण्याचा अपराध घडला. या नगरीत आपण अतिथी नाही. या नगरीतले प्रत्येक घरच नव्हे, तर समग्र मथुरा आपले घर समजा, नरश्रेष्ठ! आता आपण देवकीनंदनाकडून येत आहात? तात, आम्हाला त्यांच्या गोष्टी सांगा की...''

"खरेच तात!'' दोघे-तिघे एकदम म्हणाले. "आम्ही मधुसूदनाच्या फक्त पराक्रमकथा जाणतो. आपण अनौपचारिक गोष्टी सांगा नं... मागे एकदा तात अक्रूरांनी त्यांच्या बासरीविषयी सांगितले होते. आपण त्यांच्या परमप्रिय मोरपिसाची वार्ता सांगा.'' बोलणाऱ्याच्या स्वरात बालिश उत्सुकता होती. "आपण त्यांची बासरी खूपदा ऐकली असेल. रासक्रीडेवेळीही आपण होतात ना?''

"आम्ही ऐकून आहोत की, या व्रजभूमीला कंसाच्या अत्याचारांतून श्रीकृष्णाने मुक्त केले; त्या वेळी आपण त्यांच्यासंगे होतात, तात! आपल्या तोंडून कृष्णकथा ऐकण्याचे भाग्य आम्हाला हवे आहे, तात!''

"आपण माधवमुरारीच्या जीवनातील प्रत्येक घटनेचे साक्षीदार! द्वारकेस परताल तेव्हा त्यांना आमच्या वतीने विनंती करा... एकदा तरी इकडे येण्यास सांगा त्यांना! आमची पिढी कृष्णदर्शनापासून वंचित ठेवू नका. आमचे हे दुर्भाग्य संपून आम्हाला कृष्णदर्शनाचे भाग्य मिळवून द्या, तात!''

उद्धवाला बोलण्याची संधी न देता सारे उत्सुक स्वरात बोलत सुटले. शेवटचे वाक्य उद्धवाच्या काळजास चटका लावणारे होते. अजून काही क्षणांपूर्वीच अश्रुबिंदूंचे मोरपीस त्यानी कालिंदीच्या प्रवाहात सोडले होते. ते मोरपीस पुन्हा नजरेसमोर तरळू लागले. तोल सावरत मूळ विषयास त्यानी कौशल्याने बगल दिली. मधाळ स्वरात तो म्हणाला, "व्रजभूमीने कृष्णाला बघितले नाही हे मला कसे पटेल? कंसाच्या त्या सभामंडपाशी आजही कृष्णाचा पदरव ऐकू येत असेल. कारागृहाच्या भिंतींत बाळकृष्णाच्या नवजात रुदनाचा स्वर मुरला असेल. यमुनेच्या प्रवाहाने तुम्हाला कित्येकदा कृष्णदर्शन घडविले असेल. तिकडे बघा... त्या तमाल आणि कदंबवृक्षांच्या फांद्यांकडे बघा...''

साऱ्यांनी उद्धवाने बोट दाखविले त्या दिशेस पाहिले. रोजच तो परिसर नजरेस पडत असे. तरीही... तरीही सारे अनोखे भासले त्यांना! उद्धव दाखवीत होता त्या कदंब आणि तमालवृक्षांच्या फांद्यांवर मोरपिसे झुलत होती. वाऱ्याची मंद झुळूक आली. मोरपिसांच्या थरारात अनोखे अलगूज प्रकट झाले. बघणाऱ्यांच्या डोळ्यांचे पारणे फिटले. मोरपिसे आणि बासरीचे सुस्वर इथेच आहेत की... हे मोरपीस म्हणजे कृष्ण की बासरी म्हणजे कृष्ण? 'कृष्ण! कृष्ण! कृष्ण!' वातावरणात एकाच शब्दाचा उद्घोष दुमदुमला. मथुरेच्या प्रासादांवर आणि घुमटांवर कितीतरी

वेळ त्या दोन अक्षरांचे पडसाद उमटत राहिले.

"आम्ही... आम्ही हे काय अनुभवले, उद्धव तात?" अनिर्वचनीय अनुभूतीची लाट दूर जाताच अभावित प्रश्न उमटला. त्यात आनंदाश्चर्याचा स्वाभाविक कंप होता.

"वत्स! आता हेच कृष्णरूप! आता अस्थिचर्माने वेढलेल्या देहधारी मानवाच्या रूपात कृष्ण कुणाला दिसणार नाही. देहधर्म संपवून त्यानी त्रिभुवनव्यापी रूप धारण केले आहे."

कृष्णदर्शनाची संधी न लाभलेल्या पुरजनांना कृष्ण आता देहधारी नाहीत या वार्तेने घायाळ केले. इतर कुणी ही वार्ता सांगितली असती तर ती अफवा ठरण्याची शक्यता आश्वासक वाटली असती; पण उद्धवाकडून कळलेली वार्ता खोटी ठरण्याची सुतराम शक्यता नव्हती. पुरजनांचे चेहरे दुःखाने काळवंडले. व्यग्र नजरेने त्यांनी तमाल आणि कदंब वृक्षांकडे बघितले. तर... अजून इतक्यातच फांदीफांदीवर मोरपिसे झुलताना बघितली होती. त्याच फांद्यांवर आता पर्णभार सळसळत होता. कुठे गेली ती मोरपिसे?

"उद्धवजी..." एका पोक्त पुरजनाने प्रातिनिधिक स्वरूपात साऱ्यांचे मन ओठी आणले. "तात! आपण आमच्या नजरेस कृष्णदर्शनाचा आनंद दिलात. सुस्वर वेणुनादाच्या मदतीने व्रजभूमी कधीच कृष्णविहीन नसेल याची प्रचिती करून दिलीत. कृष्णदर्शनापासून आम्ही वंचित आहोत या आमच्या भ्रमाचे खंडन केलेत, तात, यापुढे आम्ही इथल्या कणाकणांत कृष्णदर्शन घेऊ. चला तात... आम्ही आपणास तात अक्रूरांच्या महाली नेतो. ते आता पूर्वीच्या महाली नसतात म्हणून..."

पुरजनांचा मोठा जमाव उद्धवाबरोबर चालू लागला. त्या वेळी मावळत्या सूर्याची अंतिम किरणे पश्चिम दिशेस अदृश्य झाली होती. वाऱ्याच्या वेगाने मथुरेच्या राजमार्गावर उद्धवाच्या आगमनाची आणि श्रीकृष्णाच्या देहविलयाची वार्ता मथुरेच्या राजमार्गावर पसरली. हवेचे स्तरही पळभर निश्चल झाले. सारी कामे दूर सारून पुरजन उद्धवासाठी चालू लागले. आता कुणी उद्धवास प्रश्न विचारीत नव्हते. असीम विषाद आणि उद्धवभेटीच्या आनंदाचे अजब मिश्रण त्यांच्या मुखांवर चमचमत होते.

अक्रूरांच्या महाली, उद्धवाचे आगमन आणि कृष्णाच्या देहविलयाची वार्ता पोहोचली. उद्धवाला सामोरे जाण्यासाठी ते महाद्वाराशी आसनावर बसले. जराजर्जर देहावर काळाने दाही हातांनी थपडा मारल्या असल्याच्या खुणा होत्या. मन सैरभैर उधळले होते. उद्धवाने पायावर डोके ठेवले. त्यांना उद्धव समीप आल्याचे कळले नाही.

“वंदन करतो, तात!” उद्धवाचा स्वर कानी पडताच ते चमकले. त्यांच्या दाटल्या गळ्यातून शब्द उमटेना. त्यांनी आवेगाने उद्धवाला मिठीत घेतले व प्रयत्नपूर्वक म्हणाले, “पुत्रा! कृष्णाला घेऊन मी इथे आलो, तेव्हा संगे तू होतास. वत्सा, आज मथुरा आहे. तू आहेस. जराजर्जर मीही आहे; पण कृष्ण कुठेच नाही. असे का? सारे यथावत् असूनही चैतन्यच हरवले रे... तुम्हाला इथे घेऊन आलो तो क्षण आजही माझ्या स्मृतींत ताजा आहे...” अक्रूरांनी अवश हुंदका दिला.

उद्धवानेही मोकळ्या मनाने रडून घेतले.

❖

१५

अक्रूर आणि उद्धव

मथुरेच्या दुर्गावर रात्रीचा दुसरा प्रहर संपल्याचे टोल पडले. आकाशात अजून अंधाराचे राज्य होते. अक्रूरमहाली उद्यानात समोरासमोर ठेवलेल्या मंचकावर अक्रूर आणि उद्धव बसले होते. कृष्णाच्या देहोत्सर्गाचीच नव्हे तर यादवकुलाच्या अवगतीची, कृष्णाच्या द्वारकात्यागाची, प्रभासक्षेत्री घडलेल्या विनाशाची आणि कुर्कटाहस्ते झालेल्या अर्जुन अवहेलनेचीही वार्ता उद्धवाने विशद केली होती. प्रत्येक शब्द अक्रूर कान देऊन ऐकत होते. वसुदेव-देवकीच्या समाधी अवस्थेची घटना त्यांना उद्ध्वस्त करीत होती. छातीत श्वास कोंडत होता.

लोडास टेकून अक्रूरांनी पाय लांब केले. प्रासादाच्या गवाक्षातून मशालीतून उमटल्या प्रकाशरेषा बाहेर डोकावीत होत्या. निरर्थक नजरेने अक्रूर त्या फडफडत्या ज्योतीकडे बघत होते. मुक्या मारामुळे बधिर झाल्यागत नगरी स्तब्ध आणि निःशब्द वाटत होती. मध्येच कुठूनसा गाय हंबरण्याचा आवाज येत होता. कालिंदी प्रवाहाचा आवाज दबल्या हुंदक्यांसारखा भासत होता. वृक्षांच्या पानांची सळसळही सहन होत नव्हती.

सेवकाने चौरंगावर ठेवलेल्या दुधाच्या पेल्यांकडे अक्रूर वा उद्धवाचे लक्ष नव्हते. चौरंगावरील दिव्याच्या प्रकाशात ते पेले तिष्ठत होते. दिव्याची ज्योत वाऱ्याच्या झोताने फडफडत होती. फडफडणाऱ्या ज्योतीच्या विरूप आकाराकडे बघत उद्धव विचारांत गुरफटत होता. अनायास अक्रूरांची नजर कंसाच्या राजप्रासादाच्या घुमटाकडे वळली. राजप्रासादाला लागूनच कारागृह होते. आयुष्यातील सुवर्णकाळ म्हणून ज्याचा उल्लेख होतो तो काळ वसुदेवाच्या जीवनातून निसटला होता. याच कारागृहातून गुदमरला होता. या कारागृहाच्या भिंतींनी नवजात बालकांच्या मरणकिंकाळ्या ऐकल्या होत्या. ज्या भिंतींआड बाळकृष्णाचा जन्म झाला आणि चमत्कृतिपूर्ण रीतीने त्याला घेऊन वसुदेव निसटले... आणि कंसाच्या महालानजीकच्या सभामंडपात योजलेला धनुष्ययाग यज्ञ! असंख्य आठवणी अक्रूरांच्या मनात

धुमाकूळ घालीत असताना संपूर्ण कथनाच्या उपसंहाराचे काम हाती घेतल्यासारखा उद्धव बोलू लागला.

"तात अक्रूर! नियतीची यात्रा कधी थांबत नसते. ती पुढे सरकणारीच आहे. हा चंद्र, हा सूर्य, हे तारे, हे वारे, इतकेच काय, पण कालिंदी... नियतीच्या लेखी या साऱ्यांचे अस्तित्व तमालवृक्षाच्या एखाद्या पर्णाहून अधिक नाही. जशी वृक्षाला पानगळ असते."

"उद्धवा..." दीर्घ मौन त्यजून अक्रूर कळवळले. "यमुनेचा प्रवाह इतका काळा कधी वाटला नव्हता रे! इतका अंधारही कुठच्याच रात्री वाटला नव्हता. श्यामल कृष्णाच्या देहोत्सर्गामुळे त्याचा श्यामवर्ण निसर्गात सर्वत्र उधळला आहे का रे? प्रकृती कमालीची श्यामल भासतेय..."

"होय तात! असेच असावे! कृष्ण आता निसर्गाच्या कणाकणांत मिसळले आहेत. देहधारी कृष्णाच्या साक्षात्कारापेक्षा विदेही कृष्णाचा साक्षात्कार अधिक सहज झाला आहे..." ज्ञानवृद्ध उद्धव वयोवृद्ध अक्रूरांचे सांत्वन करीत होता. अक्रूरांच्या मुखातून दीर्घ नि:श्वास निसटला.

"वसुदेवाच्या भाग्याचा आज मला हेवा वाटतो!" ते उद्विग्न स्वरात म्हणाले. "कृष्णाचे पितृत्व त्यांना लाभले त्याचे काही नाही; पण कृष्ण देहविलयानंतर त्यांनी योगसमाधी घेतली. माझ्या भाग्यात ते सुख नाही..."

"शांत व्हा, तात..." उद्धवाने बोलण्याचा प्रयत्न केला.

"शांत चित्ताने विचार करताना जाणवते... वसुदेवाचे भाग्य मला कसे लाभावे?" उद्धवाकडे लक्ष नसल्यागत अक्रूरांची मनोवेदना भळभळत होती. "अंधक आणि वृष्णीवंशाच्या गणतंत्राचा म्हणजे यादवकुळाचा सुवर्णकाळ बघितला मी! वसुदेव आणि उग्रसेनाच्या पंगतीत बसण्याचे भाग्य लाभले मला! तरीही... माझ्या दुबळेपणाने माझ्याकरवी पापाचरण करविले त्याचे स्मरण..."

"तात! दुर्बलता आणि पाप मानवदेहाला अभित्र त्वचेसारखी निगडित असतात. आपण उगीच..."

"नाही उद्धवा! मी म्हणतो ते इतके 'उगीच' नाही. वृष्णी आणि अंधकांचे अस्तित्व कृष्णमय झाले, ते रुचले नव्हते मला! म्हणून या अवस्थेचा भोग माझ्या नशिबी आला. हेवादावा करणाऱ्या मनाला योगसमाधी कशी जमणार? ती क्षमता माझ्यात उत्पन्न व्हावी, यासाठी माझ्याकडून कधी प्रयत्न झाले? ज्या कृष्णाला जन्मत: मृत्यूशी सामना करावा लागू नये यासाठी वसुदेवाने भगीरथ प्रयत्न करून त्याला नंदगोपाच्या स्वाधीन केले, त्या कृष्णाच्या वधासाठी कंसाने माझ्या सहकार्याने कट रचला हे सहन होत नाही मला! ती स्मृती उचंबळते तेव्हा पार गुदमरतो मी..."

उद्धव गप्प राहिला. त्याच्याही मनात आठव दाटत होता. धनुष्ययाग यज्ञाचे

आमंत्रण घेऊन अक्रूर गोकुळात आले तेव्हा... सारे जाणून होते, धनुष्यबाण यज्ञाचे फक्त निमित्त आहे. हा सारा प्रपंच कृष्ण-बलरामाच्या हत्येसाठी आहे. जे व्रजभूमीतील बाळगोपाळांना कळत होते, ते अक्रूर जाणत नसण्याची शक्यता नव्हती. वृष्णीक आणि अंधक कुळाला निर्वीर्य करून कंसाने एकचक्री अंमल लादला होता. त्यावेळी अक्रूरांची गणना वडीलधाऱ्या यादवांत होत होतीच की! गणपरिषदेच्या अधिपतीस– पिता उग्रसेनास– कारागृहात डांबून कंस सम्राट झाला या घटनेचे साक्षीदार अक्रूर!

तरीही... कंसाचे आमंत्रण घेऊन ते गोकुळास आले होते. वस्तुतः उग्रसेन आणि वसुदेवांना कैद केल्यावर वडीलधाऱ्यांत गणना व्हावी असे त्यांचे ज्येष्ठत्व! सारे यादव त्यांचा अधिकार स्वीकारीत; कारण उग्रसेन आणि वसुदेवांच्या कारकिर्दीत अक्रूरांनी खूप सत्कार्य केले होते. म्हणून कंसाचा तिरस्कार करणारी प्रजा त्यांच्याशी आदराने वागत असे. खरे तर, उग्रसेन आणि वसुदेवांच्यापाठोपाठ आता अक्रूरांची रवानगी कारागृहात होईल, असेच साऱ्यांना वाटत होते; पण कंसाने छद्मीपणाने अक्रूरांस सल्लागार मंडळात ठेवले.

अक्रूरांस अधिकाराची चटक लागली होती; राजमान्यतेची लालसा मनात जोर धरीत होती. कंसाच्या सल्लागार मंडळात त्यांचा समावेश झाला, हे आवडले होते पुरजनांना! त्यांच्या मनात आशा फुलली होती; पण त्या आशेवर अक्रूरांच्या चामडीबचाऊ धोरणाने पाणी फिरविले. उग्रसेन आणि वसुदेवाच्या परंपरेस आत्मसात करण्याऐवजी त्यांनी कंससेवा आरंभली. साऱ्यांच्या डोळ्यांत भरण्याइतकी त्यांच्या लांगूलचालनाची मात्रा वाढली. सापाने कात टाकावी तसे त्यांचे वर्तन... विस्मरणात गाडल्या गेलेल्या आठवणी मनात उसळत असूनही संयमाने उद्धवाने अक्रूरांच्या वडीलपणाची ओज राखली.

"तात, ज्या घटनांसाठी नियतीने आपणांस निमित्त बनविले त्या घटनांचे यशापयश आपले नाही. महाकालाच्या चरणी ते अर्पण करून मुक्त होणेच उचित ठरते. आठवणी सुखद असतात, तसे विस्मरणही आनंदप्रद ठरते, हे कळण्याला ज्ञानप्राप्ती म्हणतात."

"स्मृती-विस्मृतींच्या प्रदेशात सामान्य माणसाला प्रवेश नसतो उद्धवा! कारण तिथे कुठचे 'प्रेत' कधी बिलगेल हे सांगता येत नाही. त्या प्रेताला स्वीकाराच्या रूपाने तिलांजली दिल्याविना मुक्त होता येत नसते." प्रत्येक शब्दावर जोर देत अक्रूर म्हणाले. "त्या क्षणी कंसाने मला बोलावून सांगितले की..." अचानक अक्रूर थांबले.

"काय सांगितले तात?" उद्धवाचा स्वर थरथरला.

"उद्धवा... कंस म्हणाले..." अक्रूरांनी अगतिकपणे डोळे मिटले.

कंसाची समग्र कार्यप्रणालीच सुसंस्कृत माणसाला न पटणारी होती. गणाधिपती उग्रसेनाचा पुत्र असा वागेल अशी कल्पना करणेही अनुचित वाटावे असे त्याचे वर्तन होते. त्याच्या अनपेक्षित करणीमुळे मथुरेची प्रजा बावरली होती, गोंधळली होती. युवराजाने पित्याच्या मरणाची वा निवृत्तीची वाट न बघता पित्याला कैदेत टाकून राज्यारूढ होणे साऱ्या आर्यावर्तासाठी धक्कादायक घटना होती. सारे कल्पनातीत घडत होते. तरीही ते वास्तव होते.

सत्याचे रोप कधी कल्पनेच्या जमिनीवर उगवत नसते. कल्पनातीत घटनांची घटमाळ मथुरेच्या पुरजनांना बधिर करणारी होती. वृष्णी आणि अंधक कुळांचे ते गणतंत्र! अक्रूर आणि वसुदेव वृष्णीकुळाची वडीलधारी मंडळी, तर अंधक वंशाचे अधिपती उग्रसेन! या दोन्ही गणतंत्रांच्या सहयोगाने मथुरा आणि व्रजभूमी स्वप्नसृष्टीसारखी रमणीय बनली होती. अचानक विपरीत घटना घडली. मथुरा ती पचवू शकली नाही. समग्र वातावरण भयव्याप्त झाले.

युवराज कंसाने मूठभर समर्थकांच्या सहकार्याने राज्याची सूत्रे हाती घेतली. उग्रसेन आणि वसुदेव कारागृहात असणे... पुत्राने पित्याशी असे वर्तन करणे... समग्र आर्यावर्तास सुन्न करणारे होते. चेदि, मगध, पौंड्र, हस्तिनापूर... कुठेही कधी अशी घटना घडली नव्हती. ही लज्जास्पद घटना मथुरा नावाच्या संस्कार नगरीत घडली. तरीही...

तरीही पुरजन कंसाविरुद्ध ब्रही काढू शकत नव्हते. गणतंत्राच्या विनाशाबरोबर प्रजेचा आवाजही दडपला होता. प्रजेला कळत होते – कंस समर्थ आहेच. शिवाय बलशाली मगधराजाचा पाठिंबा आहे; कारण मगधराजाच्या दोन्ही मुली– अस्ती आणि प्राप्ती– कंसाच्या भार्या आहेत. कंसाचा विरोध म्हणजे मगधनरेशाच्या रोषाला आमंत्रण!

गणतंत्राची समजूतदार मंडळी आवाज हरवल्यागत गप्प झाली. ज्यांनी डोके वर काढण्याचा प्रयत्न केला त्यांचे मस्तक धडावेगळे झाले. सारे गप्प होते तरीही कधी कुणाच्या तोंडून पुटपुट निसटे... उग्रसेनासारख्या धीरगंभीर आणि सुशील गणाधिपतीच्या वंशात असा दिवटा पुत्र कसा जन्मला? सहसा या प्रश्नाचे उत्तर दिले जात नसे. तरीही अपवादाने एखादा वृद्ध तिरस्कार ओठी आणीत म्हणे, "जी स्त्री पतिव्रताधर्माचे पालन करीत नाही तिच्या कुशीत वर्णसंकर संतती..." वाक्य पूर्ण न करता बोलणारा तोंड मुरडून वैताग व्यक्त करी; कारण मथुरेच्या भिंतींनाच नव्हे तर हवेलीलाही कान फुटले होते. प्रजा भयभीत होती.

कारागृहात ढकललेल्या सुजाण लोकांत अक्रूरांचा समावेश झाला नाही याचा कोण आनंद झाला होता पुरजनांना! आसावल्या नजरेने प्रजा अक्रूरांच्या

कर्तृत्वाने, विपरीत परिस्थितीचे दुसरे टोक हाती येईल याची वाट बघत होती. मरगळल्या मनात आशा पालवली होती. अक्रूर परिस्थिती सुधरविण्यासाठी नक्कीच भगीरथ प्रयत्न करतील.

व्रजप्रजेची आशा फोल ठरली. उग्रसेनाच्या कारावासाहूनही अधिक धक्कादायक बातमी वाटली ही! – सल्लागार मंडळात कंसाने अक्रूरांना निकटतम स्थानावर बसविले आहे... कंस फक्त वीरच नव्हता; राजनीतिज्ञही होता. व्रजप्रजेच्या मानसात अक्रूरांविषयी असणाऱ्या आदराचा फायदा करून घेणे त्याला हिताचे वाटले. त्याच्या विचक्षण नजरेने अक्रूरांच्या मनातील अधिकारलालसा ओळखली. वस्तुतः कंसाच्या मनात व्रजभूमी वा पुरजनांविषयी आकस नव्हता. त्याच्या रोषाचे एकच लक्ष्य होते – पिता उग्रसेन! कारण, नारदाचे वचन त्याच्या हृदयात उतरले होते, अंतराच्या गर्भगृहात रुजले होते.

उग्रसेनाच्या महालात, तसेच उत्सवप्रसंगी उपेक्षा होणे त्याच्या चकोर नजरेने टिपले होते. मातेची उपेक्षा तर डोळ्यांत भरण्याइतकी स्पष्ट दिसे. गणाधिपतींची पत्नी... राजकुमार कंसाची माता उपेक्षितेचे जिणे का जगत होती ते मात्र कंसाला कळत नव्हते. मथुरेचे पुण्यशील लोक त्याचा तिरस्कार करीत.

पण कारणाला महत्त्व द्यावे असे कंसाला वाटत नव्हते. धर्मपत्नीला न्याय आणि सामाजिक सन्मान देऊ न शकणाऱ्याला कंस नालायक समजत होता. त्याच्या आधिपत्याखालील समाजही कंसाच्या मते नालायक ठरत होता. म्हणूनच, साऱ्यांना धडा शिकविण्यासाठी त्याने योजना आखली. तत्कालीन यादवसमाजच नव्हे, तर पुढील पिढ्यान्‌पिढ्यांच्या मनात धाक निर्माण व्हावा असा धडा शिकवावा असे त्याला वाटत होते.

म्हणून त्याला अक्रूरांचा सहकार हवा होता. दीर्घकालीन राजनीतीचा विचार करता अक्रूरांचे महत्त्व पटावरच्या प्याद्यासारखे होते. वर वर बघता अक्रूर उच्चाधिकाराच्या स्थानी होते. तरी...

कंसाच्या मंत्रिमंडळात उच्चस्थानी नेमणूक झाली, तेव्हा खुद्द अक्रूरांनाही आश्चर्य वाटले होते. उग्रसेन आणि वसुदेवांनंतर आता आपण कधी कारागृहात जाणार याच प्रश्नात गुदमरत असताना, भयभीत अवस्था संपली होती. कंसाने अक्रूरांचा सत्कार केला आणि अनपेक्षितपणे चिंतितपणाचे काळे ढग दूर झाले. चेहऱ्यावरच्या तणावरेषा पुसून गेल्या. त्यानंतर कानी पडली उच्चपदाची आनंदवार्ता! नव्या शासनातही आपल्या क्षमतेची कदर होणार आहे, असे वाटून अक्रूरांच्या मनात हर्ष मावेना.

मनाच्या गर्भगृहात कालानुक्रमे मथुरेस सुखाचे दिवस दाखविण्याची इच्छा अवश्य होती; पण प्राप्त परिस्थितीत सत्तेची सूत्रे हातातून सुटू न देण्यास महत्त्व

आहे हे समजून घेणे त्यांना गरजेचे वाटले. कंसाचे विरोध कारावासाचे आमंत्रण ठरण्यापेक्षा... पुनरुत्थानाच्या आशेवर पाणी फिरण्यापेक्षा मुंगी होऊन साखर खाणे हिताचे वाटले. शिवाय प्रासाद सोडून व्रजभूमीचे वैभव सोडून वणवण भटकण्याची मनाची तयारी नव्हती. म्हणूनही... शिवाय, त्या क्षमतेचा अभाव आत्मविश्वासशून्य मनात तीव्रतेने जाणवल्यामुळेही...

तरीही कंसाने कृष्णाला आणण्यासाठी अक्रूरांस पाचारण केले, तेव्हा शहारा उठला होता. वस्तुस्थितीची कल्पना असूनही विरोध करणे जमले नव्हते.

"अक्रूरा... गोकुळात जाऊन धनुष्ययागाचे निमित्त सांगून कृष्ण-बलरामास घेऊन सत्त्वर परत ये." कंसाने आज्ञा दिली. पळभर देहातील रक्त थिजलेसे वाटले अक्रूरांना! कंसाची चाल उघडपणे कळत होती. मुष्टीक आणि चाणूर या अतिबलवान मल्लांच्या हस्ते कृष्ण-बलरामांचा काटा काढण्याचे षड्यंत्र स्पष्ट दिसत होते. वसुदेवपुत्रांच्या संभाव्य निर्मम हत्येसाठी निमित्त ठरणे अक्रूरांना सहन होईना. ते नखशिखांत हादरले. त्यांची अवस्था कंसाला सहज कळली. आज्ञावाही स्वरात तो बोलू लागला,

"गोकुळवासी प्रजा आणि प्रामुख्याने नंदगोप इतर कुणाबरोबर कृष्ण-बलरामास पाठविणार नाहीत. त्यांनी मथुरेचे आधिपत्य स्वीकारले आहे ते मात्र भयापोटी! स्वीकृतीची ती खरी पावती नाही. त्यांच्या मनातील अविश्वासावर कुरघोडी करणे फक्त तुम्हाला जमेल. गोकुळात कृष्णपराक्रमाची मालिका सुरू झाली आहे. आता या प्रकारांची उपेक्षा करणे हितावह नाही. या संदर्भात नंदगोपाचा विश्वास संपादन करणे हे काम मी तुम्हाला सोपवत आहे. तुम्ही तत्काळ गोकुळाकडे रवाना व्हा. या कामासाठी तुमच्याशिवाय दुसऱ्या कुणाचा विचार होऊ शकतच नाही."

विस्फारल्या नजरेने ते कंसाकडे बघत होते. त्या नजरेत अगतिकता, भय आणि असुरक्षिततेचा भाव लकलकत होता. अक्रूरांना अधिकच नामोहरम करण्यासाठी कंस म्हणाला, "हा मथुरेच्या राज्यकर्त्याचा आदेश आहे. आज्ञापालनाला पर्याय नाहीच. तुम्ही सत्त्वर कृष्ण-बलरामाला आणण्यासाठी रवाना व्हा! जा! निघा!"

बस! यावर अक्रूर काय बोलू शकणार होते?

❖

१६

कापुरुष-महापुरुष!

एक उल्का निखळली. ती तेजरेषा यमुनाजलात लुप्त झाली. पाठोपाठ तिसरा प्रहर संपल्याचे टोल पडले. मिटल्या नजरेने भूतकाळाचे एक पृष्ठ बघणाऱ्या अक्रूरांनी डोळे उघडून उद्धवाकडे बघितले. अंधारात दिसणाऱ्या प्रासादाच्या शिखररेषेकडे नजर लावून ते विचारात हरवले होते.

हरवल्या नजरेसमोर मथुरेचा राजमार्ग दिसत होता. त्या मार्गावर कंसाची वस्त्रे नेणारे धोबी, सुगंधी पुष्पांच्या माळा राजमहालाकडे नेणारे माळी, कुवलीयापीड हत्ती आणि कंसाच्या देहावर चंदनाचा लेप करण्यासाठी निघालेली कुब्जाही साकार होत होती. जणू सारे आत्ताच घडत होते.

"उद्धवा..." उद्धवास हाक मारणाऱ्या अक्रूरांचा स्वर अत्यंत वेगळा वाटत होता. रात्रीची स्तब्धता आवाजाचा भार उचलण्यास असमर्थ होती म्हणून असे घडले का? उद्धवाच्या मनात उदास प्रश्न उमटला. स्वत:ला सावरत तो ऐकू लागला.

"ज्या क्षणी मंत्रिमंडळात माझा समावेश करण्यात आला, त्याच क्षणी मी नकार द्यावयास हवा होता. गणतंत्राच्या पुनर्स्थापनेसाठी संघर्ष हाती घ्यावयास हवा होता. ते आव्हान टाळून मी तडजोड स्वीकारली. खरे सांगतो, मनात आशा होती, कंसाचा विश्वास संपादन करून सत्कार्याचे उत्तरदायित्व मिळविण्याचा मानस होता. संघर्ष करून सत्यानाशाला आमंत्रण नको वाटले मला! पण माझ्या विचाराला सात्त्विकतेचे अधिष्ठान नव्हते. भय आणि सुरक्षिततेच्या स्वार्थाने लडबडलेला विचार होता तो! कापुरुषाची वृत्ती दडवीत मी गणतंत्राचा जप करीत होतो. असत्याला गोंजारीत सत्याची उपासना होत नसते हे कळत असूनही... असत्यावर प्रहारच करावा लागतो याची जाणीव असूनही, ते आचरणात ठेवण्याची कुवत नव्हती माझ्यात... सत्याचे आचरण हे असिधाराव्रत असते. त्याचे साऱ्यांना – अगदी धुरंधरांनाही पालन जमत नाही.

"कृष्णाला आणण्यासाठी गोकुळास जाण्याची कंसाने आज्ञा केली तेव्हा मी स्पष्ट नकार द्यावयास हवा होता. कृष्णाच्या पराक्रमाच्या वार्ता कानी येत होत्या, तरी एका कुमाराची कंसासारख्या बलदंड सामर्थ्याच्या पुरुषाशी गाठ म्हणजे फारच होते. तो तग धरू शकणार नाही असेच वाटत होते. कृष्णाचा अंत दिसत असूनही..." अक्रूरांच्या स्वरात पारावार अपराधी भाव होता. "तरी मी पुनश्च आत्म्याशी प्रतारणा केली. संघर्षाचे अनिवार्यपण डावलून समाधानाची वाट धरली, मनाची समजूत काढीत स्ववर्तनाचे समर्थन देत राहिलो... कंसआज्ञा उल्लंघून रोष ओढवून घेणे मूर्खपणाचे वाटले मला! शिवाय मी नकार दिला तरी कंस इतर कुणाकडून हे काम करवून घेणारच. हा सामना अटळ ठरणार असला तर माझ्या विरोधाचा काय फायदा? कृष्णाचे व्यक्तिमत्त्व खरेच विराट आहे का याची प्रचिती मिळेल. कदाचित कंसाचा खरेच संहार होईल. जर कृष्णाच्या हस्ते मथुरेचे पुनरुत्थान होणार असेल तर कृष्णास मथुरेला नेण्याचे श्रेय का मिळवू नये? कृष्ण मथुरेस मुक्त करणार असेल तर गोकुळी जाणे कृष्णहत्येसाठी नव्हे, तर कंससंहारासाठी निमित्त ठरेल... कृष्णास इथे आणणे हा आपला ललाटलेख असेल तर आज्ञापालन करावेच लागेल. कुठल्याही संदर्भात नकार शहाणपणाचा नाही. यदाकदाचित कृष्ण विजयी झाला तर गणतंत्राच्या पुनर्स्थापनाचे परोक्षरीत्या श्रेय मिळेल आणि तसे न घडले तर कंसाच्या – राज्यकर्त्याच्या – मनात अधिक सन्मानाचे स्थान प्राप्त होईल आणि म्हणून..."

परत अक्रूरांचा स्वर ओलावला. आवंढा गिळून ते म्हणाले, "समग्र घटनेत मी वैश्यवृत्तीचा स्वीकार केला. व्रजभूमीची प्रजा गोकुळात गोपगण, गोपश्रेष्ठ नंद... साऱ्यांच्या मनात माझ्याविषयी जो विश्वास होता... आदर होता त्याचे मी भांडवल केले. माझे हित साधण्याच्या मोहात मी साऱ्यांचा द्रोह केला..."

"तात!" व्यथित अक्रूरांच्या खांद्यास स्पर्श करीत उद्धव अनुकंपेने म्हणाला. "कृष्णाच्या क्षमतेवर तुम्ही जो विश्वास ठेवलात तो सार्थकी लागला ना? नंदबाबांनी तुमच्या हाती कृष्ण-बलरामांची जोडी सोपवली, कारण ते सारे जाणून होते – कंसाचे आमंत्रण घेऊन आला असलात तरी तुम्ही अंधककुलाचे वरिष्ठ आणि तात वसुदेवांचे सहकार्यकर होतात, याची त्यांनी जाण ठेवली. तुम्ही नक्कीच..."

"नको वत्सा! माझ्या हीन कृतीचे उदात्तीकरण करू नकोस." अक्रूर कळवळून म्हणाले. "खोलवर कृष्णाच्या क्षमतेवर विश्वास नक्कीच होता. नारदवाणी खरी ठरावी, कृष्णाहस्ते कंससंहार व्हावा अशी शुभ भावनाही होती; पण इतिहास कधी भावनेच्या लेखणीने लिहिला जात नसतो. तार्किक आचरणाशी त्याचा सरळ संबंध असतो. तार्किकदृष्ट्या कंसच समर्थ आहे आणि तोच कृष्णाचा..." अक्रूर अडखळत म्हणाले, "उद्धवा, माझे आचरण शुद्ध नव्हते तेव्हा..."

अतिदीर्घ जीवन जगलेल्या अक्रूरांच्या मनात खोल दडपलेला सल अंतिम काळात ओठी येत होता. त्यांच्या स्वरात प्रायश्चित्ताची इच्छा आणि पारावार वेदनेचा संगमयोग होता. उद्धव गप्प राहिला. अचानक अक्रूर उठले. अतिक्षीण देह भेलकांडला. पटकन उठून उद्धवाने त्यांना सावरले. उद्धवाच्या खांद्यावर हात ठेवून ते मंदावल्या अवस्थेत चालू लागले. लटपटत्या पावलांनी त्यांनी उद्यान ओलांडले. पश्चिमेस बघत ते म्हणाले, ''उद्धवा... कंस सभामंडप म्हणून ज्याचा उपयोग करीत असत तो प्रासाद आठवतो?''

अक्रूर बघत होते त्या दिशेस बरेच प्रासाद असूनही 'तो' प्रासाद नेमका उद्धवाच्या नजरेत भरला. अंधारात घुमटावर फडकणारा ध्वजही दिसत होता. तिकडे बघत तो बोलू लागला, ''तात! सभामंडपाचा आकार बदललेला नाही. 'त्या' युगाची आता समाप्ती झाली आहे. तरीही तिथे घडलेली घटना स्मृतिमंजूषेत ताजी टवटवीत आहे. त्या मंडपात जे रोमांचक परमदृश्य बघण्याचे भाग्य आपल्याला लाभले, त्या बकुलपुष्पांवर आपण स्मृतिजलाचा शिडकावा केलात आणि त्या स्मृतिपुष्पाच्या प्रत्येक पाकळीचा दरवळ दाटला, तात! त्या आठवाने हा देह पुन्हा रोमांचित झाला आहे.'' प्रदीर्घ श्वास घेत तो दरवळ छातीत बंदिस्त करण्याचा उद्धवाने लाडिक प्रयत्न केला. अक्रूरांचे मनही अतीताची पाठ सोडीत नव्हते.

आठ कोनांची रचना करून आकर्षक बनविलेला तो महाल सभामंडप म्हणून वापरला जाई. त्या मंडपात 'त्या' दिवशी आमंत्रित मल्ल, पुरजन आणि अतिथीवर्गाची झुंबड उडाली होती. तरीही... थोड्या वेळापूर्वी घडलेल्या घटनेमुळे भकास स्तब्धता निर्माण झाली होती. चाणूर आणि मुष्टिक या समर्थ मल्लांचे मृतदेह धुळीत पडले होते. त्यांचे छिन्नभिन्न रूप वातावरणास भयप्रद रूप प्रदान करीत होते. बलरामाच्या नांगरामुळे कंस- बंधू सुमालीच्या देहाच्या चिरफळ्या उडाल्या होत्या. अर्धचंद्राकार गवाक्षात बसलेल्या यादव स्त्रियांच्या मुखातून तेव्हा भयभीत चीत्कार निसटले होते. हे गोपबाळ लवकरच कंसास यमसदनास पोहोचवतील अशी स्पष्ट शक्यता दिसत होती. तरीही... किशोरवयीन कुमारांचे पोरपण आणि बलवान, अनुभवी कंसाचे सामर्थ्य यांच्यात होणाऱ्या संघर्षात ते यशस्वी होतील की कंसाच्या क्रौर्याचा भोग बनतील, ते कळत नव्हते. म्हणूनच मंडपात भयप्रद, गूढ स्तब्धता होती. आकाशात भ्रमण करणारा सूर्यही सभामंडपातील आक्रित बघण्यासाठी मध्याकाशात पोहोचला होता.

शांततेचा छेद उडवीत कंसाने विक्राळ गर्जना केली. साऱ्यांच्या देहावर सरसरून काटा आला. दाहक नजरेने कंस गोपबाळांकडे बघत होता. त्याच्या

नजरेतील क्रौर्य पुरजनांना भयभीत करीत होते; पण ते गोपबंधू अत्यंत शांत, स्वस्थ होते. धाकटा कृष्ण तर कमालीचा निरागस दिसत होता. असा निरागस, लाघवी कुमार पुरजनांनी पूर्वी कधी बघितला नव्हता. त्याच्या चेहऱ्यावर भय वा रोषाची पुसटशी रेषाही नव्हती. अस्वस्थता, व्यग्रता, काळजी अशा भावनांना त्याच्या मनात स्थान नसावे. उलट त्या अटीतटीच्या क्षणीही त्याच्या ओलसर लाल ओठांवर मोहक स्मित होते. क्षणार्धात या स्मिताचा लोप तर होणार नाही ना? कंसाच्या पाशवी पंज्यात हे निरागस बाल्य चिरडून जाईल का? प्रजाजनांच्या नजरेत अनेक भयभीत प्रश्न लकलकत होते. श्वास रोधून सारे एकटक कृष्णाकडेच बघत होते. काळजात जबरदस्त धडधड दाटली होती; पण कृष्णावर त्याचा परिणाम नव्हता. त्याच्या चेहऱ्यावरील प्रसन्नता उणावत नव्हती की मोरपिसाचे रंग झाकोळत नव्हते. निर्भय आणि निश्चिंत असा कुमार कृष्ण एकटक मामाकडे बघत होता. आता काय घडेल या प्रश्नाच्या संभाव्य उत्तराने घाबरलेल्या पुरजनांनी गपकन डोळे मिटले.

अचानक वावटळ उठल्यागत प्रचंड कडकडाट कानी पडला. मिटल्या डोळ्यांसमोर प्रखर प्रकाश उसळल्याचे वाटून पुरजनांनी दचकून डोळे उघडले, तर मंडपाच्या 'त्या' भागात हाहाकार दाटला होता. कंसाचे सिंहासन रिकामे होते. त्याचे लांब केस मुठीत धरून कृष्णाने त्याला असा जोरदार हिसडा दिला होता की, स्थानभ्रष्ट होऊन तो रक्त ओकत धुळीत कोसळला होता. त्याचा सुवर्णमुकुट त्याच्याच रक्ताने लडबडला होता. थोड्या वेळापूर्वीच पहाडासारख्या कुवलयपीड हत्तीला कृष्णाने दंतशुळानेच चिरून काढले होते. ते भयानक दृश्य बघितले असूनही... बलशाली कंसाचे मस्तक कृष्णाच्या हाती असणे अकल्पनीय वाटत होते. पुरजन ताडकन उठले. तडफडणाऱ्या कंसदेहाजवळ उभा असलेला कुमार कृष्ण वटवृक्षापाशी उगवल्या तुलसीदलासारखा गोंडस दिसत होता.

दुसऱ्या टोकास असणाऱ्या अंत:पुरात रुदनाचा करुण आकांत नि:शब्द वातावरण चिरत गेला.

"मामा..." कंसाच्या कानाशी झुकून श्रीकृष्णाने साद घातली. मस्तकी धारण केलेल्या मोरपिसाने त्यानी कंसाच्या गालास हळुवार स्पर्श केला. त्या स्पर्शाचा रोमांच कंसाच्या विझल्या नजरेत तरळला. अतीव मधाळ स्वरात कृष्ण म्हणाला, "नियतीच्या निर्माणाचे मी फक्त निमित्त आहे, मामा! रोष आणि द्वेषाचे इथेच विगलन करा. सुखयात्रेच्या परमयात्रेचा आरंभ शांत मनाने होऊ द्या."

"कृष्णा..." कंस प्रयत्नपूर्वक म्हणाला. त्याच्या स्वरात मृत्यूचे पडसाद होते. विजेत्याचा जयजयकार करण्याची सवय असलेले पुरजन त्याच्या आवाजाने थबकले. कंस अजून जिवंत होता.

"मामा, पितृपक्षाप्रमाणे आजोळ आणि श्वशुरपक्षही तिलांजली आणि तर्पणाचे

अधिकारी असतात.'' कृष्ण करुणामय स्वरात म्हणाला, ''याची जाणीव असूनही या अटळ कर्मासाठी मला निमित्त व्हावे लागले...''

''माझ्यालेखी आता सृष्टीचे निर्माण संपले आहे.'' कंस धापा टाकीत म्हणाला. ''यात जय-पराजय दोन्हींचे अस्तित्व असते, हे मला न कळण्याइतका मी मूढ नाही. तरी...''

''तरी काय मामा? नि:संकोचपणे बोला.''

''मला नारदाने सांगितले होते...'' कंसाची विझती नजर प्रयत्नपूर्वक अतीत बघत होती. नेटाने जिभेत जोर भरीत तो बोलू लागला, तेव्हा मंडपात श्वासाचा आवाजही ऐकू यावा अशी शांतता होती. ''देवकीचा आठवा पुत्र तुझा वध करील असे भाकीत होते... म्हणून तुझा काटा काढण्याचे माझे प्रयत्न हे माझे मरण टाळण्यासाठीचे उपाय होते; पण तुझे काय? तू माझी हत्या करण्यास का आतुर होतास? तुझ्या द्वेषाचे कारण मला कळत नाही...''

''तो द्वेष नव्हता, मामा!'' रक्तस्रावामुळे दुबळ्या झालेल्या कंसास थांबवीत कृष्ण म्हणाला. ''तुम्ही नारदाचे भाकीत खोटे ठरविण्यासाठी आटापिटा करीत होतात. मी गणतंत्राच्या पुनर्निर्मितीचे निमित्त बनण्यासाठी निर्माण झालो होतो.'' गोंधळलेल्या कंसाच्या चेहऱ्यावर प्रश्नार्थ उमटला. त्याच्या उत्तरात कृष्ण बोलू लागला, ''गोष्ट फार साधी सरळ आहे, मामा! आर्यांच्या उज्ज्वल परंपरेचे द्योतक ठरणाऱ्या व्रजभूमीच्या गणतंत्राची संकल्पना तुम्ही चिरडून टाकलीत. बहुजन हिताय, बहुजन सुखाय काम करणाऱ्या गणपरिषदेचा तुम्ही गळा दाबलात. तुम्ही एकचक्री अंमलाचे प्रेरक तत्त्व बनलात.''

''कृष्णा,'' कंसाच्या ओठांवर म्लान प्रश्न फुलला. ''सम्राटपद हे नवे तत्त्व नसताना त्याची प्रेरणा मी कसा? शिवाय जे गणतंत्र...'' कंसाच्या विझत्या नजरेत रोषाची ज्वाळा भडकली. तो तिरस्काराने म्हणाला, ''जे सडलेले कुजलेले गणतंत्र स्त्रियांना सन्मानाने वागवीत नाही... माझ्या मते निष्पाप स्त्रियांचे चारित्र्यहनन करणारे शासन नष्ट होणेच उचित ठरते. मथुरेच्या गणतंत्राचे अधिपती धर्मपत्नीवर बहिष्कार घालतात. स्वपत्नीची उपेक्षा करतात. पत्नीला समाजमान्यता मिळवून देण्यात निष्फळ ठरलेला पुरुष शासक असूच शकत नाही.''

''तुमचे बोलणे मला कळत नाही, मामा!'' कंसाच्या रक्ताळलेल्या मस्तकावर स्नेहाने हात फिरवित कृष्णाने पुरजनांकडे बघितले. कृष्णनजरेत उमटल्या प्रश्नाचे उत्तर न देता सारे नजर झुकवून उभे होते. शरमिंद्या पुरजनांकडे पाहून कंस तिरस्काराने थुंकला. परत रक्तही उलटून पडले. ग्लानी येत असूनही तो बोलू लागला. ''...गणतंत्राच्या अधिकाऱ्यांनी व्यक्तिगत प्रतिष्ठेचा बागुलबुवा करून माझ्या मातेचा तिरस्कार केला. ती निर्दोष असूनही तिच्या पतीने तिला धिक्कारले.

स्वपत्नीवर अन्याय करणाऱ्या हातात शासन नसावेसे वाटले मला! यात काय चुकले? कृष्णा, मला उत्तर दे...''

कृष्णाची प्रश्नार्थक नजर पुन्हा पुरजनांकडे वळली. सारे निरुत्तर होते. ते पाहून कंस कडवट स्वरात म्हणाला, ''हे सारे निर्माल्यवत लोक तुला उत्तर देणार नाहीत. अरे, त्यांच्या मताला किंमतच नाही. गणराज्याचे विसर्जन करून मी सत्तारूढ झालो तरी कुणी विरोध केला नाही– माझा जयजयकारच केला त्यांनी! माझा तू वध केलास म्हणून आज ते तुझा जयजयकार करतील, उदो उदो करतील. उद्या तू नकोसा झालास की... पण तो विचार आजच कशाला हवा? त्यांच्या मौनाच्या संदर्भात सांगतो, उग्रसेनाने माझ्या मातेचे चारित्र्यहनन केले, माझ्या जन्माचे अवमूल्यन केले, त्याच दिवशी या निर्वीर्य जनतेची जीभ टाळूला चिकटली. माझ्या मातेचा त्यांनी कधी यादव म्हणून स्वीकार केला नाही. तरी मला तसे स्पष्ट सांगण्याचे साहस यातील एकाही का–पुरुषात नाही.''

''तुम्ही यादव नाही असे म्हणणारा पापात्मा ठरेल, मामा...''

''कृष्णा...'' आश्वासक वाक्य ऐकून अक्रूर पुटपुटले. ''कंस म्हणाले त्यात सत्यांश आहे. केशवा, कंसमाता...'' भेदरल्या नजरेने अक्रूरांनी कंसाकडे बघितले. त्याच्या चेहऱ्यावर मृत्यूची गडद छाया पसरली होती.

''अजूनही भय वाटते, अक्रूरा?'' कंसाचा वेदनासक्त स्वर उपहासयुक्त होता. ''काही क्षणांपूर्वी असे बोलला असतात तर धडावर मस्तक राहिले नसते तुमच्या. तरीही... तरीही महापुरुष ठरला असतात तुम्ही! पण तुम्ही तर जातिवंत का-पुरुष! भेदरट... भ्याड... पण माझ्या आज्ञेसाठी कृष्णाला समग्र वृत्तान्त कथन करा, तात! मरत्या कंसालाही भीत आहात म्हणून सांगतो, ही राजाज्ञा आहे. कंस जिवंत असेतो सम्राट आहे. सांगा, तात... कंसाच्या निष्पाप मातेला या गणतंत्राने कसे अपमानित केले? व्याभिचारिणी ठरविले... पवित्र असूनही पापी ठरलेल्या मातेला राजमान्यता आणि लोकमान्यता प्राप्त करून देण्यासाठी तिच्या पुत्राला कसे भगीरथ प्रयत्न करावे लागले, ते सविस्तर विशद करा, तात...''

अगतिक कंस थांबला. अक्रूरांच्या कथनाची प्रतीक्षा त्याच्या आणि कृष्णाच्याही नजरेत तरळत होती.

❖

१७

शिखरांच्या पलीकडे

सभामंडपात रुदन आणि हुंदक्यांचेच अस्तित्व होते. महासमर्थ कंस मरणासन्न अवस्थेत शेवटचे श्वास घेत होता. गोकुळीचा कृष्ण विजेत्याच्या रूपात उभा होता. या अकल्पित स्वप्नवत् विजयाने पुरजन बावरले होते. गणतंत्राची पुनर्स्थापना अक्रूरांहस्ते होईल ही आशा फोल ठरल्यावर गणतंत्राचे स्वप्न विरून गेले होते. किशोरवयीन कृष्णाहस्ते ते साकार व्हावे असे वाटत असले तरी तसे घडेल अशी अपेक्षा नव्हती. मथुरेच्या तरुण पिढीने गणतंत्राविषयी फक्त ऐकले होते. वृद्धजनांच्या नजरेत दिसणारे गणतंत्राचे स्वप्न त्यांना अनाकलनीय वाटत असे; कारण त्यांनी बघितले होते कंसाचे शासन! क्रौर्याने विरोध दडपणारे!

"महाराज कंस..." धीर एकवटून अक्रूर बुलंद आवाजात म्हणाले. साऱ्या पुरजनांनी कृष्णाबरोबर ही कहाणी ऐकावी असे त्यांना वाटत होते. का–पुरुष हे विशेषण झोंबले होतेच. ते मानभावी स्वरात बोलू लागले, "इहलोकीच्या स्मृतींचे याच भूमीत दफन करून आपण परलोकयात्रा ओजस्वी करावी. तुम्ही म्हणता तसे घडले यात दुमत नाही; पण पिता उग्रसेनाचे वर्तन समग्र यादव परिवाराच्या दीर्घकालीन मूल्यांचे जतन करण्यासाठीच."

"अक्रूर..." कंस दाहक स्वरात म्हणाला. "माझा अंत समीप आला आहे म्हणून असला प्रलाप ऐकविण्याचे साहस करीत आहात. उग्रसेनाने जे पितृत्व कधी स्वीकारलेच नाही, त्या पितृत्वाचा उद्घोष या निर्माल्यवत् पुरजनांपुढे करू नका. ज्याचे विसर्जन करून मी सत्तारूढ झालो, ते गणतंत्र नव्हतेच! तो होता गणतंत्र या नावाखाली चालणारा मूठभर लोकांचा दंभ!" कंसाला ऊर्ध्व लागला होता, तरी तो प्रयत्नपूर्वक म्हणाला, "कृष्णा, तुला वाटेल माझी उत्तेजित अवस्था पराजयाच्या वैफल्याचे प्रतीक आहे; पण वत्सा, हे सत्य नाही. कंस जय-पराजय दोन्ही पचविण्यास समर्थ आहे." अक्रूराकडे बघत तो सत्तावाही स्वरात म्हणाला, "महाराज कंस मथुराधिपती आहे! अक्रूरास, ते आज्ञा करीत

आहेत. कृष्णाला सांगा, ज्या गणतंत्राचा शुकपाठ आळवित त्याने मला शासन केले आहे, त्या गणतंत्राने आणि गणतंत्राच्या अधिकाऱ्यांनी माझ्या निष्पाप मातेवर कशी चिखलफेक केली... अन्याय केला... श्वास संपत असताना मला फक्त 'ते' क्षण आठवू द्या... ज्या क्षणांनी केलेला अन्याय धुऊन काढण्यासाठी हा देह जीवनभर सर्व शक्ती पणास लावून झुंजत राहिला...''

पूर्वेस मगध, पौंड्र आणि चेदि, उत्तर-पश्चिमेस हस्तिनापुराचे बलशाली महाराज्य! तिन्ही सीमांवर साम्राज्य असूनही व्रजभूमीच्या रमणीय परिसरात कुणा एकाचे एकछत्री शासन नव्हते. तिथे शासन होते गणतंत्राचे! बहुजन हिताय... बहुजन सुखाय अशी स्नेहल ज्योत व्रजभूमीस उजळीत होती. अंधक आणि वृष्णी कुळांची पोक्त पुरविती मंडळी या भूभागात आर्यांच्या उज्ज्वल परंपरेचे जतन करीत होती. आर्यावर्तात गणतंत्राची संकल्पना निष्फळ ठरली होती. बहुतेक ठिकाणी समर्थांना सम्राटपद देऊन पुरजनांनी त्यांचा जयघोष करण्याची सवय अंगी बाणली होती. अशा पार्श्वभूमीवर स्वत:च्या आवाजाचे जतन करणारी व्रजभूमी मोहक स्वप्नासारखी वाटत होती. संस्कृतीचे मूल्य जतन करण्यासाठी व्रजभूमीचे यादव परिवार आकाशपाताळ एक करीत होते. एकाच व्यक्तीच्या निर्माल्यवत् जयघोषाच्या सवयीपासून पुरजनांना मुक्त ठेवण्यासाठी गणतंत्राची वरिष्ठ मंडळी मनापासून झटत होती. वृष्णी आणि अंधक, दोन्ही परिवार उग्रसेनांचा आदर करीत. ते गणपरिषदेचे अध्यक्ष होते. वसुदेव आणि अक्रूर उच्चस्थानी होते. त्यांच्याही विषयी प्रजेच्या मनात सद्भाव होता; पण उग्रसेनांचा प्रभावच अनोखा! गणतंत्र आणि सांस्कृतिक मूल्यांचे जतन करण्याची त्यांची वृत्ती सद्भवानेची परिसीमा समजली जात असे. सौम्य व्यक्तिमत्त्वाचे पापभीरू उग्रसेन सर्वांच्या मनात स्नेहादराचे स्थान मिळवून होते. गणपरिषदेवेळी तसेच कारणपरत्वे व्रजभूमीची सारी वडीलधारी मंडळी एकत्र येत. निर्णय घेण्यापूर्वी प्रत्येक मुद्द्यावर साधकबाधक चर्चा होई. प्रसंगी त्यास वादविवादाचे स्वरूपही येई; पण शेवटी सर्वांना रुचेल असा निर्णय घेतला जाई. सर्वांचे मन राखण्याची वृत्ती आणि चातुर्य असा विरलयोग उग्रसेनांच्या स्वभावात होता. त्यांच्या निर्णयास सर्वांचे अनुमोदन असे. अक्रूर आणि वसुदेवही त्यांचा मान ठेवीत. गोकुळीचे गोपालक, वृंदावनाचे तपोधन, मुमुक्षु आणि मथुराजनांच्या मनात या भूभागाविषयी आणि उज्ज्वल पंरपरेविषयी नितांत आदर होता. सारे कसे साजिरेगोजिरे होते.

मथुरेच्या दक्षिणेस सुयामुन पर्वताची रांग होती. तो प्रदेश अत्यंत रमणीय होता. कधी कामाचा शीण आला की आर्य उग्रसेन पत्नी पवनरेखेसह या रमणीय प्रदेशात जात. तेथे त्यांनी एक देखणा लतामंडप तयार करविला होता. जवळच सुरेख जलाशय होते. सुयामुनाच्या निसर्गरम्य वातावरणात थकवा दूर करण्याची

अमाप शक्ती होती. उग्रसेन थकवा दूर करून ताजेतवाने होऊन परतत आणि दुप्पट वेगाने गणतंत्राची कामे हाती घेत.

'त्या' दिवशीही सुयामुनाच्या प्रकृतिधामाची सहल नक्की झाली. सारी तयारी होऊन निघण्याची वेळ झाली, तेव्हा अचानक महत्त्वाचे काम उद्‌भवले. तातडीने ते काम होणे आवश्यक होते. सहल रहित होणार म्हणून पवनरेखा उदास झाली. हा विरस उग्रसेनांच्या चतुर नजरेने अलगद टिपला.

"पवनरेखा..." ते मृदू स्वरात म्हणाले. "तुझ्या सख्यांसह तू पुढे हो. काम संपवून शक्य तितके लवकर आम्हीही येऊ तिथे!"

पवनरेखेस हे पटले. सुयामुनाचा परिसर तिच्यासाठी परिचित होता. सख्यांबरोबर तिथे जाण्यात तिला काही गैर वाटले नाही. ती उत्साहाने निघाली.

बरोबर आर्य उग्रसेन नसल्यामुळे सख्या अधिक मोकळेपणाने वावरत होत्या. कुणीतरी जलक्रीडेची कल्पना मांडली. तणावमुक्त वातावरणात या सूचनेचे स्वागत झाले. तनामनावरील आवरणे उतरवून साऱ्याजणी मुक्त मनाने जलक्रीडेत रमल्या. कुणी दुरून लपूनछपून आपल्याला बघत असेल अशी शंकाही त्यांच्या मनात नव्हती. दूरवर सौभनरेश दुमिल आसक्त नजरेने त्यांच्याकडे बघत होता.

दुमिल काही मातब्बर सम्राट नव्हता. आर्यावर्तात त्याचे नाव दुमदुमत नव्हते. त्याच्या आधिपत्याखाली छोटेसे राज्य होते. राज्यविस्ताराची लालसा त्याच्या मनात नव्हती. त्यामुळे आसपासच्या महाराज्यात सौभनगरी वा राजा दुमिलाची कुणी नोंदसुद्धा घेत नसे. मर्यादित राज्यातील वर्चस्वात समाधान मानणाऱ्या राजाने शांततामय वातावरणात मोहविद्या प्राप्त करून घेतली होती. या विद्येद्वारे तो क्षणार्धात मायारूप धारण करू शके. अशी समर्थ विद्या, ज्याच्याजवळ सारासार विवेकबुद्धी नाही अशा मानवाच्या हाती पडली तर मोह निर्माण होणे ही सहज घटना होती. मुक्तपणे जलविहार करणाऱ्या सुंदरींच्या समुदायातही नजरेत भरणारी आकर्षक पवनरेखा दुमिलराजाच्या वासनासक्त नजरेस भावली.

वस्तुतः सौभनगर आणि सुयामुनाचा परिसर यात बरेच अंतर होते. मृगयेच्या नादात दुमिल इथवर आला होता. इथले नैसर्गिक सौंदर्य पाहून तो लोभावला. रम्य वनराजीत विसावा घेण्याचे ठरवून तो थांबला. त्याचे साथीदार आणि अश्व शिखराच्या पलीकडे होते. राजा रमतगमत अलीकडे पोहोचला. 'या' चालत्या-बोलत्या सौंदर्याच्या दृश्याने भुरळ घातली. असे निष्कलंक, अक्षत सौंदर्य यापूर्वी त्याने बघितले नव्हते. भान विसरून तो पवनरेखेस बघत होता. आपोआप त्याच्या नरदेहात अवश स्पंदने उठली. निष्पाप, निसर्गरम्य वातावरणात वासनेची आग धडधडून पेटली.

"महाराज..." पलीकडून बऱ्याच दुरून अनुचराने हाळी दिली. "मथुरेच्या

गणतंत्राचे अध्यक्ष थोड्याच वेळात इथे येतील.''

''उग्रसेन?'' पवनरेखेच्या कमनीय बांध्यावरील नजर न काढता त्याने विचारले. सौंदर्यपान चालू असताना हा व्यत्यय त्याला आवडला नाही. तरीही उग्रसेन येणार म्हणून तो दचकला.

''होय राजन!'' अनुचराने तत्परतेने माहिती पुरविली. ''इथल्या कुठल्याशा भागात जलाशयाकाठी असणाऱ्या लतामंडपात त्यांची पत्नी पवनरेखा सख्यांसह आलेली आहे. त्यांना उग्रसेनाची प्रतीक्षा असल्याचे आत्ताच कळले.''

क्षणापूर्वी जो व्यत्यय आवडला नव्हता, त्याचा तपशील कळताच आनंदाला उधाण आले. जलाशयाच्या अनिर्बंध निरावरण वातावरणात जलक्रीडा करणारी सुंदरी कोण आहे, ते कळले आणि वासनेची आग अधिकच भडकली. देहदाह शमविण्याच्या उद्देशाने तो अनुचरास म्हणाला, ''तुम्ही आवराआवर करा. रम्य वातावरणात फेरफटका मारून मी येतोच.''

अनुचर जाताच दुमिलाने उग्रसेनाचे रूप धारण केले. मोहविद्येमुळे आता तो दुमिल आहे असे कुणालाही वाटणार नव्हते. पवनरेखा त्याला सहज वश होणार होती. उतावळ्या चालीने तो जलाशयाकडे निघाला. नेहमीच्या रस्त्याचा वापर न करता पर्वताच्या उतारावरून वेगाने येणाऱ्या उग्रसेनास पाहून सख्या बावरल्या. काठावर ठेवलेली वस्त्रे लपेटून लतामंडपाकडे घाईने जाताना त्यांची तारांबळ उडाली. उग्रसेनाचे इतक्या लवकर आणि वेगाने येणे पवनरेखेस आवडले. सौजन्याने जलाशयाकडे पाठ फिरवून सख्यांना लतामंडपात जाण्यासाठी अवधी देणाऱ्या उग्रसेनाकडे बघून ती गोड हसली. एक पातळ अंगावर लपेटून ती पाठमोऱ्या पतीस स्पर्श करीत मिष्किल स्वरात म्हणाली, ''अचानक जलक्रीडा नजरेस पडली त्याचा इतका संकोच नको, नाथ! इतक्या लवकर आगमन अपेक्षित नव्हते. म्हणून... अर्थात लवकर आलात ते खूप आवडले.''

पाठमोऱ्या पतीच्या खांद्यावर मस्तक घासत पवनरेखेने त्यांना मागूनच मिठीत घेतले. उग्रसेन बनलेल्या दुमिलाने गर्रकन मागे वळून बघितले... बिलगून गोड गोड हसणाऱ्या पवनरेखेचे ओले वस्त्र तिच्या देहाला चिकटले होते. मोकळ्या केसांतून पाणी ठिबकत होते. पनवरेखेच्या बोलण्यावर त्याने प्रतिक्रिया शब्दांत व्यक्त केली नाही; कारण रूप बदलता येत असले तरी आवाज बदलण्याची किमया त्याच्यापाशी नव्हती. परवनरेखेच्या निकटस्पर्शाने देहदाह वाढला. ओठांवर आसक्त स्मित फुलले. आवेगाने त्याने तिला छातीशी कवटाळली. लज्जित पवनरेखेची नजर झुकली. पतीकडे बघण्याचे सामर्थ्य तिच्यात नव्हते. तरी प्रेमातुर स्वरात ती म्हणाली, ''किती मधुर आणि आनंदमय असा प्रसन्न क्षण आहे हा, नाथ...'' तिच्या अर्धोन्मीलित नेत्रांत मिलनाची तृष्णा उमटली. आवेगाने उग्रसेनास

बिलगून ती आडोशाच्या इच्छेने चालू लागली. प्रणयचेष्टा सुरू झाल्या, तशी मिलनेच्छाही वाढली. अचानक पतीचे वर्तन तिला अपरिचित वाटू लागले. नजर उचलून तिने पतीकडे बघितले. उग्रसेनाच्या रूपात दुमिल प्रणयरंगात रंगत होता. क्षणाक्षणाला त्याच्या देहात आमंत्रणाची आवर्तने वाढत होती. या आवर्तनांशी पवनरेखेचा परिचय नव्हता; पण पतिव्रतेला विरोध करणे ठाऊक नव्हते. उग्रसेनाचे वर्तन विपरीत वाटले, तरीही सश्रद्ध मनाने तिने स्वदेहाचा नैवेद्य त्याच्यासमोर धरला. कोमलांगी पत्नीवर कधीही अत्याचाराची बळजोरी न करणाऱ्या उग्रसेनाचे वर्तन तिला थकविणारे होते. कोमेजल्या पवनरेखेने अगतिक प्रश्न विचारला, ''आज असे का वागता, नाथ?''

तोवर दुमिलाच्या देहात वासनेची इतकी आवर्तने उठली होती की, आपल्याजवळ आवाज बदलण्याची किमया नाही याचे त्याला विस्मरण झाले. पेटत्या स्वरात तो उद्‌गारला, ''आज मी धन्य झालो, सुंदरी!''

''सुंदरी!'' अपरिचित स्वरात अनोळखी संबोधन ऐकून पवनरेखा दचकली. देह उग्रसेनाचा वाटला तरी स्वर आणि नजरेत उफाळलेली आसक्ती सौम्य, सुसंस्कृत उग्रसेनाला साजेशी नव्हती. तिने घाबरून विचारले... ''कोण आहेस तू?'' धडपडत ती वस्त्रासाठी चाचपडू लागली. दुमिलाला आपण बोलावयास नको होते, हे कळले. तरीही बळाचा वापर करून तिला निरोपाचे आलिंगन देत तो तृप्त स्वरात म्हणाला, ''तुझ्या सहवासात मी जे शब्दातीत सुख भोगले त्या आनंदाचे प्रतीक... माझ्या आनंदकल्लोळाची स्मृती तुझ्या कुशीत वाढेल. तोच माझा परिचय समज. आज तू मला जो सुखानुभव दिलास...''

''दुराचारी पापात्म्या...'' पवनरेखेने आकांत मांडला. ''तू माझे पावित्र्य भ्रष्ट केलेस...''

''छे!'' दुमिल हसत उत्तरला. ''सुंदरी... अज्ञानी अबले... मला उग्रसेन समजून तू शरीरसुख दिलेस. याला व्यभिचार म्हणत नाहीत. माझी मिलनेच्छाही प्रकृतिक्रमानुसारच होती...'' अगतिकपणे पवनरेखेने दाताखाली ओठ चिरडला. दुसऱ्याच क्षणी तिचे भान हरपले.

तिने डोळे उघडले तेव्हा आसपास उग्रसेन आणि तिच्या संगे वनविहारासाठी आलेल्या सख्या दिसल्या. देहावरील अपुरे वस्त्रही अस्ताव्यस्त स्थितीत होते. तिचे समग्र दर्शन घडल्या प्रसंगाची चहाडी सांगण्यास समर्थ होते.

उग्रसेन अचानक आले. त्यांनी पाठ फिरवून आपणास निघून जाण्याची संधी दिली आहे असे समजून तिच्या सख्या तत्परतेने लतामंडपात गेल्या होत्या. वस्त्रसज्जा करून गप्पागोष्टी करीत त्या लतामंडपाबाहेर आल्या. थोड्याच वेळात मथुरेकडच्या मार्गावर धुरळा उडताना दिसला. त्यांनी सहज नजर वळविली तर...

उग्रसेनाचा रथ वेगाने येताना दिसला. त्या चमकल्या. इतक्यात तर उग्रसेन जलाशयाकडे आले होते! गैरसमजाचा प्रश्न नव्हता; कारण थोड्याच वेळानंतर त्यांनी पवनरेखेला त्यांच्या गळ्यात गळा घालून वनराजीत जाताना बघितले होते. तर मग... आता दुसऱ्या दिशेने उग्रसेनाचा रथ कसा? त्या गोंधळल्या. तोवर रथ त्यांच्या समीप पोहोचला होता. पवनरेखेची अनुपस्थिती दाखविणारा तो समूह पाहून ते चिंतित झाले. त्यांनी पवनरेखेचे क्षेमकुशल विचारले. सख्या अधिकच गोंधळल्या.

"क्षमा करा, आर्य!" मनाच्या हिय्या करून त्यातील वडीलधारी स्त्री म्हणाली. "अजून इतक्यात तर आपण आडवाटेने जलाशयाकडे येऊन देवींना घेऊन वनराजीत गेलात. आम्ही लतामंडपात गेलो. याचे आपणास विस्मरण झाले की, आपण आमची चेष्टा करीत आहात?"

उग्रसेनही गोंधळले. ते पाहून पवनरेखेच्या सख्यांत कुजबुज माजली. या उग्रसेनाचे कपडे वेगळे होते. इतक्या कमी अवधीत वस्त्रे बदलणे फक्त चेष्टेसाठी... त्यांना काही उमजेना. उग्रसेन वेगाने जलाशयाकडे धावले. तिथे कुणी नव्हते. वनराजीत शोध घेत असता एका विशाल वटवृक्षाच्या छायेत अस्ताव्यस्त अवस्थेत अर्धनग्न पवनरेखा बेशुद्ध असलेली नजरेस पडली. त्यांच्या चकित अवस्थेस तडा जाण्यापूर्वी सख्याही तिथे पोहोचल्या. साऱ्यांची थिजली नजर उग्रसेन आणि पवनरेखेवर स्थिरावली. विस्फारल्या नजरेने ते जसे शून्यात हरवले होते. लवकरच पवनरेखा शुद्धीवर आली. दचकून तिने स्वदेहाकडे बघितले. अपुऱ्या वस्त्रात मलिन देह झाकण्याचा प्रयत्न करीत ती झाडाआड दडली. तोल सावरीत उग्रसेन पाठी धावले.

"पवनरेखा..." सर्वांना ऐकू जाईल अशा बुलंद स्वरात ते म्हणाले. "गणराज्याच्या वर्तमान पिढीने तुमचे वर्तन नजरेआड केले तरी पुढच्या पिढ्या ते अक्षम्य ठरवतील. गणाध्यक्ष उग्रसेनाच्या शीलभ्रष्ट चारित्र्याचा पुढच्या पिढ्यांवर विपरीत परिणम होणे इष्ट नाही. आपल्या सांस्कृतिक परंपरेतील नारीपावित्र्याचा ऱ्हास होणे इष्ट नाही. तो व्रजभूमी आणि गणराज्य, दोन्हींच्या पतनाचा सोपान ठरू शकतो. ते इष्ट नाही, असे मला मनापासून वाटते..."

"मी निष्पाप आहे, नाथ!" पतिचरणांवर लोळण घेत तिने आकांत मांडला. सख्या केव्हाच निघून गेल्या होत्या. पवनरेखेच्या मस्तकावर अनुकंपेने उग्रसेनाचा हात फिरत होता; पण त्यात उष्मा औषधाला सापडत नव्हता. त्यांची नजर शिखरांच्या पलीकडे खोलवर उतरत होती.

❖

१८

तर कंसाने केले तेच कृष्ण करील

मातेच्या उदरातून बाहेर येऊन पवनरेखेच्या पुत्राने पहिला श्वास घेतला; पण उग्रसेनाच्या महाली आनंदाचा दीपोत्सव झाला नाही. अकरा वर्षांच्या प्रतीक्षेनंतर गणाध्यक्षाकडे पुत्रजन्म झाला, तरीही स्वजनांनी तोंडे गोड करण्यासाठी स्नेहाचा हट्ट धरला नाही. उलट उच्चभ्रू आर्यांनी पवनरेखेस पुत्रप्राप्ती झाली हे कळताच तोंड मुरडले. पतिव्रताधर्माच्या संरक्षणाची जबाबदारी मस्तकी वाहणाऱ्यांनी तिरस्कार व्यक्त केला. उग्रसेनाच्या चेहऱ्यावर आंधळ्याच्या नजरेत भरण्याइतका मनःक्षोभ दाटला. गरजेपुरते काम जेमतेम निपटून ते गणपरिषदेतून निघून गेले. कुणी काही बोलत नसले तरीही त्यांचे मौन उग्रसेनास कमालीचे बोलके वाटत होते.

रीतीला अनुसरून उग्रसेन पुत्रदर्शनासाठी पवनरेखेच्या दालनात गेले. पवनरेखेसमीप पहुडलेल्या नवजात बालकाच्या मस्तकावर त्यांनी वरदहस्तही ठेवला. बाळाच्या कोमल मुठीत सुवर्णमुद्रा ठेवण्याचा उपचारही पाळला त्यांनी! पण... पवनरेखा बघत होती... त्यांनी बाळाला छातीशी कवटाळले नाही. पवनरेखेचा चेहरा दुःखाने विदीर्ण झाला. झुकली नजर पुन्हा पतीकडे वळली, तेव्हा उग्रसेन उपवस्त्राच्या टोकाने डोळे पुसत होते.

उग्रसेनाचे बोट धरून शिशू कंसाने पहिले पाऊल टाकण्याचा उपचार पाळला. त्या विधीकडे पुरजनांनी बघून न बघितल्यासारखे केले. समग्र गणतंत्राचा बोजा लीलया पेलणाऱ्या अधिपतींना चिमण्या कंसाच्या बोटाचा भार पेलवेना. किंचित्काळ बोट धरल्यासारखे करून उग्रसेनाने कंसाचे बोट पत्नीच्या हाती दिले.

समजूत येऊ लागली आणि किशोर कंसाला काहीतरी विपरीत असल्याची जाण होऊ लागली. साऱ्यांच्या वर्तनात त्याला अकळ असह्य मेख असल्याचे जाणवे. शोधक नजरेने तो गूढ समस्येचा वेध घेण्याचा प्रयत्न करू लागला. प्रसंगी जाणत्यानेणत्याचे वर्तन तपासू लागला. त्याच्या डोळस नजरेने नोंद

घेतली... गणाध्यक्षाचा पुत्र म्हणून सारे मान देण्याचा उपचार पाळत असले तरी त्यात आत्मीयतेचा अभाव आहे. खुद्द उग्रसेनही आवश्यक तेव्हा आणि आवश्यक तितकेच बोलतात. त्यांचे मौन किशोर कंसाला अस्वस्थ करी.

गणपरिषदवेळी कंसाचे आसन उग्रसेनाशेजारीच मांडण्यात येई. तरीही का कुणास ठाऊक, पितापुत्रांत त्याला ओलांडता न येणाऱ्या दरीचे दर्शन होई. पुरजनांच्या रोखल्या नजरेत तिरस्कारांचे तीर आहेतसे वाटून तो विद्ध होई. मनाचा दाह त्याला उद्ध्वस्त करी. यादवांना आपण त्यांच्यातले वाटत नाही; उपरे वाटतो हा संशय मनात शिरला तरी त्यापाठचे कारण मात्र कळत नसे. कोवळ्या मनाचे करपणे टाळावे वाटले तरी टाळता येत नसे.

किशोरावस्था संपवून तारुण्यात प्रवेश केला तोवर कंस महाबलशाली झाला होता. मल्लयुद्धात त्याचा हात धरणारे कुणी नव्हते. जड गदा, तो हातात फूल असावे इतक्या सहजतेने पेलत असे. रंध्रारंध्रात क्षितिजाला भिडण्याची महत्त्वाकांक्षा उसळत असताना मनाच्या कोपऱ्यातून मूक आकांत दाटे. आपल्या प्रगतीविषयी आनंद, सार्थ अभिमान कुणालाही नाही. पुरजनांना नाही आणि पिता उग्रसेनाला तर अजिबात नाही. या संशयाचे अस्तित्व खात्री वाटण्याइतके ठळकपणे जाणवू लागले होते. तरी त्यापाठचे कारण कळत नव्हते. डोळे दिपविणारे आपले तेज आणि हेवा वाटावा अशी बुद्धी, प्रतिभा आप्तजनांच्या आनंदास, आदरास पात्र का ठरत नाही? प्रश्नांच्या मोहोळात समर्थ कंस सैरभैर होई. मनाची पडझड लपविणे जमले तरी ती टाळता येत नसे.

कधीतरी दबत्या आवाजातील कुजबुज तापल्या लोहरसासारखी कानांत उतरे... तात उग्रसेनाचा हा प्रतापी पुत्र खरेच त्यांचा तेजांश असता तर... कधी कुणी म्हणे, युवराज कंस यादव असता तर व्रजभूमीचे सौभाग्य सोळा कलांनी फुलले असते.

कंसजन्मानंतर पवनरेखेने दालनाबाहेर येणे सोडले होते. मातेचा एकांतवासही कंसाला कळत नव्हता. गणतंत्राच्या उत्सवप्रसंगीसुद्धा धार्मिक विधींसाठीही उग्रसेन तिला भरीस घालीत नसत. असे का, हा प्रश्न कंस मातेस विचारी; पण तिचे मौन तुटत नसे. पुत्राच्या मस्तकावर ती स्नेहाने हात फिरवित राही. त्या हस्तस्पर्शातील ममता कंसास अलगद जाणवे, पण निरुत्तर मातेची झुकली नजर त्याला घायाळ करी. म्हणून एका उत्सवप्रसंगी कंसाने पित्याशी संवाद साधण्याचा खटाटोप आरंभला. उत्सवप्रसंगी मातेने न येण्याविषयीचे आश्चर्य ओठी आणले. तिने यावे यासाठी पित्याने तिला आग्रह करावा असा लाडिक हट्टही धरला; पण उग्रसेनाने नजर चुकविली. ते मृदू स्वरात म्हणाले, "नको पुत्रा! स्वतःचे दालन सोडून येणे तिला आवडणार नाही. आपण तिच्या मनाविरुद्ध का वागावयाचे? ती आहे

तेथेच ठीक आहे.''

''पण असे का, तात?'' कंसाने कळवळून विचारले. ''समस्त नगरी उत्सवाचा आनंद लुटते. माता पवनरेखेच्याच प्राक्तनात या एकांतवासाचा गुदमर का?''

''वत्सा, हे तू तुझ्या मातेसच विचार.'' तुटक उत्तर देऊन उग्रसेन दालनाबाहेर पडले. पित्याच्या पाठमोऱ्या आकृतीकडे बघत असताना कंसाच्या मनात नापसंतीची पहिली ठिणगी पडली.

समस्त मथुरानगरी आनंदात उत्सव उजवित असताना आपल्या मातेलाच या आनंदापासून का वंचित ठेवण्यात येत आहे या प्रश्नात त्याचे हृदय आक्रंदत होते. मनात प्रश्नांची साखळी तयार होत होती. आपल्याला तरी कुठे या यादवांची आत्मीयता लाभतेय? तातही का अलिप्तपणे वागतात? का माता पवनरेखेची उपेक्षा करतात? का ती स्वत:वर एकांत लादून घेते?

एकाही प्रश्नाचे उत्तर सापडत नव्हते. प्रश्न अनुत्तरित राहणे त्याच्या तारुण्याला सहन होत नव्हते. या साऱ्या फडीबद्ध घटनांमागे गूढ रहस्य आहेसे वाटत होते. पण आकलन होत नसल्यामुळे मन अपार अस्वस्थ होते. अगतिकपणे दातओठ खाण्याची प्रतिक्षिप्त क्रिया घडत होती. अस्वस्थ मन सशक्त भुजांचे स्नायू ताठरवित होते. बेचैनावस्थेत जोरात मूठ आपटली जात होती; पण या गुदमरण्याचे दुसरे टोक हाती येत नव्हते.

तो उत्सव सुरू झाला आणि संपलासुद्धा! पण अनुत्तरित प्रश्नांच्या भोवऱ्यातील गरगर संपली नाही. उलट का? का? चा कागारव वाढतच होता. उपचारांच्या कसोटीवर बोट ठेवण्याजोगे काही सापडत नव्हते आणि उष्माहीन वर्तनात मनाला आनंद देण्याजोगा बदलही जाणवत नव्हता. तसे कंसाचे वर्तनही सभ्यतेस धरूनच होते; पण मनातील गुदमर गडद होत असल्याची जाणीव कंसाला अस्वस्थ करीत होती. उग्रसेन आणि पवनरेखेच्या संबंधातील फटही त्याला सापडत नसली तरी त्यात मुरलेल्या दांपत्यजीवनाचे माधुर्यही नजरेस पडत नव्हते. त्या दोघांत अदृश्य भिंत आहेसे वाटत होते. हे गूढ उकलण्याचा कंसाने घोर निर्धार केला.

मातेवर एकांतवास लादणाऱ्या तत्त्वाचा तो मागोवा घेणार होता. जे पुरजन सामान्य माणसाला मिळणाऱ्या स्नेहापासून त्याला वंचित ठेवित होते, त्यांना पायाशी बसून वंदन करावयास लावण्याची आकांक्षा मनात आकार घेत होती; पण सौजन्याच्या नावाखाली गूढ मौनाचे साम्राज्य असणाऱ्या मथुरेत ते सत्यात न उतरणारे स्वप्न ठरत होते. अचानक त्या रहस्यावरचा पडदा दूर होण्याची संधी मिळाली. त्यासाठी निमित्त ठरले नारद! मानसिक प्रतीक्षा पूर्णत्वास नेण्यास

कंसाला त्यांची मदत झाली. म्हणजे काय झाले की...

ब्रह्मांडाचे परव्राजक नारद मथुरेस आले. उग्रसेन, वसुदेव, अक्रूर इत्यादी धुरंधरांनी त्यांचे यथोचित स्वागत केले. मथुरेच्या प्रजाजनांनी उत्सवाची योजना केली. देवर्षी दर्शनाचा लाभ घेतला. युवराज कंसही त्यांना आदराने भेटला; वारंवार! एका भेटीवेळी त्याने आजूबाजूस बघितले. उग्रसेनासहित इतर वरिष्ठ बरेच दूर होते. नारदाच्या चरणांशी नतमस्तक होत त्याने वंदन केले.

"कल्याणमस्तु," आशीर्वाद देऊन नारदाने विचारले. "माता पवनरेखा बरी आहे ना, पुत्रा?"

कंसाच्या मनात रहस्य जाणून घेण्याची इच्छा होती. सारे दूर असल्यामुळे ती बंद ओठांवर धडकही मारीत होती. त्यात नारदाने मातेचे क्षेमकुशल उग्रसेनाला विचारले नव्हते. म्हणून नारदाविषयी त्याच्या मनात आपुलकी निर्माण झाली. तो उदास स्वरात म्हणाला, "देवर्षी! आपणास सारे ज्ञात आहे. मला सांगा, माझी माता! उपेक्षित स्त्री! स्वेच्छेने लादलेल्या एकांतवासाचा दंड अजून किती काळ भोगावा लागणार आहे तिला, हा प्रश्न मला फार अस्वस्थ करतो..."

"ती दुर्दैवी आहे, पुत्रा! नकळत घडलेल्या पातिव्रत्यभंगाचा दंड भोगते आहे ती! कर्मबंधनाची वेदना सहन करण्यास पर्याय नाही, पुत्रा!" नारदाच्या तोंडून उदास निश्वास निसटला. या निश्वासात कंसाला कधी न अनुभवलेल्या स्नेहल भावनेचा उष्मा जाणवला. अभावितपणे तो त्यांच्या चरणांशी बसला.

"देवर्षी!" तो कळवळून म्हणाला. "अनुत्तरित प्रश्नांचा गुदमर मला ग्रासतो आहे. सारे असह्य वाटते मला! कृपा करून ही अवस्था संपवा. मला सांगा, माझी माता कुठल्या अपराधाचा दंड भोगते आहे? अपराध नकळत घडला आहे, तर तो क्षम्य का ठरत नाही? आजीवन दंडाचे भोग तिच्या नशिबात का? मथुरेच्या यादवांना मी त्यांच्यातील का वाटत नाही? मला सांगा, मुनी, ते मला उपरा का समजतात? यादव म्हणून माझा स्वीकार का करीत नाहीत? देवर्षी, हे प्रश्न माझ्या मस्तकाच्या ठिकऱ्या उडवतील. त्यापूर्वी मला सत्य स्थिती विशद करण्याची कृपा करा..."

"शांत हो, वत्सा!" भडाभडा बोलणाऱ्या... मनीचा आक्रोश प्रथमच ओठी आणणाऱ्या कंसाच्या तप्त मस्तकाला स्नेहल स्पर्श करीत नारद म्हणाले. "वत्सा, तुझा जन्म आणि मृत्यू यासाठी नियतीने जे उभे-आडवे धागे विणले आहेत, त्याचे सखोल स्वरूप मी तुला सांगतो."

नारदाने हळुवार स्वरात पवनरेखेच्या दुर्दैवाची वार्ता विशद केली. कंस दुमिलाच्या पापाचरणाचे फलित आहे याची जाण उग्रसेन वा इतर यादव विसरू शकत नव्हते. कंसाचा स्वीकार केला होता, ते समंजस वृत्तीचे द्योतक होते. त्यात

अगतिकपणाचे पडसाद होते. सहज स्वागताची ऊब त्यात सापडणार नव्हती. क्षमाशील हृदयाचे मोठेपणही त्यात गवसणार नव्हते. सारे कळताच सशक्त कंसाची गात्रे ताठरली. मन:क्षोभामुळे देह ताम्रवर्णी बनला. रक्ताचे गरम लोट देहात वेगाने वाहू लागले.

"आणि वत्सा..." कथनाचे समापन करीत नारद म्हणाले. "सारे जाणले आहेस, तर तुझे भवितव्यही जाणून घे... दुमिलाच्या कपटाचा भोग बनलेल्या पवनरेखेस फसवणुकीची जाण झाली तेव्हा सतीच्या हृदयात रोषाची पावन ज्वाळा भडकली. त्यातच परस्त्रीशी संभोग करून तृप्त झालेला दुमिल म्हणाला, 'हे सुंदरी, आपल्या या भेटीचे फलित तुझ्या उदरी जन्म घेईल.' तेव्हा ती क्रोधाने थरथर कापू लागली. क्रोधाच्या भरात तिच्या तोंडून दाहक शापवाणीचा उच्चार झाला, 'पाप्या! तुझ्या या अधम कृत्याचे फलित म्हणून जो पुत्र जन्मास येईल त्याचा वध करणारा महाबली पुत्रही माझ्याच वंशात प्रकट होईल...' दुर्दैवाने, पवनरेखेने दुमिलाच्या पुत्रास दिलेला शाप तिच्या स्वपुत्राच्या कपाळी बसला. खऱ्या अर्थाने यादवकुळ तुझ्या अपवित्र अंशाचा स्वीकार करू शकत नाही."

नारदाचे कथन पूर्ण होईतो कंसाच्या मनात उग्रसेन, गणतंत्र आणि पुरजनांविषयी पारावार तिरस्कार निर्माण झाला होता. त्याने तत्काळ निश्चय केला... उग्रसेन, गणतंत्र वा अशा गणतंत्राचे समर्थक, कुणाचीही गय न करता माता पवनरेखेचे पावित्र्य स्वीकारले जाईल यासाठी प्रखर प्रयत्नांची कास धरावयाची. यापुढे तिची उपेक्षा होऊ द्यावयाची नाही. स्वत:च्या बाहुबळाच्या जोरावर कंस मातेला सन्मान मिळवून देईल! क्रोधावेशात तिच्या तोंडून स्वपुत्राचे अभद्र भविष्य निसटले. तो शाप नव्हताच. मातेचा आक्रोश निष्पाप मनाचा चीत्कार समजून तिचा पुत्र भवितव्य बदलण्यास प्रयत्नांची पराकाष्ठा करील.

"पण कृष्णा, माझे भवितव्य मी बदलू शकलो नाही," वृत्तान्तकथन संपताच कंस क्षीण स्वरात म्हणाला. अमाप रक्तस्त्रावामुळे त्याच्या डोळ्यांवर झापड येत होती. तरी विझणारी म्लान नजर कृष्णाकडे बघून हसत होती. रक्तमाखल्या कंसमुखावर ते स्मित ग्रहणकालातील सूर्यासारखे भासत होते. कृष्णाच्या चेहऱ्यावर अपार करुणा होती. कंसावरील विजय तर कृष्णाच्याच नव्हे, तर कंसाच्याही जन्माआधी नक्की झाला होता. निरपराध अबला नारीच्या आक्रोशातून प्राप्त झालेल्या या विजयाचा आनंद कसा घेणार? कंस विजयापाठचे अधिष्ठान जाणून श्रीकृष्णाच्या मनात विजयानंदाऐवजी विषाद दाटला.

"आता तूच सांग कृष्णा..." ग्लानीवर मात करून कंसाने आसावल्या स्वरात विचारले. "ज्या समाजात निरपराध स्त्रीची अवहेलना होते... पतिव्रतेवर

प्रतारणेचा आरोप होतो... ती बहिष्कृत होते... त्या समाजाच्या निर्वीर्य निर्मात्यांना शासनाचा अधिकार का द्यावयाचा? माझ्या मातेचा अपराध काय? अपराधी, पापाचारी दुर्मिलाला दंड देऊ न शकणाऱ्या या समाजाने माझ्या निरपराध मातेला जन्मभर अपराधाचा सल दिला. तिच्या कुशीत जन्मलेल्या कंसाचा अपराध काय, याचा विचार न करता माझी उपेक्षा केली. गणतंत्राच्या अधिकाऱ्यांनी सांस्कृतिक मूल्यांचा बडेजाव माजवून माझ्या मातेला आणि मला हकनाक पाण्याहून पातळ केले. या गणतंत्राने माझ्यावर आणि मी गणतंत्रावर अन्याय केला तर फक्त माझ्यावर टीका का? मीच दोषी कसा?''

"मामा!'' करुणामय स्वरात कुमार कृष्णाने उत्तर दिले. "व्यक्तीला मिळणारा न्याय-अन्याय आणि संरक्षण समष्टीची शक्ती आहे. तोच कल्याणमार्ग! पण व्यक्तीसुद्धा समष्टीचा अंशच! म्हणून व्यक्तीने समष्टीवर मात करावयाची नसते हे विसरून तुम्ही गणतंत्राचा नाश केलाच. गणतंत्राच्या त्रुटी दूर करण्याचा प्रयत्न करण्याऐवजी एकछत्री अंमल लादलात.''

"कसले गणतंत्र कृष्णा?'' कंस तिरस्काराने म्हणाला. "एखादा उग्रसेन वा वसुदेव किंवा सत्तालालसा बाळगणारा अक्रूर यांच्या शहाणपणावर निर्भर असणाऱ्या तंत्राला गणतंत्र कसे म्हणणार? हे निर्वीर्य पुरजन सत्तालोभी अक्रूरांचा जयजयकार करतील ते योग्य आणि सम्राटाचा जयजयकार करतील ते अयोग्य, हे कसे? सामान्य प्रजा नेहमी विजेत्याचा जयजयकार करते. त्यांच्यासाठी अंमल एकछत्री आहे की मोजक्या गणाधिकाऱ्यांच्या हातात आहे, त्यामुळे काय फरक पडतोय!''

"माता पवनरेखेचा अपराध ही नकळत घडलेली अकल्पित घटना – चूक किंवा अपघात समजून कानाआड करण्यात आली असती. क्षमाशील मनाने तिचा स्वीकार झाला असता तर या गणतंत्राला चंद्र-सूर्यासारखे अमरत्व प्राप्त झाले असते. कृष्ण आणि कंस, दोघांचे सामर्थ्य एकत्र येऊन गणतंत्राला आगळी झळाळी प्राप्त झाली असती; पण...''

"व्यक्ती कितीही महान असो, मामा, अन्याय कितीही निष्ठुर असो. तरीही एकछत्री अंमल करण्याचा अधिकार कुणालाच मिळत नसतो. अन्यायाविरुद्ध संघर्ष करणे आणि अन्यायाचे निमित्त करून स्वकेंद्री शासन उभे करणे यांत फार फरक आहे, मामा, तसे करणे कदाचित पहिल्या अन्यायापेक्षा अधिक निर्मम अन्याय ठरण्याची शक्यता आहे. अन्यायाची कास धरून अन्यायाचा बीमोड करता येत नाही, हे मूलभूत सत्य विसरला तुम्ही?''

कंसाच्या नजरेस आता पैलतीर दिसू लागला. तरी जन्मभर मनात बाळगलेला क्षोभ 'याचि देही याचि डोळा' शमावा अशी आस लागली होती. मृत्यूने पाश आवळण्याची सुरुवात केली आहे हे कळत असूनही तो जिवाच्या आकांताने

म्हणाला, ‘‘सत्य म्हणजे एक कल्पनाच तर असते...’’ खोल दरीतून उमटलेल्या शब्दागत त्याचा आवाज गहिरा वाटत होता. ऊर्ध्व लागल्यामुळे बोलताना वेदना होत होत्या. तरीही तो बोलत होता.

‘‘या कल्पनेला काही समर्थ व्यक्तींनी स्वत:च्या अनुकूलतेप्रमाणे नित्य नव्या आकाराच्या मुशीत घातले. एके काळी आर्य उग्रसेन सत्य ठरले. आजवर महाराज कंसाने परमसत्याचे स्थान भूषविले. आता गोपालक कृष्ण तर उद्या...’’

‘‘नाही मामा! उग्रसेन, कंस वा कृष्णाहून महान असे परमतत्त्व या साऱ्यांच्यात आहे.’’ निश्चल प्रजाजनांकडे बोट दाखवित कृष्ण म्हणाला. ‘‘हे पाषाणवत् पुतळे निर्माल्य वाटले तरी ते निर्माल्य नाहीत, मामा! पाषाण नसलेल्या या समूहात जडत्व नसून जे प्राणतत्त्व आहे तेच परमतत्त्व! ज्या प्राणांचे संरक्षण, संवर्धन आणि स्वास्थ्य कौशल्याने जतन करू शकणारे शासन, तेच आदर्श शासन! हे काम एकट्यादुकट्याचे, कंस किंवा कृष्णाचे नाही, मामा! गणतंत्राची संकल्पना आदर्श आणि महानच आहे. त्या आदर्शाची तुम्ही हत्या केलीत.’’

‘‘निरपराध्यांना शुली चढविणारे शासन आदर्श नव्हतेच. यापुढेही जर निरपराध पवनरेखांच्या निर्दोषतेस दंड होत राहिला तर... जे कंसाने केले तेच कृष्णाच्या हातून नियती घडवून आणील...’’

कंसाचे शब्द संपले आणि श्वासही संपले. देहाची सीमा ओलांडून प्राणतत्त्व मुक्त झाले. विनम्र मनाने कृष्ण मामाच्या चरणांशी बसला. त्याने कंसाच्या पायाला हस्तस्पर्श केला. आणि... मनात अमोल विचारांची प्रतिष्ठापना झाली. कदाचित्...

भविष्यात भौमासुराच्या कारावासातून मुक्त झालेल्या स्त्रियांना श्रीकृष्णाने जो सन्मान प्रदान केला तर त्या विचारप्रणालीचे मूळ इथे होते. त्या सुकृत्याचे मूळ इथे होते. त्या सुकृत्याचे बीज कंसाच्या अंतिम विलापात अंकुरले... पुनश्च पवनरेखा... यादव परिवारात निरपराध स्त्रीची उपेक्षा यापुढे होणे नाही... या विचाराची प्रेरणा कंसाच्या अंतिम शब्दांत होती.

‘‘तात’’ अतीताच्या खोल गुहेत उतरलेल्या अक्रूरांस वर्तमानात आणीत उद्धव म्हणाला. ‘‘बकुलपुष्पांवर जलसिंचन केल्यामुळे दरवळलेला हा सुवास आता व्यर्थ आहे. रात्रीचे तीन प्रहर संपल्याचे टोल ऐकलेत ना?’’

‘‘कृष्णाचा शंखनाद ऐकलास?’’ उद्धवाकडे लक्ष नसलेले अक्रूर नादावल्या स्वरात म्हणाले. ‘‘प्राग्ज्योतिषपुराच्या भौमासुराला कृष्णाने संपविले तेव्हा अंत:पुरात हजारो स्त्रिया कैदेत होत्या. त्यांना साऱ्यांना कृष्णाने सन्मानाने मुक्त केले.’’

‘‘होय, तात! आर्यावर्तातील कुलीन स्त्रियांना मिळणारी वागणूक त्यांना मिळाली. द्वारकेच्या राजप्रासादात त्यांना रुक्मिणी-सत्यभामेचा दर्जा प्राप्त झाला.

तसे घडविले नसते तर...''

''भौमासुराच्या अन्यायाचे प्रतीक ठरावेत असे असंख्य कंस या हजारो स्त्रियांच्या उदरी जन्माला आले असते. आर्यावर्ताने त्या स्त्रियांचा मन:पूर्वक स्वीकार केला नसता. एका पवनरेखेवर अन्यायाने झालेल्या कल्पांताने आर्यभूमीस वर्षानुवर्षं ग्रासले. तर मग हजारो स्त्रियांशी आर्यावर्ताने तसेच निर्मम वर्तन केले असते तर...?'' कल्पनेतही अक्रूरांचा कृश देह शहारला.

''जे कृष्ण बघू शके ते चर्मचक्षूंना दिसणारे सीमित ज्ञान नव्हते. ते प्रज्ञाचक्षूंना होणारे दिव्य दर्शन होते, तात!'' उद्धव आदराने म्हणाला. ''गणतंत्राच्या पुनर्स्थापनेचे कार्य कृष्णाशिवाय इतर कुणाला जमणार नव्हते.''

''पण हे सारे आता कळते. 'त्या' क्षणी त्याच्या कार्याचे महत्त्व आणि माहात्म्य कळले असते तर...'' अक्रूरांच्या स्वरात वेदना उतरली. ''कृष्णाच्या हयातीत ते कुणाला नीट कळले? माझे पापाचरण मला आता आठवले, तेव्हा...''

''तात...'' उद्धव पुढे बोलू शकला नाही.

झुळझुळत्या कालिंदी प्रवाहात जलचर प्राण्यांच्या मुसंडीने आंदोलने जागृत केली. कालिंदीच्या सुरेल आवाजात तो आवाज अत्यंत बेसूर वाटला.

❖

१९

उजळ लक्ष्मीचे काळेपण

"उद्धव..." अनिमिष नेत्राने कालिंदीकडे बघत अक्रूर म्हणाले. "उत्तररात्रीच्या मंद प्रकाशात कालिंदीचा प्रवाह अगदी वेगळा वाटतो आहे आज. बघ... त्या श्यामवर्ण जलराशींतून कृष्णाची आकृती प्रकट होत आहे. तेच मोरपीस, तीच बासरी... आणि उद्धवा, तिकडे बघ..." भारावल्या उद्धवाने अक्रूर दाखवीत होते, त्या दिशेस बघितले... "कृष्णाला प्रिय वाटणाऱ्या त्या धेनू आणि प्रवाहाच्या मध्यावर बोटावर गोवर्धन तोलून उभा असलेला कृष्ण... कालिंदी आणि कृष्ण एकाकार झाल्यागत कालिंदीप्रवाहात कृष्ण विलीन झाला आहे..." अक्रूर भावनावश झाले. त्यांच्या ओठात अवश कंप दाटला.

"तात..." उद्धव प्रयत्नपूर्वक बोलू लागला. "कालिंदी म्हणजे कळिकाळाचा अंश! कळिकाळाच्या तटावर सृष्टीचाच नव्हे, तर ब्रह्मांडाचा व्यापही कमी भासेल. आता ब्रह्मांडाचा अंश बनून महाकाळास समर्पित होणेच इष्ट! तोच ज्ञानमार्ग! आपण शांत व्हा, तात!"

"शांत?" अक्रूर किंचित हसून म्हणाले. "आता मनाने मी जितका शांत आहे, तितका यापूर्वीच्या दीर्घायुष्यात कधीच नव्हतो. हृदयात दडविलेले रहस्य ओठी आल्यामुळे ही शांतता प्राप्त झाली आहे. मथुरेच्या त्या सभामंडपात कृष्णवध झाला असता तर... त्याचे उत्तरदायित्व मला पेलता आले असते?"

"असे म्हणू नका तात!"

"नाही उद्धवा! आज सारेच मोकळेपणी कबूल करावेसे वाटते. मला अडवू नकोस. संभाव्य हत्येचे पातक टळले तरीही आर्यावर्ताच्या युगपुरुषाला... श्रीकृष्ण नाव धारण करणाऱ्या महामानवाला मी सामान्य चोराच्या पातळीवर आणून ठेवला. ते पातक आठवते तेव्हा वाटते... कंस आणि कालयवनही करू शकले नाहीत तो प्रहार मी केला कृष्णावर! कृष्णहत्येच्या पापाचा धनी झालो नाही याचा आनंद मानून धन्यतेत जीवन व्यतीत करण्याऐवजी, मी जे पाप केले ते मला

याच देही कबूल करू दे.''

"तात..." उद्धवाने आर्तपणे अक्रूरांना थांबविण्याचा प्रयत्न केला; पण धारेला लागल्यागत अक्रूर बोलत राहिले.

"स्यमंतक मण्याचा वृत्तान्त तुला तपशीलवार ठाऊक नसेल." अक्रूरांची नजर लज्जेने झुकली आणि झुकल्या नजरेसमोर अतीत उलगडला.

"आर्य सत्राजित" एका गणपरिषदेवेळी वरिष्ठ यादवाला साद घालीत कृष्ण म्हणाला. "भगवान सविता नारायणाच्या कृपेने तुम्हाला एक अलौकिक मणी प्राप्त झाल्याचे ऐकिवात आहे. त्या मण्याचे तेज आणि प्राप्ती अत्यंत दुर्लभ आहे म्हणतात."

सत्राजिताने अस्वस्थ नजरेने कृष्णाकडे बघितले. दुसऱ्याच क्षणी बेचैन नजर सभोवार भिरभिरली. द्वारकेच्या प्रासादाच्या घुमटांवर सोनेरी सूर्यकिरणे चमकत होती. सभामंडपातील यादववीरांच्या मस्तकावर सुवर्णमुकुट झळझळत होते. अक्रूर, वसुदेव, सात्यकी, कृतवर्मा... साऱ्यांच्या नजरेत सत्राजिताचे उत्तर ऐकण्याची आतुरता दिसत होती.

"कृष्णा..." गंभीर स्वरात सत्राजिताने उत्तर दिले. "भगवान सूर्यनारायणाच्या कृपाप्रासादाच्या रूपात मला स्यमंतक नावाचा अतिदुर्लभ मणी प्राप्त झाला आहे."

"छान! असा प्रसाद आर्य सत्राजिताला प्राप्त होणे ही यादव परिवारासाठी अत्यंत गौरवप्रद घटना आहे." कृष्ण प्रसन्न स्वरात म्हणाला.

"असा अलभ्य मणी द्वारकानगरीचे भूषणच म्हणावे लागेल. ही शुभवार्ता ऐकून यादवकुळ धन्यता अनुभवीत आहे."

"मानवाला आजवर प्राप्त झालेल्या समग्र धनराशींपेक्षाही तो मणी अधिक मौल्यवान आहे असे ऐकतो." माहिती देत बलरामाने विचारले, "तात, हा मणी रोज प्रात:काली आपणास सूर्यप्रसादाच्या रूपाने आठ भार सुवर्णमुद्रा देतोसे ऐकले. ते खरे का?"

"होय संकर्षणा! हा मणी म्हणजे सुवर्णमुद्रांचा अक्षयस्रोत आहे."

समग्र यादवपरिवारात विस्मय दाटला. बलरामाने सुकल्या ओठांवर जीभ फिरविली; पण कृष्णाची नजर क्षितिजावर खिळली होती. तो गंभीर स्वरात म्हणाला, "तुमच्या या सिद्धी आनंदात समग्र द्वारका सहभागी आहे."

अक्रूर टक लावून सत्राजिताकडे बघत होते; पण त्यांच्या नजरेसमोर सत्यभामा तरळत होती. तिचे लावण्य अनुपम होते. सत्राजिताची ती एकुलती एक लाडकी कन्या होती. त्याचे फार प्रेम होते तिच्यावर! आर्य अक्रूरांच्या मनात तिच्या

लावण्यप्राप्तीची अनावर ओढ निर्माण झाली. म्हणून ते आर्य सत्राजिताला भेटले होते. स्वत:चे वय विसरून त्यांनी मनातील इच्छेला शब्दरूप दिले होते.

"सत्राजिता, सत्यभामेसारख्या कन्येची जबाबदारी म्हणजे जोखीमच! ती जबाबदारी माझ्यावर सोपविण्यासाठी तुम्ही तिचा हात माझ्या हाती द्या. यादव सेनापती तुमचा जामात असणे हे परमभाग्य स्वीकारून कर्तव्यमुक्त व्हा."

"अक्रूरा..." सत्राजित बेचैन स्वरात म्हणाला. "सत्यभामेसाठी मी आर्य शतधन्वाला शब्द दिला आहे. तुमच्या मागणीचा मी स्वीकार करू शकणार नाही, याचे वाईट वाटते."

वस्तुत: शतधन्वाची गणना समर्थ यादवांत होत नसे. वय वजा करता अक्रूरांचे स्थळ शतधन्वाच्या स्थळापेक्षा उजवे ठरणारे होते. तरीही सत्राजिताने नकार दिला याचा रोष अक्रूरांच्या मनात होताच. स्यमंतक मण्याच्या संदर्भात चर्चा सुरू झाली, तेव्हा हे सारे अक्रूरांना आठवले! कृष्णाच्या स्वरातील गांभीर्य त्यांच्या मनात सुडाच्या इच्छेला जन्माला घालीत होते. ते कान देऊन ऐकू लागले.

"देवकीनंदना..." सत्राजित सावध स्वरात बोलू लागला. "या शुभ भावनेविषयी पूजनीय वडीलधाऱ्यांचा, तसेच समग्र यादवकुळाचा मी ऋणी आहे."

"तात..." कृष्ण मृदू स्वरात म्हणाला. "स्यमंतकामुळे प्राप्त होणारी समृद्धी समष्टीच्या लाभासाठी वापरणे श्रेष्ठतम भावना ठरते. यातच आर्य सत्राजिताचे मोठेपण आणि यादवांचे श्रेय समाविष्ट आहे." साऱ्यांच्या नजरेत उत्सुकता दाटली. कान टवकारून सारे कृष्णबोल ऐकू लागले. "परिश्रमाने प्राप्त होणाऱ्या संपत्तीवर व्यक्तिगत स्वामित्व असते. परिश्रमाविना मिळालेल्या लक्ष्मीला समूहश्रेयार्थ वापरणे हाच कल्याणधर्म आहे, तात..."

"म्हणजे तुम्ही स्यमंतकाचे स्वामी नसून श्रद्धेय आहात, रक्षक आहात. म्हणून त्याचा लाभ द्वारकेच्या पुरजनांना होणे इष्ट आहे." संकर्षण बलरामाने अभिप्राय दिला.

"वासुदेव..." सत्राजिताच्या कणीदार आवाजात तीव्र नापसंती होती.

"तुमच्या विचारप्रणालीविषयी माझ्या मनात आदर आहे; पण स्यमंतक हा माझ्या इष्टदेवाचा प्रसाद आहे. तो कृपाप्रसाद माझ्याचजवळ राहील."

"तात, प्रकृतितत्त्वापासून लक्ष्मीचा जो प्रसाद प्रकट होतो, तो कालिंदीच्या प्रवाहासारखा बहुजन हिताय, बहुजन सुखाय होणे श्रेयस्कर असते; पण आर्य, याचा निर्णय तुम्हीच घेणार आहात. यादव गणतंत्रात शुभ भावनेवर निर्भर राहणे आहे. जबरदस्तीची भलावण नाही."

"केशवा, माझ्या इष्टदेवाचा प्रसाद मी समष्टीस अर्पण करू शकत नाही यासाठी मी क्षमा प्रार्थितो." सत्राजिताने निर्णय दिला.

कृष्णाने आग्रह धरला नाही; पण संकर्षण बलरामाचा चेहरा ताठरला. अक्रूरांचा प्रसन्न चेहराही उदास झाला. तो मणी सत्राजितापासून हिरावून घेता आला असता, तर त्यांना समाधान प्राप्त होणार होते; पण कृष्णाने जबरदस्ती केली नाही. यादवसभा बरखास्त झाली.

कृष्णाने जबरदस्ती केली नसूनही सत्राजित अस्वस्थ झाला. भर सभेत कृष्णाने स्यमंतकाविषयी चर्चा उकरून काढली ही त्याला स्वाभाविक घटना वाटेना. स्यमंतकाद्वारे होणाऱ्या अमाप धनप्राप्तीचा मोह टाळणेही पटत नव्हते. तार्किक धोरणांच्या कसोटीवर कृष्णाचे म्हणणे योग्य वाटले तरीही मोह पाठ सोडीत नव्हता. समग्र यादवपरिवाराने कृष्णास मूक अनुमोदन दिले होते. त्या अनुमतीत तर्कसंगत विचार नसून, लोभ आणि ईर्ष्येचा प्रभाव आहे हे त्याला जाणवले होते. एकट्या कृष्णाचा विरोधच दमछाक करविणारा होता, तर मग... मणी स्वत:कडे ठेवणे त्याला सुरक्षित वाटेना. ही जोखीम कनिष्ठ बंधूकडे सोपवावी असे वाटून त्याने मणी प्रसेनास दिला. त्याविषयी त्याने कुणाजवळही वाच्यता केली नाही.

स्यमंतकाविषयीची चर्चा विस्मृतीत गेली असती; पण एका आकस्मिक घटनेमुळे तसे झाले नाही. मृगयेसाठी गेलेला प्रसेन हिंसक वनचरांची शिकार झाला. त्या वेळी स्यमंतक मणी प्रसेनाच्या गळ्यात होता. प्रसेनाची हत्या करून तो वनात परतला; पण तो मणी वनात फिरणाऱ्या जांबुवानाच्या नजरेत भरला. हा स्यमंतक मणी आहे वा त्याचे असे सामर्थ्य आहे याची त्याला कल्पना नव्हती, पण मण्याच्या तेजाने त्याला आकर्षित केले. वाटले... छान लाल दगड आहे. पोराला खेळण्यासाठी दिला तर तो खूश होईल आणि त्याने प्रसेनाच्या गळ्यातून तो मणी काढून घेतला. अमूल्य, अलभ्य असा मणी जंगलात वास्तव्य असणाऱ्या बालवानरांचे खेळणे ठरला.

सत्राजिताला जेव्हा प्रसेनाच्या मृत्यूविषयी कळले तेव्हा तो संतापला. समग्र यादव समाजास एकत्र करून त्याने क्रोधास वाचा फोडली. ''आपण सारे जाणता, कृष्णाने मजजवळ स्यमंतकाची मागणी केली होती. मी नकार दिला तेव्हा मानभावीपणे गणतंत्राच्या आचारसंहितेत जबरदस्तीची भलावण नसल्याचे सांगितले होते. तरी त्याने स्यमंतकप्राप्तीसाठी हीन मार्गाची संधी उपटली. प्रसेनाचा मृत्यू नसून हत्या आहे, याविषयी माझ्या मनात तिळमात्र शंका नाही. समष्टीच्या हिताच्या गोष्टी करणाऱ्या कृष्ण-बलरामांनी संधी साधून प्रसेनास संपवून स्यमंतक मिळविला आहे, हे कटू वाटले तरी वास्तव आहे...''

समग्र घटनेचे सिंहावलोकन करता बहुतेक वरिष्ठ यादवांना सत्राजिताचे म्हणणे पटत होते. प्रसेनाच्या आकस्मिक मृत्यूत कृष्ण-बलरामांचा हात असेल

की नसेल यावर रस्तोरस्ती चर्चा रंगू लागल्या. हिंस्र श्वापदाने प्रसेनाची शिकार करणे शक्य वाटत होते. त्या वनचराने प्रसेनाचा देह पळविला असता तरी पटले असते; पण कदाचित स्वत:च्या आहारासाठी नव्हे, तर मृगया करणाऱ्या प्रसेनापासून स्वसंरक्षण करण्यासाठी त्याने प्रसेनास संपविले असावे; कारण मृतदेह तिथेच टाकून वनचर निघून गेला होता. जाताना त्याने फक्त गळ्यातून स्यमंतक काढून नेला असेल असे कुणालाही वाटत नव्हते. समष्टीच्या श्रेयाच्या उच्च गोष्टी करून कृष्ण-बलरामाने हीन कृत्य केले आहे. त्यामुळे यादवांची अक्षत गरिमा झाकोळली आहे, असे बहुतेकांचे मत होते. जनमानसात शंकेची मात्रा वाढत होती.

कृष्णाला जेव्हा हे कळले तेव्हा त्याच्या चेहऱ्यावरील स्मित अधिकच बोलके झाले. त्याने स्यमंतकाचा शोध घेण्याचा निर्णय जाहीर केला. आरोपाचे त्याला सुख-दु:ख नव्हते; पण त्या कारणामुळे यादव समाजात अश्रद्धेयता प्रकट होणार होती. द्वारकेच्या उज्ज्वल परंपरेस अश्रद्धेयतेच्या रूपाने काळिमा लागलेला त्याला रुचणार नव्हता. श्रद्धेच्या पुनर्स्थापनेसाठी आरोपाचे खंडन करणे, पर्यायाने सत्राजितास स्यमंतक मिळवून देणे गरजेचे होते.

प्रसेनाचा पार्थिव देह जंगलात जिथे सापडला त्या ठिकाणी कृष्ण पोहोचला. गाढ जंगलाचे त्याने शोधक नजरेने निरीक्षण आरंभले. हिंस्र श्वापदांच्या पदचिन्हांत वनवासी जांबुवानाच्या पाऊलखुणाही मिसळलेल्या त्यांच्या नजरेस पडल्या. त्या पाऊलखुणांचा पाठपुरावा करीत तो वानरवस्तीत पोहोचला. वानरपुत्रांचे 'नवे खेळणे' लगेच त्याच्या नजरेत भरले; पण ते परत देणे जांबुवानाला मंजूर नव्हते. पत्थराच्या त्या तुकड्यात त्याला अजिबात गम्य नव्हते; पण त्याच्या परिसरात प्रवेश करून कुणा नगरवासी मानवाने कसलीही मागणी करणे म्हणजे तो आपल्या आधिपत्याचा अपमान समजत होता.

पण मागणी करणारी व्यक्ती कृष्ण असल्याचे कळताच त्याचा विरोध मावळला. कार्यकारण कळले आणि त्याने स्यमंतक कृष्णासमोर धरून मैत्रीचा प्रस्ताव ठेवला. कृष्णाने मैत्रीचा स्वीकार केला आणि जांबुवान अधिकच विनम्र झाला. भारल्या स्वरात तो म्हणाला, "माझ्या मैत्रीचा स्वीकार करून आपण माझा सन्मान केला आहे. या निमित्ताने आज प्रथमच माझ्या निवासस्थानास आपली चरणरज पावन करीत आहे. कृतज्ञता व्यक्त करण्यास माझ्याजवळ शब्द नाहीत. तरीही माझी सुशील कन्या जांबुवती मी आपणास अर्पण करतो. तिचा स्वीकार करून माझ्या मैत्रीस आपण शाश्वत रूप प्रदान करावे अशी मी विनंती करतो."

जांबुवतीचे पाणिग्रहण करून जांबुवानासह कृष्ण द्वारकेस परतले. तातडीने यादवसभा बोलाविण्यात आली. समस्त वरिष्ठ यादवांच्या उपस्थितीत कृष्णाने स्यमंतक सत्राजितासमोर धरला.

"या कृपाप्रसादाचा पुनश्च स्वीकार करा, तात! या समग्र घटनेचे साक्षीदार आणि माझे श्वशूर जांबुवान आज उपस्थित आहेत. कुणाच्याही मनात स्यमंतकाच्या संदर्भात संदेह असतील तर त्यांनी वानरश्रेष्ठांकडून शंकानिरसन करून घ्यावे. आरोपाच्या खंडनाचा वेगळा प्रस्ताव मी मांडणार नाही."

"क्षमा करा, केशवा!" सत्राजित हात जोडून म्हणाला. "मी केलेला आरोप आक्रोश आणि प्रलाप होता हे समजून घ्या. आपण उदार आहात. माझा अपराध क्षम्य ठरवून मला उपकृत करा." स्यमंतकाचा स्वीकार करणे सत्राजिताला जमेना. तरीही स्यमंतक त्याच्या हाती ठेवून कृष्ण निरिच्छ स्वरात म्हणाला, "तात, स्यमंतक तुमचा मणी आहे. तो तुमच्याजवळच असणे योग्य आहे."

"मधुसूदना..." सत्राजिताच्या तोंडून कृतज्ञता निसटली, "माझ्या हातून मणी हरवला होता. तो तुम्ही शोधला, म्हणजे आता तो माझा नव्हे, तर तुमचा झाला. तो तुमच्याजवळच असू द्यात."

"तसे करणे अनुचित ठरेल." कृष्ण करारी स्वरात म्हणाला. "माझ्याजवळ मणी ठेवल्यामुळे मण्याच्या प्राप्तीसाठीच मी हा आटापिटा करविला असे ठरेल. समष्टीच्या हिताच्या दृष्टीने आशंका जन्माला येणे योग्य नाही. भगवान सविता नारायणाने तुम्हाला दिलेल्या कृपाप्रसादाचे तुम्हीच स्वामी आहात." सत्राजित भारावला. सारेच कृष्णाकडे आदराने बघत होते. फक्त अक्रूरांच्या नजरेत नापसंती होती. स्यमंतक हरवल्याचा त्यांना आनंद झाला होता. तो परत सत्राजिताला मिळणे त्यंना दु:खद वाटले. ते कमी होते तर सत्राजित कृतज्ञता व्यक्त करीत बोलू लागला, "कृष्णा, स्यमंतकाचा अमोल ठेवा परत करीत आहात. त्या वेळी मी माझ्यालेखी अनमोल ठरणारी माझी कन्या सत्यभामा तुम्हाला अर्पण करण्याचा संकल्प जाहीर करतो. पत्नी म्हणून तिचा स्वीकार करून मला अंशत: ऋणमुक्त होण्याची संधी द्या."

सत्राजिताचा प्रस्ताव साऱ्यांना रुचला. कृष्णाने रुकार देताच साऱ्यांनी उभयतांचा जयजयकार केला. अक्रूरांची नजर सभेच्या मूक कोपऱ्याकडे वळली. तिथे शतधन्वा बसला होता. त्याच्याशी नजरानजर होताच त्याच्या नेत्रात सत्राजिताविरुद्ध ज्वाला भडकली.

❖

२०

कृष्णा, तू चोर आहेस!

स्यमंतक मणी हरवला म्हणून अक्रूर आनंदात होते; पण या आनंदास नख लागले. विकृत आनंदाच्या समाप्तीमुळे ते अस्वस्थ झाले. सत्राजिताला मणी परत मिळाला याचे दुःख होतेच; शिवाय सत्यभामाप्राप्तीची आशा नष्ट झाली होती.

सत्यभामेच्या लालसेपेक्षा सत्राजिताविषयी वाटणाऱ्या हेव्याचे प्रमाण अधिक होते. स्यमंतक शोधल्यावर समष्टीच्या हितासाठी कृष्णाने मणी स्वतःकडे ठेवला असता तरी दुःखाची तीव्रता कमी झाली असती. आता सत्राजितास संपत्ती तर मिळणार होतीच, शिवाय कृष्ण त्याचा जामात बनल्यामुळे त्याचा मानही वाढला होता. सत्राजिताची पदोन्नती अक्रूरांच्या नजरेत खुपत होती. हा सल दिवसेंदिवस वाढत होता, असह्य बनत होता.

ही घटना थोडी जुनी होईतो अक्रूरांनी धीर धरला. स्यमंतकाविषयीची चर्चा संपली. सहज वाटावे, अशा रीतीने ते शतधन्वाच्या भेटीस गेले. त्यांनी सावध स्वरात विषयास हात घालीत विचारले, ''सत्राजिताने तुला सत्यभामा देण्याचे वचन दिले होते ना?''

''त्यांनी तसा शब्द दिला नव्हता.'' शतधन्वा भोळसटपणे उत्तरला! ''मी त्यांच्यासमक्ष हा प्रस्ताव ठेवला होता. माझी कामना मी त्यांच्या चरणी रुजू केली, तेव्हा होकार वा नकार न देता त्यांनी 'विचार करतो' इतकेच सांगितले होते. काही काळ वाट पाहून मी पुन्हा विचारणार होतो. पण...''

अक्रूरांच्या कपाळावर आठी उमटली. याचा अर्थ 'त्या' वेळी आपली मागणी डावलण्यासाठी सत्राजित खोटे बोलला. अक्रूरांसारख्या समर्थाला नकार देण्यापेक्षा शतधन्वाचे बुजगावणे पुढे ठेवणे त्यांना हिताचे वाटले असणार... मनात रोष होताच. फसवणुकीच्या जाणिवेने मनात भडकलेल्या आगीत तेल ओतले. ते जहरी स्वरात म्हणाले, ''तो विषय संपलाच आता! पण...'' स्वतःच्या मनातील हीन विचार शतधन्वाच्या कानात ओतून ते म्हणाले, ''सत्यभामा आता अप्राप्य

ठरली तरी...''

शतधन्वाची मुद्रा प्रश्नार्थक बनली. अक्रूर पुढे म्हणाले, ''सत्राजिताची सारी बळजोरी स्यमंतक मण्याच्या स्वामित्वामुळे आहे. तो मणी त्याच्याजवळ नसला तर सत्राजित निष्प्रभ ठरेल.''

''होय तात! पण हे घडावे कसे?'' शतधन्वा व्यथित स्वरात म्हणाला.

''वस्तुत: माझाही सत्राजितावर राग आहे; पण मी काय करू शकतो? माझा राग वांझच ठरणार.''

''का वांझ ठरणार तुझा राग?'' तुझ्या मनात खरंच रोष असेल तर तो मणी प्राप्त करण्यासाठी तू काही करण्यास तयार व्हावेस'' त्याच्या कानाशी येत अक्रूर उत्तेजित स्वरात गुणगुणले. ''तू तरुण आहेस. सत्राजितासारख्या वृद्धाकडून मणी हिसकावून घेणे सहज जमेल तुला. स्यमंतकाचे स्वामित्व म्हणजे...''

शतधन्वा विचारात पडला. समर्थ यादवांत त्याची गणना होण्याची सुतराम शक्यता नव्हती; पण स्यमंतकाचे स्वामित्व म्हणजे... पण ते काम सोपे नव्हते. तो कपटी स्वरात म्हणाला, ''मी सहजपणे सत्राजिताची हत्यासुद्धा करू शकेन; पण त्यानंतर कृष्ण-बलराम आणि समस्त यादवगणांचा सामना कसा करणार? ते अपराध्यास मृत्युदंडाची शिक्षा देतील...''

''मी तुझ्या पाठीशी उभा राहीन. तुझी वेदना मला कळते.'' अक्रूर आश्वासक स्वरात म्हणाले. ''दंडाच्या भयाने बेजार होण्यापेक्षा सुसंधीची प्रतीक्षा करून तू झडप घाल. तरीही समस्या निर्माण झालीच, तर सर्वशक्तिनिशी मी मदत करीन तुला. यासाठी मी वचनबद्ध आहे. एकदा का स्यमंतक तुझ्या हाती आला...''

स्वप्नरंजनाची मदत घेत अक्रूरांनी शतधन्वाच्या मनातील भय दूर केले. त्याच्याही मनात सत्राजिताविषयी आकस होताच; स्यमंतकामुळे प्राप्त होणाऱ्या सुवर्णराशींचा लोभही! पण असमर्थतेची जाणीव त्याला काही करू देत नव्हती. अक्रूरांसारख्या समर्थाचे पाठबळ लाभले आणि त्याच्या मनात आशा तरारली. वांझ आकसाची जागा अप्रच्छन्न वैराग्नीच्या भडकत्या ज्वाळांनी घेतली. सामान्य कुवतीच्या शतधन्वापाशी सारासार विवेक नव्हताच. त्याला वाटले, अक्रूरांसारख्या समर्थाचा पाठिंबा असल्यावर सारे सोपेच आहे. स्यमंतक मिळविलाच पाहिजे. सत्यभामा न देणाऱ्या सत्राजिताला... निश्चयाने तो अनुकूल संधीची प्रतीक्षा करू लागला.

त्याला फार वाट बघावी लागली नाही. पाच पांडव आणि त्यांची माता कुंती लाक्षागृहात आगीचे भक्ष्य ठरली ही कटू वार्ता कानी पडताच कृष्ण-बलराम निवडक ज्येष्ठ यादवांसह हस्तिनापुराकडे रवाना झाले. पितामह भीष्म आणि धृतराष्ट्र यांच्या सांत्वनासाठी ते लगबगीने निघून गेले. जाण्यापूर्वी त्यांनी द्वारकेची

धुरा अक्रूरांवर सोपवली. अनपेक्षितपणे अक्रूरांहाती शासन आले. अशी संधी पुन्हा लाभणार नाही हे शतधन्वाला उमगले. त्याने सत्राजिताची हत्या करून मणी मिळविला.

कृष्ण-बलरामांच्या अनुपस्थितीत सत्राजिताच्या हत्येविषयी अक्रूरांकडे तक्रार गेली. यापाठी शतधन्वा असण्याची शक्यता व्यक्त करून पुरजनांनी अक्रूरांस त्वरित तपासकार्य हाती घेण्यास सांगितले; पण अक्रूरांनी तपासकार्याचे जुजबी नाटक वगळता सघन प्रयत्न केले नाहीत.

हस्तिनापुराहून परतलेल्या कृष्णाला ही घटना कळली. संकर्षण बलराम तर संतापलाच. त्यांनी कसेही करून मणी परत मिळविण्याचा निश्चय जाहीर केला. यादवसभेचे आयोजन करून शतधन्वाच्या उपस्थितीत या घटनेचे दुवे तपासण्याचा निर्णय घेण्यात आला. श्रीकृष्णाला वाटले, यादवसभेत शतधन्वा दोषी ठरण्यापूर्वी अनौपचारिक भेटीत त्याच्या तोंडून त्याचे कुकर्म आणि त्यापाठचे कार्यकारण जाणून घेण्याचा प्रयत्न करावा.

त्याप्रमाणे कृष्णाने त्याला बोलावणे पाठविले.

कृष्णाचा निरोप मिळताच शतधन्वा जबरदस्त घाबरला. यादवसभेत वा कृष्णाच्या दालनात कुठेही सामना जमणार नाही हे अलगद उमजले त्याला! सारे पुरजन संशयाने बघत असलेलेही सहन होत नव्हते. मग कृष्णासन्मुख उभे राहणे कसे जमणार? स्यमंतकाचेच नव्हे, तर स्वजीविताचे रक्षणही अवघड वाटून तो अक्रूरांकडे धावला.

''आर्य अक्रूर...'' भयव्याप्त स्वरात त्याने अक्रूरांनी दिलेल्या वचनाचे स्मरण करविले. काकुळतीस येत तो म्हणाला, ''स्यमंतक जाऊ द्या. निदान माझ्या प्राणांचे तरी रक्षण करा.''

''शतधन्वा!'' अक्रूर गंभीर स्वरात म्हणाले. ''वातावरण तापलेले आहे. तेव्हा पुरजन वा कृष्ण-बलरामाचा सामना हिताचा नाही.''

गोंधळलेल्या मनाने शतधन्वा अक्रूरांकडे बघत राहिला. वचनबद्धतेच्या गोष्टी करणाऱ्या अक्रूरांच्या या मुद्द्याचे त्याला आकलनच होईना. अक्रूरांच्या मनातील वैराग्नी आता शमला होता. सत्राजिताची हत्या झाली होती. स्यमंतकही प्राप्त झाला तर... अक्रूरांचे कुटिल विचार कळण्याची कुवत शतधन्वात नव्हती. तो अक्रूरांच्या वचनावर निर्भर राहणारा मूर्ख होता.

स्यमंतकाचे रक्षण आता शतधन्वाला शक्य नाही, याची अक्रूरांस कल्पना होती. सत्राजिताच्या हत्येसाठी त्याला देहदंड झाला तरी त्यांना वाईट वाटणार नव्हते. मनात फक्त स्यमंतकाची आस होती. त्यांनी धूर्तपणे फासे टाकले. सावध स्वरात ते बोलू लागले.

"शतधन्वा, आता वणव्यात भस्म होण्यापेक्षा तू सत्वर द्वारकेतून पळ काढ. कृष्ण-बलराम पोहोचू शकणार नाहीत इतका दूर निघून जा. ही घटना विस्मृतीत गेली की, वाटल्यास परत ये. तोवर अनुकूल समयाची प्रतीक्षा कर; पण आता हाच मार्ग..."

"तात! स्यमंतक जवळ ठेवून ही धावपळ कठीण वाटते मला! ती जोखीम सांभाळण्याचे आपण वचन दिलेत तर स्यमंतक तुमच्या सुपूर्द करून मी पळ काढीन..."

अक्रूरांना हेच तर हवे होते. तरी तसे न दाखविता कर्तव्यनिष्ठेच्या बडेजावात त्यांनी स्यमंतकाची जबाबदारी स्वीकारली. कृष्णाच्या निरोपाकडे, यादवसभेच्या आमंत्रणाकडे पाठ फिरवून भयव्याप्त शतधन्वाने द्वारकेतून पळ काढला.

शतधन्वा पळाल्याचे वृत्त साऱ्यांच्या कानी पडले. ती वार्ता ऐकून संकर्षण बलराम संतापून ओरडला, "कृष्णा, पापी शतधन्वा जिवंत सुटता कामा नये. अपराध्याला शासन झालेच पाहिजे." ज्येष्ठ यादवांनी बलरामास अनुमोदन दिले.

"कृष्णा, स्यमंतकाची प्राप्ती गौण आहे." एक विचारवंत यादव म्हणाला.

"या प्रकारे स्थूलसमृद्धीसाठी यादवपरिवारात हत्या होण्याचा पायंडा पडेल. तसे झाले तर शासनतंत्र छिन्नभिन्न होईल. यास्तव शतधन्वाला शासन व्हावे."

निवडक यादव कृष्ण-बलरामांच्या नेतृत्वाखाली शतधन्वाच्या मागावर निघाले. त्यालाही चाहूल लागली आणि तो व्याकूळ झाला. मृत्युदंड चुकणार नाही या भयाने त्याला इतके ग्रासले की, कुठे लपावे, ते त्याला कळेना. रथ आणि घोड्यांमुळे स्वतःला लपविणेही कठीण वाटू लागले. विरथ अवस्थेत तो निबिड अरण्यात पळत सुटला. निबिड जंगलात पोहोचल्यावर झाडामागे लपतछपत, पुढे सरकतानाही त्याची दमछाक होत होती. रानोमाळ भटकत तो जीव वाचविण्यासाठी प्रयत्नांची पराकाष्ठा करीत होता.

शतधन्वाला देहदंड देण्याचा निश्चय करून यादव कृष्ण-बलरामांसह अरण्यापर्यंत पोहोचले. थोडे दूर जाताच त्यांच्या नजरेने शतधन्वाच्या रथाची नोंद घेतली. कृष्ण थबकून म्हणाला, "दादा, याच मार्गाने शतधन्वा धावत झाडीत शिरला असणार, रथहीन अपराध्याला पकडण्यासाठी आपण अश्वांची मदत घेणे उचित नाही."

"जनार्दना, तुझे म्हणणे धर्मोचित आहे; पण या अनोळखी रानात रथ सोडून जाणे सुरक्षिततेच्या संदर्भात हितावह नाही. चोरीची शक्यता नजरेआड करता येणार नाही."

"तर मग दादा, आपण सर्वांसवे जवळच्या नगरात वास्तव्य करा. शतधन्वाचा शोध घेऊन, शक्य तितक्या लवकर त्याला दंड देऊन मी परततो. मला वाटते,

आपणास फार प्रतीक्षा करावी लागणार नाही.''

सर्वांना कृष्णाचे म्हणणे पटले. उपचारापुरते दोन साथीदार घेऊन कृष्ण अरण्यात शिरला. भुकेल्या, थकलेल्या, तहानेल्या अवस्थेत वेगाने धावण्याची शक्ती शतधन्वात उरली नव्हती. लवकरच त्याला त्याचा संकेत मिळाला. साक्षात मृत्यू समोर ठाकताच शतधन्वा हताश झाला. लपण्याचा प्रयत्न सोडून त्याने कृष्णसामन्याचा विव्हळ प्रयास मांडला. कृष्णाच्या नजरेत अपार करुणा दाटली. ओठांवर त्रिभुवनास मोहविणारे स्मित फुलले. शतधन्वाला देहदंड देण्यासाठी उचललेले आयुध क्षणभर थबकले; पण... दुसऱ्याच क्षणी शतधन्वाचे मस्तक धडापासून दूर उडाले. वेलीवरून ताजे फूल खुडून त्यांनी शतधन्वाच्या पायाशी ठेवले. सभोवार नजर करता तुळस नजरेस पडली. तुलसीपत्र खुडून त्यांनी शतधन्वाच्या मुखात ठेवले. जवळ वाहणाऱ्या पाण्याच्या झऱ्यातून ओंजळ भरून त्यांनी पंचमहाभुतांस शांतविले. विनम्र मनाने शतधन्वाच्या पार्थिवास प्रणाम केला.

शतधन्वाला – अपराध्याला – देहदंड देण्याचे काम नीट पार पडले; पण... प्रखर प्रयत्नांतीही स्यमंतक सापडला नाही. ज्या स्यमंतकासाठी शतधन्वाने सत्राजिताची हत्या केली होती, तो त्याच्याजवळ नाही, हे कसे? कृष्ण चक्रावला.

परतलेल्या कृष्णाने सारा वृत्तान्त कथन करून स्यमंतक न सापडल्याबद्दल खेद प्रकट केला; त्यात आश्चर्यही होते.

''चोरी त्यानेच केली यात शंकेला स्थान नाही,'' बलराम आश्चर्याने म्हणाला. ''ज्याच्यासाठी त्याने जिवाचा इतका आटापिटा केला, तो मणी शतधन्वा स्वत:च बाळगत असणार.''

''मलाही तसेच वाटत होते; पण पार्थिवाची बारकाईने तपासणी केली, तरी मणी सापडला नाही. बोलावणे डावलून तो पळाला याचा अर्थ, सत्राजिताच्या संदर्भात तोच अपराधी असणार.''

''स्यमंतकही त्यानेच चोरला.'' बलराम खात्रीपूर्वक म्हणाला. ''कृष्णा, सत्यस्थिती संदेह निर्माण करणारी आहे. तो अपराधी नसता तर त्याचे पलायन निरर्थक ठरले असते. त्याने यादवसभेत येणे टाळले याचा अर्थच तो गुन्हेगार आहे.''

''मलाही त्याच्या कृतीने गोंधळात टाकले आहे, दादा...''

समग्र घटना बुचकळ्यात पाडणारी होती. बलराम विचारात पडला. स्यमंतक अमूल्य आणि अलभ्य होता. समष्टीच्या हितासाठी असा मणी सत्राजिताने न ठेवता, तो यादवांच्या सुपूर्द करावा अशी सूचना कृष्णाने केली होती. या सूचनेपाठी त्याच्या मनातील लालसा तर नसेल? मानभावीपणे त्यानी शोधाचे नाटक केले असले तर? एकट्याने शतधन्वाचा शोध का घेतला? मणी

लपविण्यासाठी? स्यमंतकामुळे प्राप्त होणाऱ्या संपत्तीत थोरल्याचा हिस्सा नको म्हणून? बलरामाच्या मनात संशयाचे चक्रीवादळ उठले. बघता बघता तिथे खात्रीची प्रतिष्ठापना झाली. दडविला असेल नव्हे, कृष्णाने मणी दडविला आहेच, असे वाटू लागले.

"आता काय करावे, दादा? द्वारकेस जाऊन यादवसभेत सारा वृत्तान्त कथन करावयास हवा..." कृष्णाने निष्पाप स्वरात म्हटले.

"कृष्णा," अनपेक्षितपणे बलराम ताठरल्या स्वरात म्हणाला. "स्यमंतकाच्या शोधात आपण द्वारकेबाहेर पडलो. स्यमंतकाविना द्वारकेस जाणे शोभणार नाही."

"दादा," कृष्ण पूर्वीच्याच सहजतेने म्हणाला. "ज्याच्या शोधात आपण द्वारकेबाहेर पडलो त्या शतधन्वाला आपण देहदंड दिला आहे. शासनाच्या हातून अपराधी न सुटणे महत्त्वाचे! स्यमंतकाची प्राप्ती गौण आहे."

"मला मानभावीपणा रुचत नाही." बलराम तुसड्या स्वरात म्हणाला. "तुझ्या शब्दजंजाळात मी फसणार नाही."

कृष्णाच्या मस्तकावरील पीस विचित्रपणे फडफडले. नजरेत प्रश्नार्थ उमटला. बलराम उत्तरला, "शतधन्वाच्या मृतदेहावरून तू स्यमंतक प्राप्त केला आहेस. त्यायोगे प्राप्त होणाऱ्या सुवर्णराशीत माझा हिस्सा नको म्हणून तू तो लपविला आहेस. वर हरवल्याच्या थापा मारतो आहेस तू..." क्रोधाने तो थरथर कापत होता.

"दादा!" जीवनात प्रथमच कृष्ण असह्य कळवळला.

"होय! जोपर्यंत स्यमंतक सापडत नाही, तोवर मी द्वारकेस परतणार नाही. ही लज्जास्पद घटना यादवांसमोर विशद करणे माझ्या तत्त्वांत बसत नाही."

"तुम्ही माझ्यावर अन्याय करीत आहात..."

"न्याय-अन्यायाचा निर्णय काळच करील." बलराम निश्चयाने म्हणाला. "मी आता मिथिलेस जाणार. माझ्या रीतीने स्यमंतक शोधण्याचा प्रयत्न करीन. तू दुष्कृत्याचा स्वीकार करीत नाहीस, तोवर मी द्वारकेस परतणार नाही. साऱ्या यादवश्रेष्ठींना माझा प्रणाम सांग."

निर्वाणीचे बोलून संकर्षण बलरामाने पाठ फिरविली. संतापाने पाय आपटीत लांब लांब ढांगा टाकीत तो निघून गेला.

❖

२१

विश्वदेवात वास

बलरामाच्या पाठमोऱ्या आकृतीकडे कृष्ण हताश नजरेने बघत राहिला. "दादा..." कळवळून साद घालण्याचा त्याने प्रयत्न केला; पण ओठ थरथरले, तरीही कंठातून शब्द उमटला नाही.

बलरामाचे वर्तन खरोखरीच अनपेक्षित होते; अनाकलनीय होते. स्यमंतकाच्या स्वामित्वाविषयी सत्राजिताशी चर्चा करताना मनात समष्टी हिताचीच इच्छा होती. 'बहुजन सुखाय बहुजन हिताय' या संकल्पनेत फक्त द्वारकेच्या पुरजनांच्या हिताचे मर्यादित वर्तुळ नव्हते. अतलांत भविष्याचा विचार करून ज्या पिढ्या अजून जन्माला आल्या नव्हत्या तशा पिढ्यान्‌पिढ्यांच्या कल्याणमार्गाची संकल्पना मनात साकार झाली होती. त्यात सीमेच्या कुंपणांनी घेरलेला आर्यावर्त वा वर्तमानाचा विचार खरोखरीच नव्हता. वर्तमानाची मर्यादा ओलांडून भावी पिढ्यांचे कल्याण करण्याचे अनुपम सामर्थ्य स्यमंतकात दिसले आणि कृष्ण सर्वस्वी स्वप्निल बनला. त्याच्या नजरेत जन्मानुजन्माच्या स्वप्निल समृद्धीचे असीम आकाश होते. जे अभिप्रेत होते ती शब्दांच्या पलीकडली अनुभूती होती. वाणीच्या मदतीविना एका मनापासून दुसऱ्या आणि दुसऱ्यापासून तिसऱ्या... असंख्य मनात जिचे संक्रमण व्हावे असे वाटत होते; पण...

सत्राजिताला या अनुपम संकल्पनेचे आकलन झाले नाही. त्याच्यालेखी स्यमंतक म्हणजे सुवर्णमुद्रा प्रदान करणारा न संपणारा स्त्रोत होता. त्याच्या दृष्टीचा व्याप मर्यादांनी ग्रासलेला असल्यामुळे कृष्णाच्या सूचनेचा स्वीकार त्याच्याकडून घडू शकला नाही. त्याने स्यमंतक तर गमविलाच, शिवाय जीवही गमाविला; पण पुढे...

सत्राजिताहूनही मनाचा कमी व्याप असणारा शतधन्वाही शाश्वत निद्रेच्या अधीन झाला होता. ब्रह्मांडाला मुठीत सामाविण्याची महत्त्वाकांक्षा बाळगणे सोडून यादवराज मूठभर सुवर्णमुद्रांच्या लोभात अडकत होते. आता बलरामही म्हणत होता... "कृष्णा, जे सत्राजिताने केले, शतधन्वाने केले, त्याहूनही अधम काम तू

केले आहेस. जनार्दना, तू साक्षात् सहोदराशी द्रोह केलास. मोजक्या सुवर्णमुद्रांच्या लोभापोटी तू असत्याचरण केले. वसुदेव-देवकीच्या पुत्राला न शोभेसे काम करून जन्मदात्याचा द्रोह केलास. यादव परिवाराला दगा दिलास तू कृष्णा, तुझी पापे किती वर्णू? तू द्रोही आहेस! तू चोर आहेस...''

खरेच कल्पनातीत होते सारे! तरीही वस्तुस्थिती टाळणे न जमलेली परिस्थिती... कृष्णास वाटले...

आकाश काळवंडले आहे. जलाशयात तरंग उठू नयेत अशी स्तब्धता व्यापली आहे. पक्ष्यांच्या गळ्यात सुस्वर कोंडत आहे. मोरपीस म्लान झाले आहे... अगतिक नजरेने बलराम दृष्टिआड होईतो कृष्ण त्याच्या पाठमोऱ्या आकृतीकडे बघत राहिला...

कंसवध आठवला त्याला! त्यानंतर केलेली गणतंत्राची पुनर्स्थापना... मथुरेच्या सर्वोच्चस्थानी पुन्हा गणाधिपती म्हणून प्रस्थापित केलेले उग्रसेन... खरेच, सारे फार सोपे होते. तेच का? जरासंधाचे आक्रमण टाळणे, वा काळयवनाशी झालेला संघर्षही सोपाच तर होता. कालिया नागाचे दमन करताना सर्पविषाने ओसंडणाऱ्या जलराशींचेही भय नव्हते वाटले; पण...

बलरामाच्या आक्षेपाचे उत्तर कसे देणार? त्यांचा प्रतिकार कसा करणार? बलराम तर... जरी सहोदर नव्हते तरी... ज्येष्ठ... पिता वसुदेवाचे रक्त उभयतांच्या देहात हिंदकळत होते. अशा ज्येष्ठ व्यक्तीचा विरोध कसा करावा?

जमिनीला पाय जडवून कृष्ण जड पुतळ्यासाखा उभा होता. सारे असह्य वाटून त्याने डोळे मिटले. मिटल्या डोळ्यांनी अगतिकता झटकून तोल सावरण्याचा आदिम पुरुषार्थ केला; आटोकाट प्रयत्न करून पूर्वस्थिती प्राप्त केली.

कृष्णाने डोळे उघडले तेव्हा सारे यथावत भासले. आकाश प्रकाशमय होते. जलाशयात तरंगांची वर्तुळे उठत होती. हवेची मंद झुळूक पर्णांचा विंझणवारा घालीत होती. पक्ष्यांचा मधुर कलरव मन प्रसन्न करीत होता. मोरपीस पूर्ववत देखणे भासत होते.

भविष्याच्या गर्भात उगविणाऱ्या एखाद्या दिवसाचे बीजारोपण होत होते. कुरुक्षेत्राच्या रणभूमीवर उच्चारण्यासाठी पर्णांच्या सळसळीतून भावना प्रकट झाली... न मे लिम्पन्ति कर्माणि, न मे कर्मफले स्पृहा...

बलरामाच्या द्वारकात्यागाची घटना यादवांना क्षुब्ध करणारी ठरली. साऱ्यांचे सांत्वन करून कृष्णाने नित्यक्रमाची घडी पूर्ववत केली. स्यमंतकाचा शोध घेण्याची मनीषाही जाहीर केली; पण... बलरामाच्या आक्षेपांमुळे सामान्य मानसात आशंका निर्माण झाली होती. या आशंकेला कुणी कृष्णाच्या तोंडावर शब्दरूप

देत नव्हते, तेव्हा कृष्णाला आठवत होता कंस! साहस करू न धजणाऱ्या प्रजेला निर्माल्यवत म्हणणारा! तरीही निर्माल्यवत पण निर्माल्य नसणाऱ्या नजरांच्यात लुकलुकणारी अश्रद्धा वाचू शकण्याची कुवत कृष्णात नक्कीच होती. सत्राजिताची हत्या, शतधन्वाची हत्या, स्यमंतकाचे नाहीसे होणे या साऱ्या घटनांची साखळी कृष्णाच्या लोभीपणापर्यंत लांबविण्याचा त्यांचा मूक प्रयत्न कृष्णाला कमालीचा बोलका वाटत होता.

हे चारित्र्यहनन स्यमंतकाच्या पुन:प्राप्तीशिवाय थांबणार नव्हते. द्वारकेची काळवंडलेली प्रतिमा उज्ज्वल करण्याचा तोच एक मार्ग होता; पण त्याची वाट सापडत नव्हती. हे अपयश आणि मनातील व्यथा सप्तपाताळात दडवून कृष्ण चेहऱ्यावर स्मित फुलवित गणतंत्राच्या जबाबदाऱ्या पार पाडीत होता. तरीही वैचारिक घुसळण थांबत नव्हती. जे शतधन्वाने केले ते करून कुणीही विनाशमार्गावर वाटचाल करू धजणार होते... परस्परांवर अविश्वास... अश्रद्धा आणि शेवटी... तो भयावह क्षण!

अक्रूरांचे वर्तनही यादवांपेक्षा वेगळे नव्हते. कुणाच्याही मनात त्यांच्याविषयी शंका निर्माण होण्याचे कारण नव्हते. त्यासाठी ते पुरेशी काळजी घेत होते; पण स्यमंतकाची उपस्थिती त्यांना रोज सुवर्णमुद्रा प्रदान करीत होती. त्यांच्या समृद्धीत होणारी वाढ कल्पनातीत होती.

अक्रूर ज्ञानी होते. लोभी असले, कारस्थानी असले तरी त्यांच्याजवळ बुद्धिप्रतिभा होती. त्यांना कळत होते... न संपणारा वाटणारा साठाही कधी तरी संपतो. अक्षय स्रोतही नाशवंत आहे. एक वेळ अशी येईल जेव्हा स्यमंतक नसेल... अक्रूरही नसेल... इहलोकीची यात्रा संपेल... परलोकाचा प्रवास सुरू होईल, तेव्हा या पापाची नोंद...

परलोकाच्या प्रयाणाची पूर्वतयारी म्हणून अक्रूरांनी यज्ञाचा संकल्प सोडला. देवाधिदेवांना प्रसन्न करण्याच्या प्रयत्नांत एकामागून एक यज्ञाचा सपाटा लावला. अक्रूरांच्या निवासस्थानी एकामागून एक महायज्ञांची वेदी सतत प्रज्वलित राहू लागली. 'स्वाहा...'च्या मंत्रोच्चारात ओतल्या जाणाऱ्या घृतधारेने वातावरण सुगंधित होऊ लागले. हा दरवळ थेट राजप्रासादापर्यंत पोहोचला. अक्रूरांच्या निवासस्थानी मंत्रोच्चार आणि दानपर्वाच्या महासागराला जणू उधाणाची भरती आली. द्वारकेच्याच नव्हे, तर आर्यावर्तातील ब्राह्मण, याचक, ऋषी, अतिथी, भिक्षुकांची रीघ लागली. दिवसच्या दिवस... महिनेन् महिने उलटले तरी या भरतीला ओहोटी लागेना.

अक्रूरांजवळ इतके धन आले कुठून, कृष्णाच्या मनात प्रश्न उमटला. समग्र वृष्णीवंशाला जमू नये इतका खर्च करण्याचे सामर्थ्य कधी नव्हे ते अचानक कसे प्रकटले?

कृष्णाच्या मनातून स्यमंतक दूर झाला नव्हता. पुरजनांच्या गरमागरम चर्चा शमल्या होत्या, तरीही! तरीही स्यमंतक शोधून बलरामाने केलेला आक्षेप धुण्याची कामना अक्षत होती. विचारचक्र गतिमान झाले...

सत्राजिताची हत्या कृष्ण-बलरामांच्या अनुपस्थितीत झाली होती. त्यावेळी द्वारकेचा कारभार सुरळीत राहावा, यासाठी सारी जबाबदारी अक्रूरांच्या शिरावर होती. सत्राजिताच्या हत्येनंतर पुरजनांनी शतधन्वा संशयित असल्याचा विचार मांडला होता. त्याला दंड व्हावा यासाठी अक्रूरांना साकडे घातले होते; पण अक्रूरांनी दाद दिली नव्हती. यासाठी... एकट्या हाताने सारी कामे निपटताना... असा खुलासाही दिला होता त्यांनी; पण... या निष्क्रियतेपाठी फक्त कार्यबाहुल्यामुळे आवश्यक सवड न मिळणे हे कारण असावे असे आता वाटेना. कृष्णाच्या मनात अगोचर, अस्पष्ट रेषा विशिष्ट आकृतिबंध तयार करीत होत्या. कुठच्याही रीतीने स्यमंतक मणी अक्रूरांपर्यंत पोहोचला असणार... शतधन्वाच्या कृत्याची सखोल माहिती अक्रूरांजवळ असेल. तेव्हाच तर...

चौकस नजरेने कृष्णाने दानात जाणाऱ्या पिवळ्याधमक सुवर्णमुद्रेची नोंद घेतली. या मुद्रेचे रूप स्यमंतकाकडून प्राप्त होणाऱ्या मुद्रेशी साम्य सांगत होते. स्यमंतकाने दिलेल्या सुवर्णमुद्रेशी कृष्णाचा व्यवस्थित परिचय होता. कृतनिश्चयी कृष्णाने तातडीने यादवसभेचे आयोजन केले. या सभेच्या प्रयोजनाविषयी कल्पना नसल्यामुळे साऱ्यांच्या नजरेत कुतूहल होते.

"तात अक्रूर..." सारे मान्यवर यादव येताच श्रीकृष्णाने अक्रूरांना साद घातली. तप, दान आणि समाधानाचा अपूर्व सहयोग त्यांच्या पोक्त चेहऱ्यावर प्रकटला होता. त्याकडे बघत कृष्ण गंभीर स्वरात म्हणाला, "स्यमंतक मणी..."

अक्रूरांच्या चेहऱ्यावरील तृप्तिरेषा अदृश्य होऊन त्या ठिकाणी अवश अस्वस्थता उमटली. कृष्णाचे मनमोहक स्मित अधिकच बोलके झाले. त्यात करुणा दाटली. हळुवारपणे तो म्हणाला, "सत्राजित आणि शतधन्वा काळाच्या उदरात नामशेष झाले आहेत. त्या पद्धतीने तात अक्रूर नामशेष होणे उचित नाही, तात! शिवाय यादव सेनानी अक्रूर आता तपोभूतही झाले आहेत."

"कृष्णा..." अक्रूरांच्या मुखातून चीत्कार निसटला.

यादवसभेच्या नजरा अक्रूरांवर खिळल्या होत्या. अक्रूरांच्या नजरेसमोर सत्राजित आणि शतधन्वा तरळले. कृष्ण म्हणत होता. "काळाच्या प्रवाहात गडप झालेल्या या दोन यादवांहून यादवश्रेष्ठ अक्रूर आगळेवेगळे आहेत. सत्राजित आणि शतधन्वाने धन संपादन करून स्वत:च्या संग्रहकोशात बंदी केले; पण अक्रूरांनी यज्ञयागाच्या रूपात ते समष्टीला अर्पण केले आहे. परलोकयात्रा सफळ व्हावी इतपत त्यांनी दानाचा ओघ वाहता ठेवला आहे."

यज्ञवेदीची पवित्र हवा फुप्फुसात भरल्याचा भास होऊन अक्रूर सुखावले. त्यांना धीर आला.

''तात!'' कृष्ण मृदू स्वरात म्हणाला. ''तुम्ही शतधन्वा नाही. आकाशाच्या खोलीत अजून जिचा उदय झालेला नाही अशा उदयाचे तुम्ही द्रष्टा आहात. त्या न उगविलेल्या 'उद्या'ला स्यमंतक मण्याने ग्रासावे हा तुमचा ललाटलेख आहे, याचे कृष्णाइतके दुःख कदाचित कुणालाच नसेल...''

खरोखरीच, कृष्णवाणीतून उमटलेल्या व्यथासागरात संपूर्ण सभामंडप परिप्लावित होत होता.

''इहलोकाच्या यात्रेच्या शेवटी तात अक्रूर विश्वदेवात तद्रूप होणेच उचित आहे...'' समापन करताना आदेश दिल्यागत कृष्ण बोलत होता. ''जे दृश्यमान आहे त्यापल्याड नजर पोहोचवून इहलोकीचे वास्तव्य धन्य करण्यासाठी साक्षात लक्ष्मीही नगण्य ठरते, तात!''

''कृष्णा... कृष्णा...'' अक्रूरांच्या तोंडून असह्य वेदना निसटली. कंठ दाटून आल्यामुळे त्यांना बोलणे जमेना. कृष्णाचे म्हणणे सूर्यप्रकाशाइतके स्पष्ट होते. असंख्य यज्ञांनंतरही अंतिम लक्ष्यस्थान विश्वदेवाशी तद्रूप होणेच असावयास हवे. त्या तद्रूपतेपुढे स्यमंतकाची प्राप्ती गौण ठरते. तसे नसते तर स्यमंतकाच्या प्राप्तीसाठी जे कुटिल कारस्थान रचले, त्याची बोच असंख्य यज्ञकर्मांच्या पुण्यानंतर उरली नसती. एक अक्षर अधिक न बोलता अक्रूर कृष्णासमक्ष नतमस्तक झाले. त्यांच्या आर्द्र डोळ्यांतून निखळलेल्या पश्चात्तापदग्ध अश्रूंनी धरणी परिप्लावित झाली.

कृष्णाने स्नेहाने अक्रूरांच्या खांद्यावर हात ठेवला. यादवसभा अवाक् होऊन हे आक्रित बघत होती.

दीर्घकालापासून मिथिलेस असणाऱ्या ज्येष्ठाकडे समग्र वृत्तान्त घेऊन दूत रवाना झाला. बलराम द्वारकेस परतले तेव्हा त्यांच्या मनात संमिश्र भावना होती. स्यमंतक प्राप्त करण्यास ते उत्सुक होतेच; शिवाय मनात अक्रूरांच्या कृत्याविषयी रोष होता. एकीकडे संतापाने भुजांत कंप भरला होता, तर दुसरीकडे कृष्णावर जे आरोप केले त्याची स्मृती लज्जित करीत होती. कनिष्ठ बंधूजवळ क्षमायाचना धर्मोचित ठरणार नव्हती. मनात पश्चात्ताप उसळ्या मारीत होता तरीही!

''दादा...'' बलराम परत येताच कृष्ण त्याच्या पायाशी नतमस्तक होत म्हणाला, ''द्वारकेला आज पुनःप्रकाश प्राप्त झाला, या आनंदाला त्रिभुवनात तोड नाही.''

''कल्याणमस्तु!'' आशीर्वचन उच्चारणाऱ्या स्वरात संकोच होता.

काही घडलेच नसल्यागत सहजतेने कृष्णाने बलरामाच्या आगमनाची वार्ता

वसुदेव-देवकीकडे रवाना केली. बलरामाच्या दीर्घकालीन मिथिलावासाच्या काळात ज्या मनोवेदनेला सामोरे जावे लागले होते त्याची जाणीवही न देता कृष्ण यादवपरिवाराचे क्षेमकुशल सांगत होता. जणू काही कामासाठी द्वारकेबाहेर गेलेला बलराम परतला असावा, अशा सहजतेने त्याच्या आगमनाचा आनंद व्यक्त करीत होता. त्याच्या सौहार्दपूर्ण वर्तनात दंभाचा दर्प नव्हता.

दुसऱ्याच दिवशी यादवसभा बोलाविण्यात आली. सर्वांसमक्ष बलरामासमोर स्यमंतक मणी ठेवण्यात आला. ते स्थिर नजरेने स्यमंतकाचे तेज नजरेत सामावित होते. समस्त यादवगण बलरामाकडे बघत होते; पण कृष्णाच्या नजरेसमोर नव्हता स्यमंतक की नव्हता बलराम. त्याची दृष्टी स्थिरावली होती अक्रूरांवर! लज्जित, नतमस्तक अक्रूरांवर!

बलराम स्यमंतकाचे आधिपत्य मिळविण्यासाठी आतुर होता; पण मनातील अभिलाषा प्रकट होऊ देत नव्हता. स्यमंतकाच्या मोहामुळेच त्याच्याकडून कृष्णावर अन्याय झाला होता. मनातील अपराधाची तीव्र जाण अक्रूरांवर संतापही व्यक्त करू देत नव्हती.

"दादा..." कृष्ण सहज स्वरात म्हणाला. "सविता नारायणाचा कृपाप्रसाद खरोखरीच अनुपम आहे."

"होय, पण..." वेगळ्या शब्दांत बलरामाची लालसा व्यक्त झाली.

"या कृपाप्रसादाचा लाभ आजवर सत्राजित, शतधन्वा आणि अक्रूर यांनाच प्राप्त झाला आहे."

कृष्णाने प्रथमच सरळ नजरेने ज्येष्ठांकडे बघितले. त्यांच्या नजरेतील अभिलाषा लपत नव्हती, अक्रूरांविषयीचा रोषही स्पष्ट जाणवत होता. तरीही काही कळले नसल्यागत कृष्ण सहज स्वरात म्हणाला, "असे म्हणू नकोस, दादा! तात अक्रूरांनी स्यमंतकाद्वारे प्राप्त झालेल्या समृद्धीचा उपयोग सृष्टीच्या कल्याणासाठीच केला आहे. यज्ञ हे सृष्टीला धारण करणारे सत्त्वच आहे की."

"आम्हाला कृष्णाचे म्हणणे पटते." काही यादवांनी अनुमती दिली.

अक्रूरांच्या चेहऱ्यावरच्या तणावपूर्ण रेषा थोड्या सैलावल्याची कृष्णाने नोंद घेतली. बलरामही निःशब्दपणे अक्रूरांकडे बघत होता. ती संधी साधून कृष्ण बोलू लागला...

"दादा, यादवांकडे समृद्धी आहे. थोडेसे धन वा मोजक्या मुद्रा..."

"थोडेसे धन?" बलरामाने आश्चर्याने डोळे विस्फारले. स्वतःची नापसंती जाहीर व्हावी अशा स्वरात तो म्हणाला. "कधी न संपणारा सुवर्णमुद्रांचा साठा... अमाप धन..."

"ज्या मुद्रा मोजता येतात त्या धनाला अमाप कसे म्हणता, दादा? संख्या

आणि मापाच्या पलीकडे असणाऱ्या श्रद्धा आणि विश्वासाच्या धनाहून हे धन अधिक कसे? यादवांची श्रद्धा आणि विश्वासाचे जतन करण्याऐवजी संख्येची मर्यादा असणारे धन उपासनेचे अधिकारी कशासाठी ठरवता आहात तुम्ही?''

''पण कृष्णा, तूच म्हणाला होतास की स्यमंतकाच्या कृपेने मिळणारी संपत्ती विनापरिश्रम प्राप्त होत असल्यामुळे तो स्रोत व्यक्तिगत नव्हे, तर समष्टीगत असावा...''

''हे सत्यच आहे, दादा, पण...'' अधिक समर्थन देत कृष्ण म्हणाला, ''या समृद्धीमुळे समष्टीचे हित साधता येणार नाही याची नव्याने जाण झाली. या मण्याचा इतिहास आपण विसरता कामा नये. अश्रद्धा आणि अविश्वासाच्या पायावर समष्टीचे हित उभे करणे श्रेयस्कर नाहीच.''

बलराम दचकला. मण्याच्या इतिहासाचा उल्लेख का केला कृष्णाने? त्या मण्यासाठी समस्त यादवपरिवाराच्या उपस्थितीत आपण कृष्णावर चोरीचा आरोप केला होता, म्हणून? ज्या कृष्णाने कालयवनाचा घास बनणाऱ्या यादवकुळास यशस्वी रीतीने द्वारकेस आणले, त्याच कृष्णाकडे यादव शंकाग्रस्त नजरेने बघू लागले. आपण सर्वांसमक्ष आरोप केला, म्हणूनच झाले असे. त्या आरोपाला आपल्या लोभाचेच अधिष्ठान होते ना?

''हा मणी अक्रूरांकडे असणेच योग्य ठरेल, दादा!'' कृष्ण बोलत होता. ''विश्वास आणि श्रद्धेची छिन्नभिन्न झालेली साखळी त्यांच्या कबुलीजबाबाविना जोडली जाणार नव्हती. त्या साखळीचे मोल कुणी आणि कसे करावयाचे? स्यमंतकाचा मोह टाळून तात अक्रूरांनी वस्तुस्थिती सांगितली, ती घटना अपूर्व म्हणावयास हवी. त्या कृतीचा गौरव म्हणून स्यमंतक त्यांच्याच कबजात ठेवणे योग्य आहे.''

कृष्णाच्या स्वरातील निश्चय इतका कणखर होता की, त्यावर प्रतिवाद करणे जमण्यासारखेच नव्हते. स्यमंतकामुळे यादव समाजात जी अस्वस्थता निर्माण झाली होती तिची तीव्रता शमल्याची जाण यादवसभेत सहजपणे होत होती.

कृष्णाचा निर्णय अपूर्व होता. विशेष तर, बलरामाच्या मनातील इच्छा कळत असूनही निर्णयापासून विचलित झाला नव्हता. त्याच्या रोषापासून अक्रूरांनाही वाचविण्याचे भगीरथकार्य कृष्णाने केले होते. सत्राजिताच्या हत्येत अक्रूरांचा हात असावा असा संशय यादव समाजात निर्माण झाला होता. त्यात तथ्य असल्याची जाण असूनही कृष्णाने अक्रूरांच्या हीन कृतीचे उदात्तीकरण करून सारे संदेह शमविले होते. या क्षमाशीलतेला तोड नव्हती.

त्याच संध्याकाळी अक्रूर कृष्णमहाली भेटीसाठी गेले. कृष्णाची एकांतभेट मनात होती; पण 'कृष्ण' अशी साद घालताच गळ्यात असा आवंढा दाटला,

डोळे आर्द्र झाले, की बोलणे जमेच ना! त्यांनी कृष्णाला मिठी मारून गळ्यात अडकलेला आवंढा गिळण्याचा प्रयत्न केला. रुद्ध स्वरात ते म्हणाले, "माझ्या अधर्माला तुमच्या संस्पर्शाने धर्मरूप प्रदान केले. अगतिक मनाने लज्जित अवस्थेत मी सभास्थानी आलो होतो. यादव परिवार – विशेष तर बलराम या घटनेचा तपशील मागतील तेव्हा... ही कल्पनाच मला घायाळ करीत होती; पण... केशवा, या कृपेचे मोल स्यमंतकाहून कैकपटींनी अधिक आहे."

"तात..." कृष्णाने अक्रूरांचे अश्रू पुसले. अक्रूरांच्या मनात नवल मावेना... ज्या बोटावर सुदर्शन पेलले जाते, ज्यावर गोवर्धन पर्वत तोलला जातो... त्या बोटात इतकी कोमलता अपेक्षित नव्हती. स्नेहल स्वरात कृष्ण बोलतच होता... "अधर्माचे आचरण देहाकडून होते. त्या अनुचित आचरणाचे भान देहाला झाले की, मन आपसूकच उन्नत होते. तो क्षण अविस्मरणीय ठरतो. असा क्षण तुम्ही सांभाळला, तात!"

"कृष्णा... मला क्षमा कर!" अक्रूर भावनावेगात गदगदू लागले.

"तुम्हीच म्हणाला होतात, विश्वदेवात वास हेच अंतिम लक्ष्य! मला त्यासाठी तुमची मदत हवी, कृष्णा!... जीवनाचा अंतिम श्वास घेताना मनात कसलीही लालसा नसावी... सहजपणे विश्वदेवात विलीन होणे जमावे. त्या गंतव्यस्थानी जाताना तुमचे मार्गदर्शन असावे..."

कृष्णाच्या नेत्रांत करुणेचा स्रोत उसळला. मस्तकावरील मोरपिसात रोमांचक थरथर दाटली. त्या शब्दातीत थराराच्या अनुभूतीत अक्रूर चिंब भिजले. आवेगाने त्यांनी कृष्णाला मिठी मारली.

दुसऱ्याच प्रात:काली अक्रूरांचा रथ मथुरेच्या मार्गावर धावत सुटला. द्वारकेतील यादवांच्या नजरेस नजर देण्याचे सामर्थ्य हरविलेले अक्रूर द्वारकेचा निरोप घेऊन मथुरावासी झाले. त्यांच्या रथामुळे उडालेल्या धुरळ्याकडे कृष्ण असीम करुणेने बघत राहिला. कितीतरी वेळ!

❖

२२

सोमाय... अग्नये... यमाय... नमः

यमुनेच्या श्यामल प्रवाहावर प्राचीची तेजरेषा लाडिक लालिमा पसरवित होती. अक्रूरांच्या नजरेसमोर उलगडत जाणारा अतीताचा तुकडा तमालवृक्षांच्या पानांआड अदृश्य झाला. मथुरा अजून निद्राधीन होती. तरीही काही परांत प्रातःकाळची यज्ञवेदी प्रज्वलित झाली होती. सविता नारायणाला अर्घ्य देताना होणाऱ्या श्लोकांचे स्तवन ऐकू येऊ लागले होते; पण अक्रूर आणि उद्धवाची नजर अजून उदास होती. उद्धवाला वाटले – विस्मरण हे वरदानाचे आणि स्मरण हे शापाचे रूप आहे. अक्रूरांना आता स्मरणाच्या अभिशापाने ग्रासले आहे.

"उद्धवा! अशा शुचिर्भूत वेळी यमुनास्नान करण्याचा आनंद आगळाच! पण वृद्धावस्थेने आता असे छोटे-मोठे आनंदही हिरावून घेतले आहेत. आज यमुनाप्रवाहाचा स्पर्शानंद लुटावासा वाटतो."

"तात! देहाला इतके श्रम सहन होणार नाहीत. गात्रांना थोडा विसावा द्या आता!"

"देहाला खरेच विसावा हवा आहे! पण थोड्या क्षणांच्या विसाव्याने काय होणार?" अक्रूर जड आवाजात म्हणाले, "आता शाश्वत विसाव्याची आस लागली आहे."

अक्रूर उठताच उद्धवाने त्यांना आधार दिला. दोघे चालू लागले. महालात सर्वत्र शांतता होती. पहाटेच्या अंधारात त्या दोघांना कालिंदीच्या दिशेस जाताना पाहून द्वारपाल पुढे झाला.

"स्वामी!" प्रणाम करून त्याने विचारले, "आपली आज्ञा असेल तर अनुचरांना सोबत देण्याची व्यवस्था करतो."

"नको!" तुटक उत्तर देऊन अक्रूर चालत राहिले. मागे वळून त्यांनी क्षणभर

स्वत:च्या प्रासादाकडे बघितले. उद्यानात फुले उमलू लागली होती. गवाक्षांवर, घुमटांवर एखाददुसऱ्या पक्ष्यास जाग येऊ लागली होती. अक्रूरांनी धुळीत उमटलेल्या स्वत:च्या पदचिन्हांकडे बघितले.

"उद्धवा..." ते अचानक म्हणाले. "या पाऊलखुणा बघ. याच धुळीत कधीतरी कृष्णाची पदचिन्हे उमटली..."

"होय तात! या क्षणी आपली पदचिन्हे असली तरी काही प्रहरांत यावर असंख्य पदचिन्हे उमटणार आहेत... मानवांची... पशूंची... पक्ष्यांची... धरणी सर्वांनाच समदृष्टीने आपल्या अंगावर वावरू देते. कृष्णाच्या आधीही कित्येकांची पदचिन्हे इथे उमटली असतील..."

"उद्धवा, तरीही यातील कुठच्याही पदचिन्हाला शाश्वतीचे वरदान प्राप्त झाले नाही."

"शाश्वती? तात, शाश्वती वरदान नसून अभिशाप आहे. या अभिशापातून आपण वाचलो आहोत."

क्षणभर स्तब्ध उभे राहिलेले अक्रूर पुन्हा चालू लागले. प्रयत्नपूर्वक कालिंदी-प्रवाहाशी पोहोचले. पहाटेच्या धूसर वातावरणात यमुनाप्रवाह विलक्षण रमणीय वाटला होता. किनाऱ्याच्या कडेला निद्रित कासवे श्यामकातळागत दिसत होती. थोड्या अंतरावर दोन-तीन गायी अंग मुरडून रात्रीचा आळस झटकीत होत्या. तसे करताना त्यांच्या गळ्यांतील घुंगरू मोहक आवाज निर्माण करीत होते. तटावरील अश्वत्थाखालील मोराने अचानक पिसारा फुलवून मान मुरडीत हाळी दिली. त्या कृतीमुळे एक मोरपीस अलगद निसटून भुईवर पडले.

अक्रूरांना भावनावेग आवरणे कठीण झाले. डगमगत्या चालीने ते मोराजवळ गेले, तरी मोर पळाला नाही याचे उद्धवाला नवल वाटले. मोठ्या कष्टाने अक्रूर झुकले. त्यांनी मोरपीस उचलताच मोराने पुन्हा एकदा हाळी दिली. त्यांच्या चेहऱ्यावर अपार आनंद पसरला.

"उद्धवा, आता प्रत्येक मोरपिसाने कृष्ण व्हावे... कालिंदीच्या प्रत्येक जलबिंदूत कृष्णदर्शन व्हावे. वत्सा, सांग, या हवेलाही कधीकाळी कृष्णस्पर्श झाला आहे... या धुळीत कृष्णाची पदचिन्हे उमटली आहेत, म्हणून... म्हणून..."

"तात..." उद्धवाच्या स्वरात आर्तता उमटली.

"आणि त्या धेनूचे डोळे बघितलेस?" उद्धवाची साद कानी न पडल्यागत अक्रूर स्वत:तच गुंतत होते. "त्यांच्या गळ्यांतला घुंगरनाद ऐकलास ना तू? आणि त्या वृक्षपर्णांच्या अंधुक, अस्पष्ट रेषांत कृष्णाचे बालरूप साकार होताना दिसले तुला? उद्धवा..."

"शांत व्हा, तात! स्वत:ला सांभाळा..." उद्धव कळवळून म्हणाला.

“ब्राह्ममुहूर्त टळता कामा नये. तात, कालिंदी आपली प्रतीक्षा करीत आहे. आता स्नान करू या!”

भावसमाधीतून जाग आल्यागत ते पुन्हा प्रवाहाकडे चालू लागले. प्रवाहाला स्पर्श होताच कालिंदीत वलये उठली. कासवांच्यात हालचाल झाली. मासे पळापळ करू लागले.

पूर्व दिशेस बघत अक्रूर पुढे सरकले. हळूहळू कंबरभर पाण्यात पोहोचले. करसंपुटात पाणी घेऊन त्यांनी जलाभिषेक केला. अचानक त्यांनी उद्धवाकडे बघितले. थोड्या अंतरावर उभे राहून उद्धव प्राचिवंदना करीत होता.

“उद्धवा!” त्यांनी हळुवार स्वरात साद घातली. “वसुदेव आणि मी एकाच वयाचे! पण त्यांचे भाग्य मला लाभले नाही.”

“कुठचे भाग्य, तात? कृष्णपिता होण्याचे?”

“नाही वत्सा! कृष्ण वसुदेवपुत्र असणे हा नियतिचक्राचा एक आरा! शिवाय कृष्ण फक्त वसुदेवाचा कुठे होता? उद्धवा, कृष्ण समस्त सृष्टीचा होता. कृष्णाचे पितृत्व वसुदेवाला लाभले, याचा मला हेवा वाटत नाही, वत्सा!”

“तर मग...” उद्धव गोंधळला. अक्रूरांच्या मनात अजून काय खदखदते आहे, ते त्याला कळेना.

“कृष्णविहीन सृष्टीत त्यांनी फारसे श्वास घेतले नाहीत. देहाचे दमन होणे टाळता आले त्यांना. श्वास अडकवून योगसमाधी घेऊन सहजपणे ब्रह्मलीन होऊ शकले ते! कृष्ण पदचिन्हांचा मागोवा घेत वसुदेवाने प्रयाण केले. जे ते करू शकले ते अक्रूरांस कसे जगावे?” तिऱ्हाइताविषयी बोलत असल्यागत तटस्थ स्वरात अक्रूर विचारीत होते.

“तात! प्रत्येकासाठी वेगळा मुक्तिमार्ग निर्माण झालेला असतो. हा प्रकृतिक्रम तात अक्रूरही जाणतात.” ओंजळीत पाणी घेत उद्धव म्हणाला. “प्रत्येक देहाची मुक्ती संचित कर्माचे फळ असते.”

“होय वत्सा! माझ्या संचित कर्मामुळे माझ्यासाठी योगसमाधीचा मार्ग मोकळा नाही, याची मला जाणीव आहे. मी कृष्णाला असंख्य मनोवेदना दिल्या; पण त्याच्या शतांशानेही त्याने मला दुखाविले नाही. उलट, चोरीचा आळ आला तरी त्यानी ओठ शिवून सारे सहन केले. आज कृष्णाच्या व्यथेविषयी विचार करताना मन लज्जित होते...”

अक्रूरांच्या नेत्रांतून दोन अश्रुबिंदू यमुनेच्या प्रवाहात मिसळले आणि... अचानक शीतल प्रवाह उष्ण झाला. कंबरेशी पोहोचणाऱ्या पाण्याने उसळी मारून छातीला स्पर्श केला. नेमकी त्याच वेळी तटावरील गाय आर्तपणे हंबरली.

“तिकडे बघ, उद्धवा!” आदेशात्मक कणखर स्वरात अक्रूर म्हणाले.

"त्या प्रवाहतरंगाकडे स्थिर नजरेने बघ. सपाटीवर वाहणारा मंदानिल कालिंदीच्या प्रवाहात विशिष्ट आकृती रचित आहे. ती आकृती तुला दिसते आहे ना? तिचे आकलन तुलाच होईल, उद्धवा..."

उद्धव अनिमिष नेत्राने बघत होता. अक्रूरांच्या छातीपर्यंतच्या प्रवाहावर त्यांचे लांब केस मुक्तपणे तरंगत होते. त्यांनी हात दर्शविला त्या दिशेस उमटलेल्या वलयांतून आकृतिबद्ध आकार...

उद्धव डोळे विस्फारून बघत राहिला.

हे काय आहे, त्याला क्षणभर आकलन होईना. गोंधळल्या नजरेने बघणाऱ्या उद्धवाला अक्रूर स्नेहल स्वरात म्हणाले, "वत्सा... उद्धवा... हाच विश्वदेवांत वास..."

जलप्रवाहाच्या खोलीत अकथ्य घुसळण सुरू झाली. त्यातून अगम्य आकृतीची निर्मिती होत होती. त्या आकृतीत समग्र विश्वदेवांची वस्ती असावीसे वाटत होते. झुळझुळ वाहणाऱ्या प्रवाहात मधुर गान प्रकट झाले.

"योगसमाधीचे भाग्य मला लाभले नाही तरी काय?" अक्रूर तृप्त स्वरात म्हणाले. "आता विश्वदेव स्वत: माझ्या आत्म्याशी तादात्म्य साधण्यासाठी कालिंदी प्रवाहात उतरले आहेत. स्वयं कृष्ण म्हणाला होता... तुमचा वास विश्वदेवांत होईल, तात! ...त्याची वाणी व्यर्थ कशी ठरेल? तो क्षण आता साकार होत आहे. उद्धवा, तुझ्या उपस्थितीत जलसमाधी घेण्याचे भाग्य अनुपम आहे. मला आनंदाने निरोप दे, वत्सा..."

शब्दातीत थरार उद्धवाच्या देहावर रोमांच फुलवित होता. असा रोमांचक अनुभव यापूर्वी कधी आला नव्हता. हा प्रभाव जलप्रवाहाच्या शैत्याचा नव्हे... उद्धवाला प्रकर्षाने जाणवले... कारण त्याने यापूर्वी असंख्य वेळा कालिंदी प्रवाहात स्नानानुभव घेतला होता. या प्रवाहाच्या प्रत्येक जलबिंदूशी उद्धव परिचित होता. सकाळच्या प्रवाहात तरंगणारी तमालपत्रे आणि मावळत्या संध्याकाळी दीपकाच्या रूपात सोडलेली अश्वत्थाची पाने... सारेच परिचयाचे होते. प्रवाहात समर्पित होणारी पुष्पांजली त्याने बघितली होती आणि करांजलीत जल घेऊन श्रद्धापूर्वक आचमन करणारे पुरजनही बघितले होते. तरीही... या क्षणी कालिंदीचे हे रूप अपरिचित वाटत होते. कालिंदीच्या खोलीतून प्रकट होणारी ही अनुपम आकृती यापूर्वी कधीही दिसली नव्हती...

संजयाने महाराज धृतराष्ट्रांना ज्या विश्वरूपदर्शनाचे वर्णन करून सांगितले होते, ते हेच तर नसेल?

डोळे विस्फारून, कान टवकारून उद्धव या नवीनतम अनुभवाला सामोरा गेला... अनेक मुख, नेत्र असणारे, असंख्य अद्‌भुत दृश्य आणि दिव्य आभूषणांनी

युक्त असे, अनेक उगारलेली आयुधे, दिव्यमाला आणि वस्त्र परिधान केलेले, दिव्य गंधाचे लेपन असलेले, प्रकाशमान, अनंत, अनादि, अमध्य... आकाशातून उतरलेल्या हजारो सूर्यांचे तेजरूप धारण केल्यागत...

उद्धव स्तब्ध होऊन बघत राहिला... हे विश्वरूपदर्शन की विश्वदेवांचा वास... खरोखरीच कृष्ण म्हणाला तो क्षण समीप आला असेल?

"कल्याणमस्तु!" अक्रूर मधाळ स्वरात म्हणाले. "वत्सा, या वलयांत रचलेले आकृतिबंध प्रवाहात विलीन होण्यापूर्वी कृष्णवचनाची सार्थकता मी अनुभवणार आहे..."

उद्धव काही बोलला नाही... बोलू शकला नाही.

"उद्धवा, अक्रूरही यादवच!" ते म्हणाले. आता पाण्याची पातळी त्यांच्या खांद्यापर्यंत पोहोचली होती. "अक्रूर देह धारण करीत असेतो माता गांधारीचे वचन सिद्ध होणार नाही."

उद्धवाच्या स्मृतींत तेजरेषा उमटली. अक्रूरांच्या कथनात वस्तुस्थितीचे पडसाद होते. माता गांधारीने वृष्णीवंशास दिलेला शाप सर्वज्ञात होता. कृष्ण-बलरामांसह सर्व यादव प्रभासक्षेत्री विलीन झाले होते. स्वयं वसुदेवाने शापाची यथार्थता स्वीकारली होती. उरले होते फक्त अक्रूर... त्यांचा देह अनंतात विलीन होत नाही, तोवर वृष्णीवंशाचा विनाश पूर्णतेस पोहोचणार नव्हता.

"तात, वसुदेवाला अर्जुनाने निरोप दिला. वत्सा, माझ्या आत्मसमर्पणाला समजून घे. सर्वकल्याणार्थ तू इथेच तिलांजली अर्पण कर..."

उद्धवाला नवल वाटत होते – एक वृद्ध देह प्रत्येक क्षणाला अधिकाधिक खोल प्रवाहात उतरत होता. अक्रूरांच्या आत्मविलोपनाची प्रक्रिया नजरेस स्पष्ट दिसत होती. तरीही हे दृश्य भीषण का वाटत नाही? त्यांना वाचविण्याचा प्रयत्न आपल्याकडून का घडत नाही? उलट देहत्यागाची ही प्रक्रिया धर्मच का वाटत आहे? परमशांत भावना लपेटून राहिल्याची जाणीव का असीम आश्वासक वाटत आहे? पापणी लवते न लवते तोच या वलयांत अक्रूर विलीन होणार आहेत... पापणी लवू न देता उद्धव त्या वलयांकडे बघत राहिला.

आकाश, पृथ्वी, तसेच सर्व दिशांना व्याप्त – रुद्र, मरुते, आदित्य, वसू आणि सिद्धींना सामाविणारे... जसे नद्यांचे जलप्रवाह सागराकडे धाव घेतात तसा समग्र मनुष्यलोक ज्या आकृतीत एकरूप होतो... उद्धव बघत होता... आता अक्रूरांचे फक्त डोळे दिसत होते. वलयांची कंपने वाढली होती. क्षणार्धात अक्रूरांचा उजवा हात पाण्याच्या सपाटीवर उंचावला गेला. "कल्याणमस्तु वत्सा!" घनगंभीर स्वर पाण्याच्या प्रवाहावर हिंदकळला. उद्धव थक्क होऊन बघत राहिला; पण मुखातून शब्द उमटला नाही.

"जसा वायू वनात विहरत असताना प्रसन्न होत नाही की अग्नीत असताना खिन्नही होत नाही... जसे आकाश सर्वव्यापक असूनही असंग आणि अमाप आहे... जशी पृथ्वी प्राणिमात्रांना धारण करीत असूनही सारे प्राणी स्वत:च्या कर्माधीन आहेत... जल पावक आणि गतिशील असते, तसेच योगी पुरुषाने आत्म्याच्या सातत्याचा स्वीकार करावयाचा असतो. समग्र सृष्टी भक्षण केल्यानंतरही अग्नी सतत बुभुक्षु राहत असतो..."

द्वारकेचा निरोप घेतेवेळी कृष्णाने जे सांगितले होते, तेच स्मृतिकुंभात उसळून यमुनाप्रवाहाच्या स्वरांतून हिंदकळले. किनाऱ्यावरील गाय मान वळवून हंबरली. जलप्रवाहाच्या झुळझुळ स्वरात घुंगुरनाद मिसळला. बघता बघता अक्रूरांचे मस्तक प्रवाहात बुडाले. पळभर जलप्रवाहात एक छिद्र पडल्यासारखे वाटते न वाटते, तोच प्रवाह पूर्ववत झाला.

"कृष्ण! कृष्ण! कृष्ण!" उद्धव गुणगुणला. "तू म्हणाला होतास तीच ही पंचमहाभुते..." डोळे मिटून त्याने करसंपुटात तिलांजलीसाठी जल घेतले.

"तात अक्रूर! विश्वदेवांत आपला शाश्वत वास असो..." सश्रद्ध मनाने तिलांजली अर्पण करीत उद्धव पुटपुटला. "सोमाय... अग्नये... यमाय... स्वधा नम:..."*

कितीतरी वेळ उद्धव कालिंदीप्रवाहाकडे बघत होता. अचानक प्रवाह उसळल्यासारखे वाटले. क्षणभर मानवदेह प्रवाहाच्या सपाटीवर आला, न आला तोच उसळत्या प्रवाहाने त्याला वेगाने पुढे ढकलले. पटकन उद्धवाने पाठ फिरविली. मंद गतीने तो किनाऱ्याकडे आला.

सूर्यकिरणे पूर्व क्षितिजाला छेद देऊ लागली होती. उद्धवाने मथुरेकडे बघितले. आदल्या रात्रीच तो मथुरेस आला होता त्यावेळी त्याला ओळखणारे अक्रूर मथुरेत होते. आता... मथुरा संपूर्णपणे अपरिचित बनली होती. उपरे ठरून मथुरेकडे जाण्यात अर्थ नव्हता.

आता शेषकर्माचाच विचार –

उद्धव गोकुळाच्या दिशेस वळला. मार्गावरील धुळीवर त्याची नजर स्थिरावली. याच धुळीत दमदार पावले उमटवीत तो अक्रूरांबरोबर बलराम-कृष्णापाठी मथुरेस आला होता. त्याच मार्गावर वृद्ध उद्धवाची पावले पुन्हा उमटू लागली... पुसल्या गेलेल्या दमदार पावलांच्या विरुद्ध दिशेस!

---

* अक्रूरांचे निधन प्रभासक्षेत्री झालेल्या यादवीत झाले होते की, त्यानंतर त्यांनी जलसमाधी घेतली होती – याविषयी पुराणकथेत परस्परविरोधी उल्लेख आढळतात. यातून या कथेच्या प्रवाहात जे जास्त प्रभावी वाटले ते येथे स्वीकारले आहे.

गोकुळाची हिरवीगार कुरणे नजरेच्या टप्प्यात आली. नकळत उद्धवाच्या पावलांची गती मंदावली. क्षणभर तो तिकोट्यापाशी थबकला. याच ठिकाणी व्रजभूमी, गोकुळ आणि मथुरेचे मार्ग वेगळे पडत होते. मथुरा मागे टाकून तो इथवर आला होता. इथून उजवीकडे गोकुळ आणि डावीकडे व्रजभूमीचा मार्ग दिसत होता. दोन डोळ्यांसारखे ते मार्ग वाटले उद्धवाला! मागे वळून त्याने पुनश्च यमुनेकडे बघितले... काही क्षणांपूर्वी दूरवर दिसणाऱ्या यमुनाप्रवाहात अक्रूर विलीन झाले होते. या प्रवाहाच्या साक्षीने अक्रूरांनी कृष्णाला मथुरेस नेले होते. त्याच प्रवाहाने... जवळच असलेल्या कातळावर उद्धव मटकन बसला.

लगतच्या झुडपात, अस्ताव्यस्त वाढलेल्या कुरणात काही तरी सळसळले. उद्धवाने नजर वळवून तिकडे बघितले. सरसरत साप जात होता. उद्धवाच्या विस्फारल्या नजरेसमोर कालिया नाग तरळला. इथे... जवळच उभ्या असलेल्या कृष्णाने उद्धवाला विचारले होते...

"उद्धवा, आपल्या इतक्या निकट असलेल्या कालिंदीतून पाणी भरण्याऐवजी ग्रीष्माच्या प्रखर उन्हात पाणी आणण्यासाठी गोपी दूरवर का जातात?"

"कृष्णा, व्रजभूमीलगत कालिया नागाने कालिंदीप्रवाह स्वत:च्या आधिपत्याखाली घेतला आहे. तो फार दु:सह आहे. स्वत:च्या आधिपत्याखाली असलेल्या जलराशींतून तो एक थेंबही पाणी कुणाला घेऊ देणार नाही." उद्धवाने व्रजभूमीत जे ऐकले होते, ते सांगितले.

"पण उद्धवा, यमुनेवर कुणा एकाचे स्वामित्व कसे? इतक्या जवळ जलप्रवाह असूनही ग्रीष्माच्या कडक उन्हात पाणी भरण्यासाठी दूर जावे लागण्यात अन्याय आहे." कृष्णाच्या स्वरात आश्चर्याइतकेच नापसंतीदर्शक भाव होते. उद्धवाला त्याचे आकलन होईना.

"कृष्णा, न्याय-अन्याय मला कळत नाही. मला इतकेच ठाऊक आहे की, गोकुळासमीप असलेला हा प्रवाह गोकुळवासी पुरजनांसाठी अप्राप्य आहे; कारण कालिया बलदंड आहे. त्याच्यासमोर..."

"हवा, जल, पृथ्वी, आकाश आणि सूर्य यांना पंचमहाभुते म्हणतात. तीवर कुणा एका व्यक्तीचे स्वामित्व असू शकत नाही उद्धव! त्याचे रक्षक बहुजन हिताय... बहुजन सुखाय... विचार करणारे असावेत..." स्वगतोक्ती वाटण्याजोगे कृष्ण जे बोलत होता ते उद्धवाला कळत नव्हते याची जाण होताच कृष्ण किंचित हसून म्हणाला, "आपण कालियाला परास्त करून हे पाणी पुरजनांसाठी मोकळे करून देऊ."

कालियाला परास्त करण्याच्या कल्पनेत कृष्णनेत्र चमचमत होते. ती चमक उद्धवाचे डोळे दिपविणारी होती; कारण बलदंड कालियाला हरविण्याचा विचार

उद्धवाच्या स्वप्नाच्या कक्षेतही बसत नव्हता; पण...

खरोखरीच कालिया परास्त झाला, तो क्षण...

काही विशेष घडले नसल्यागत सहजतेने कृष्णाने तटावर जमलेल्या व्रजवासी पुरजनांकडे बघून स्मित केले होते. पराभूत कालियाचे मस्तक कृष्णाच्या उजव्या हातात होते.

''कालिया...'' सर्वांना ऐकू जाईल अशा स्वरात तो म्हणाला.

''हा पराजय तुझ्या सामर्थ्याचा नसून तुझ्या वृत्तीचा आहे. त्या मलिन भावनेपासून तू मोकळा झालास तर तोच तुझ्या मुक्तीचा क्षण असेल. भावनेचे परिवर्तन पराजयाला विजयात परावर्तित करते. जा. पुन्हा या जलास दूषित करण्याचे कुकर्म कधी करू नकोस.''

कृष्णाच्या पकडीतून मुक्त झालेल्या कालियाने क्षणभर आभारवश नजरेने कृष्णाकडे बघितले. दुसऱ्याच क्षणी तो उत्तर दिशेस निघून गेला.

''कृष्णा!'' बलरामाच्या मुखातून पुरजनांची काळजी प्रातिनिधिक स्वरूपात प्रतिध्वनित झाली, ''उत्तरेस गेलेला कालिया त्याच्या खांडववनातील स्वकीयांत अधिक सुरक्षित – पर्यायाने अधिक उन्मत्त बनले. तसे घडले तर भविष्यात समग्र खांडववनाचा सामना करावा लागेल.''

कृष्णाच्या ओठावर मनमोहक स्मित होते.

''दादा!'' तो निर्दोष स्वरात म्हणाला. ''खांडववनातही आजच्या घटनेचा डूख धरून कालिया उन्मत्त झाला, तर त्याच्या स्वामित्वाचा आज जसा पराजय झाला तसाच भविष्यातही होईल...''

उद्धवाच्या रोमारोमांत अनोखा थरार दाटला.

अनेक वर्षांनंतर खरोखरीच अर्जुनाच्या तीव्र बाणांनी खांडववनाचे दहन अटळ ठरले. ती स्मृती उद्धवाला व्यथित करणारी होती. त्याच्या मनात उदास प्रश्न दाटला... एका कालियाचे विष किती जणांना ग्रासणारे ठरले?

उद्धवाने निरपेक्ष नजरेने आजूबाजूस बघितले. वर्षानुवर्षांपूर्वी स्वयं कृष्णाने उद्धवास गोकुळी पाठविले होते. त्या आठवणी मनात उचंबळत होत्या. मथुरेच्या राजकारणात कृष्ण इतका गुंतला की, गोकुळाकडे नजर वळविण्यास त्याला सवड सापडेना. त्यावेळी गोकुळवासी जनांचे सांत्वन करण्यासाठी त्याने उद्धवास गोकुळी पाठविले होते. कृष्णाचा संदेश घेऊन तो इथे आला तेव्हा...

उद्धव अस्वस्थ झाला.

मथुराप्रवेशाचा क्षण त्याला आठवला. कालच तर मथुरेस पोहोचला होता तो! आणि उपरा ठरला होता... अत्यंत अनोळखी! आता गोकुळप्रवेश! गोकुळातील हिरवीगार कुरणे... यमुना नदी... ते यमलार्जुन वृक्ष... गोकुळनगरीचा तोंडवळा

तोच असेल; पण गोप स्त्री-पुरुषांची ही पिढी अपरिचितच ठरणार! इथे कुणी ओळखू शकेल आपल्याला? निदान राधा तरी?

राधेने न ओळखण्याची शंका मनात येताच तो लज्जित झाला. मनात संकोच दाटला. रासलीलेची अविस्मरणीय रात्र स्मरणपटावर ठळक झाली. त्यावेळी राधा म्हणाली होती... "उद्धवा! गोकुळाच्या जनपदाची हवा ज्या क्षणी मुक्त होईल, त्या क्षणी हवेच्या झुळकेत राधेचे नाव असेल हे विसरू नको." तरीही...

गोकुळाच्या जनपदाची मुक्त हवा...

कालिंदीतटाकी फैलावलेल्या हिरव्यागार समृद्ध कुरणांवर क्षणभर मुक्त मनाने लोळावेसे वाटले उद्धवाला! त्या इच्छेने त्याला अपरिहार्यपणे आठवणींच्या साखळीत उतरविले.

❖

२३

गोकुळः मथुराः द्वारका

कंसाने उग्रसेन आणि वसुदेवाला कैद करून मथुरेच्या गणतंत्राचा विनाश केला. मथुरेवर एकछत्री शासनाची जरब बसविली. सारी घडी नीट बसताच त्याच्या मनात गोकुळ खुपू लागले. गोकुळाच्या गणराज्याचे आधिपत्य नंदगोपाकडे होते. प्रेमळ ज्येष्ठ बंधूचा कमी कुवतीच्या धाकट्या भावाशी संबंध असावा तसा तोवर मथुरेचा गोकुळाशी सौहार्दपूर्ण संबंध होता. नंदगोपाच्या मार्गदर्शनाखाली गोकुळाचे पुरजन सुखाने कालक्रमण करीत होते; पण कंसाने त्यांच्या स्वातंत्र्यावर गदा उगारली.

मगधपती जरासंध कंसाचे सासरे होते. मगध राज्य समर्थ आणि विशाल होते. चेदि राज्याचाही विस्तार मोठा होता. आपले साम्राज्यही विशाल असावेसे वाटले कंसाला! त्या दृष्टीने राज्यविस्तार गरजेचा होता. गोकुळाच्या स्वातंत्र्यावर गदा आणणे आवश्यक होते. म्हणून त्याने नंदगोपाला निरोप धाडला, ‘‘मथुरेच्या सम्राटाचे आधिपत्य स्वीकारा. प्रतीकरूपाने दूध, तूप, लोणी नियमितपणे मथुरेस पाठवित जा.’’

नंदगोप हबकले. शक्तिसामर्थ्याचा विचार करता कंसाचा विरोध जमण्यातला नव्हता. मथुरेच्या गणतंत्राचा ज्याने चुटकीसरशी विनाश केला, त्या समर्थ कंसापुढे गोकुळाच्या गणतंत्राचा हिशेब नव्हता. नंदगोपाने तातडीने गणसभा बोलाविली. आपल्या सहकाऱ्यांशी सखोलपणे चर्चा केली. विचार विमर्षांती निर्णय घेण्यात आला. ‘संपूर्ण स्वातंत्र्याचा भोग देण्यापेक्षा हे बरे! गोरस रवाना करून गोकुळाचे अंतर्गत स्वातंत्र्य अबाधित ठेवावे. मथुरेचे स्वामित्व स्वीकारण्यातच शहाणपण आहे.’ यावर साऱ्यांचे एकमत झाले.

...आणि गोरसाच्या रूपात गोकुळाची समृद्धी मथुरेस रवाना होऊ लागली. मथुरेच्या सम्राटाचा ‘अहं’ जोपासून गोकुळाने गणतंत्राच्या आंतरिक स्वातंत्र्याचे रक्षण केले.

किशोरावस्थेत प्रवेश करणाऱ्या कृष्णाने जेव्हा प्रथम मथुरेच्या मार्गास लागलेले

गोकुळाचे गोरस बघितले, तेव्हा त्याला आश्चर्य वाटले. गोकुळाचे गोपालक, त्यांच्या स्त्रिया आणि गोपबाळ आपापल्या गोधनाचे प्रेमाने संवर्धन करीत, हे दिसत होते. गोधनाच्या रक्षणाची आणि चारापाण्याची जबाबदारी गोपालकांची असेल तर त्यासाठी कृतज्ञतेचे प्रतीक वाटण्याजोग्या प्राप्तीवर गोकुळातील गोपालकांचा हक्क असावयास हवा. गोपबाळांना गोरसापासून वंचित ठेवून ही समृद्धी मार्गावरून रवाना का करण्यात येत आहे, हे त्याला कळेना. कृष्णाला हे अयोग्यच नव्हे, तर अन्यायाचे वाटत होते. गोपालकांनी केलेल्या सेवेविषयी कृतज्ञता म्हणून गायी दूध देत – तो समर्पणाचा नेवैद्य आयतेपणी मथुरेच्या पुरजनांना का मिळावा? असे करण्यामुळे धर्माचा लोप होतो असे कृष्णाला वाटले.

"दादा!" या संदर्भात कृष्णाने विचारले. "गोकुळाची जनता स्वतःच्या मेहनतीचे फळ प्राप्त का करू शकत नाही? गोरसाचा उपभोग आपले लोक का घेत नाहीत? परिश्रमांच्या घामाचा एक थेंबही न गाळता मथुरावासी लोक गोरस का मिळवू शकतात? हा अधर्म आपण का करतो?"

"पुत्रा!" बलरामाऐवजी नंदगोप व्यथित स्वरात म्हणाले, "मथुरेचे राज्य बलवान आहे. सामर्थ्यवानाचा हात सदैव वर असतो. अशक्ताला त्याचा अधर्मही धर्म म्हणून स्वीकारावा लागतो. कंसाच्या सामर्थ्याच्या तोडीस तोड शक्ती आपल्या गणतंत्रात नसल्यामुळे..."

पित्याचा व्यवहारवाद कृष्णाला पटेना. पित्यासमोर तो गप्प राहिला; पण उद्धव, बलराम आणि अन्य गोपमित्रांच्या उपस्थितीत त्याने पुन्हा या विषयास हात घातला.

"गोकुळाचा प्रदेश आपल्या गणतंत्रात समाविष्ट आहे. गोरस ही आपली समृद्धी आहे. आपला हक्क डावलून कुणी बळजोरी करू लागला तर त्याचा प्रतिकार करणे आपले कर्तव्य आहे. प्रतिकार न करणे हे भ्याडपणाचे लक्षण आहे. भेदरटपणा स्वागतार्ह नाहीच. आपण आपली शक्ती ओळखली पाहिजे. ती वाढविली पाहिजे. आपण सारे एकत्र येऊन जो निर्णय घेऊ त्या एकजुटीच्या शक्तीपेक्षा कुणा एकट्यादुकट्याची शक्ती अधिक नसेल, याची जाणीव आपल्याला झाली तरच त्यांना करविता येईल. आपण सारे गोपबाळ मथुरेच्या मार्गावर बसू. गोरसाचा मार्ग अडवून गोरस ताब्यात घेऊ..."

"पण कृष्णा..." त्यातल्या त्यात वयाने मोठ्या असणाऱ्या गोपबाळाने विचार मांडला. "आपण एकत्र झालो तरी गोपस्त्रिया आपले ऐकणार नाहीत. गोरसाचा ताबा आपण घेऊ शकणार नाही; कारण गोपस्त्रिया जाणतात की गोरस मथुरेला न पोहोचणे म्हणजे कंसाला विरोध! मथुरेचे उग्रसेन आणि वसुदेव जसे कारागृहात सडत आहेत, तसे नंदबाबा आणि इतर गोपपुरुषांच्या बाबतीत होईल.

म्हणून त्या कंसाला विरोध न करता आपल्याला गप्प करतील.''

''तर मग गोपस्त्रियांना निर्भय करण्याचे काम आधी हाती घ्यावे लागेल. त्यांना न्याय आणि धर्म समजावून...''

''हे काम आपण करण्यापेक्षा मला अधिक हिताचा मार्ग सुचतो.'' उद्धवाने स्वत:चा अभिप्राय व्यक्त करीत म्हटले. ''प्रत्येक गोपस्त्रीला भेटून तिला सारे पटवून देणे वेळखाऊ आणि अवघड ठरेल. त्यापेक्षा स्त्रियांचे प्रतिनिधित्व जमेल अशी उत्साही आणि तेजस्वी कन्या नक्की करून तिला इत्थंभूत माहिती द्यावी. आपले म्हणणे तिच्या गळी उतरवून तिला साऱ्या गोपस्त्रियांना पटविण्याचे काम सोपवणे अधिक हितकर ठरेल...''

तेजस्वी गोपकन्या म्हणजे... विचारात हरवलेल्या कृष्णाचे नेत्र बारीक झाले. त्याच्या डोळ्यांसमोर कालिया नागाचा पराभव केला ती घटना तरळली... कालियाचे मस्तक हाताच्या पकडीत धरून तो पुरजनांसमोर आला, त्या वेळी त्याच्या बळकट मुठीत कालिया तडफडत होता. त्याची भयंकर तडफड विस्फारल्या नजरेने 'ती' बघत होती. तसे साऱ्यांच्याच नजरेत आश्चर्य होते; पण इतरांच्या नजरेत आश्चर्य आणि भय असे संमिश्र भाव होते; पण 'त्या' गोपकन्येच्या आश्चर्यमुग्ध नजरेत मात्र कृष्णाहस्ते घडलेल्या चमत्काराविषयी निखळ श्रद्धाच दिसत होती. तिची भावविभोर नजर जशी कृष्णाला अंतरंगात उतरविण्याच्या प्रयत्नात होती! अशी नजर कृष्णाने कधी बघितली नव्हती. ती गोपकन्या म्हणजे... व्रजपुरीच्या अग्रगण्य वृषभानू आणि कृत्तिकेची कन्या राधा! वरिष्ठ गोप रायान अनयाची पत्नी, राधा... या कार्यासाठी ती सर्वार्थाने योग्य आहे... कृष्णाच्या मनाने कौल दिला. लगेच त्याने तो व्यक्त केला.

राधेचा सहकार लाभला तर गोकुळाचेच स्वातंत्र्य अबाधित राहील, असे नव्हे, तर त्यायोगे मथुरेच्या गणतंत्राच्या स्वातंत्र्याची पुनर्स्थापनाही सोपी होईल. गोकुळातील सर्व गोपस्त्रियांना एकत्र करून राधेने धर्म आणि न्यायाचा संदेश पोहोचविला तर उरले काम सहजपणे जमले असते. निव्वळ गोपालकांचे भ्याडपण दूर केले, तरी धर्मप्रेरित संघर्षाला तात्कालिक यश मिळवून देणे अवश्य जमणार होते; पण समाजात दीर्घकालीन निर्भयतेचे पुनर्स्थापन, स्त्रिया निर्भय झाल्याविना होणार नव्हते. निर्भयतेचे बी रुजविण्यासाठी राधेचा सहकार अनमोल ठरणार होता. कृष्णाला वाटले, हे काम राधेला नक्कीच जमेल; कारण 'त्या' दिवशी तिच्या नजरेत ज्या अक्षत श्रद्धेचे दर्शन कृष्णाला झाले होते त्या श्रद्धेचा अंदाज येत होता.

निर्णय घेतल्यानंतर विलंब करणे कृष्णाच्या स्वभावात नव्हते. राधेला भेटून त्याने सखोल चर्चा केली. संपूर्ण योजना विशद करून समापन करीत तो

म्हणाला, ''राधे, तुझ्या सहकार्याविना हे भगीरथकर्म सफल होणार नाही.''

''कालिया नागासारख्या महासमर्थाला परास्त करणाऱ्या कृष्णासाठी कुठचेही कर्म भगीरथ ठरूच शकत नाही.'' ती मंद हसत म्हणाली. तिच्या चेहऱ्यावर मुग्ध-मधुर भाव होते. अनिमिष नेत्रांत श्रद्धा, स्नेह आणि आदराचा मोहक त्रिवेणी संगम उसळ्या मारीत होता.

''तू म्हणतेस ते खोटे नसले तरी पूर्ण सत्यही नाही.'' कृष्ण गंभीर स्वरात म्हणाला. ''एकटादुकटा शत्रू कितीही बलदंड असला तरी त्याला नेस्तनाबूत करणे सोपे असते; पण समष्टीकल्याणाचे काम एकट्या कृष्णाच्याने होणार नाही. कृष्णाला राधेच्या साथसंगतीची आणि सहकाराची गरज असणारच!''

''कृष्णाची बासरी आणि मोरपीस सर्वव्यापक आहे, केशवा! राधेला एकमात्र निमित्त बनविण्याचा तुमचा विचार हे तिचे परमभाग्य!'' राधा भावपूर्ण स्वरात म्हणाली.

''होय! पण कृष्णाच्या अलगुजाचे सूर आणि मोरपिसाचे रंग राधेने सुग्रथित करावयास हवेत... गोपस्त्रियांना एकत्रित करून आगामी पुनवेच्या रात्री कालिंदीच्या तटावर कृष्णसंदेश पोहोचविण्याचे काम...''

''राधा निश्चित करणार आहे.'' नतमस्तक होत राधेने कृष्णाचे वाक्य पूर्ण केले.

आणि त्या रात्री फक्त गोपस्त्रिया नव्हे, तर स्त्री-पुरुष मुलाबाळांसह अवघे गोकुळ कालिंदीतटाकी जमले. कृष्णाच्या बासरीतून शब्दातीत स्वर्गीय सुमधुर सूर उगटले. तो सुस्वर साऱ्यांना चकित करणारा होता. त्या स्वरानंदात गोकुळगाव चिंब भिजले. आकाशगामी ज्योत्स्नेचा स्रोत सूरप्रवाहाला समांतर राहून कालिंदीत अवतरण करीत होता. राधेचे विचार रास्तच होते – कृष्णाची वेणू आणि मोरपीस सर्वव्यापक आहे आणि कृष्णाची भावनाही तितकीच खरी होती. हे सूर आणि रंग सुग्रथित करण्याची कुवत राधेतच होती. राधेच्या परिश्रमाचे फलित म्हणूनच गोपकन्या कालिंदीतटाकी जमल्या होत्या. त्या आसुसून कृष्णाच्या स्वर्गीय स्वराला ताल देत होत्या. बासरीच्या सुरांचे असंख्य प्रतिध्वनी वातावरण धुंद करीत होते.

रासक्रीडेच्या त्या अद्‌भुत रात्रीच्या आठवणीत रमलेल्या उद्धवास वाटले... कृष्ण तर आर्षद्रष्टाच! त्या रात्री त्याने वेणूच्या साध्यासुध्या वाटणाऱ्या नळीतून गोपस्त्रियांच्या कानात निर्भयतेची भावना ओतली. तसे केले नसते तर कदाचित अक्रूरांबरोबर कृष्ण-बलरामाला मथुरेस पाठविण्याचे धाडस गोकुळाने केले नसते. कृष्ण मथुरेस न जातो तर... उद्धवाने डोळे मिटले.

कृष्ण मथुरेस न जातो तर कालिंदीप्रवाह असा निश्चिंत वाटला नसता. उन्नतमस्तक गोवर्धनात इतका ठामपणा प्रतीत झाला नसता. यमलार्जुनाचे प्रचंड

वृक्ष मार्ग अडवू शकले असते आणि... अधर्माच्या रवीने गोरसात घुसळण मांडून गोकुळास कंगाल बनविले असते. ते काम...

पण ते काम राधेच्या सहकार्याविना घडले नसते. राधेचा सहकार लाभला नसता तर एकटा, एकाकी कृष्ण अडचणींचे पहाड तुडवित किती आणि कुठवर पोहोचू शकला असता, हा प्रश्न उद्धवाच्या मनात घुमत राहिला.

या प्रश्नाच्या उद्‌भवाबरोबर गेल्या कित्येक दिवसांपासून मनात घुमणाऱ्या अनुत्तरित प्रश्नाला आपोआप उत्तर मिळाले. पार्थिव देहाचा त्याग करताना जरा पारध्यासमोर कृष्णाला राधेचीच आठवण का आली, हा प्रश्न आता अनुत्तरित वाटत नव्हता. तरीही...

कंसाने धनुष्ययाग यज्ञाचे निमित्त करून कृष्णाला मथुरेस नेले, त्यानंतर कृष्ण कधी राधेस भेटला नव्हता. पुन्हा कधी तो गोकुळी गेला नव्हता. ज्या राधेला उद्धव काही क्षणांतच कृष्णाच्या देहोत्सर्गाची कटू वार्ता सांगणार होता ती राधा वर्षानुवर्षांपासून कृष्णाची प्रतीक्षा करीत असेल! कृष्णाला हृदयात स्थान देऊन पुनर्भेटीची स्वप्ने बघत असेल. अशा वेळी ते स्वप्न आता कधीच साकार होणार नाही हे कळले की काय वाटेल तिला? तिची प्रतिक्रिया...

उद्धवाच्या नेत्रांत विषाद दाटला.

कृष्ण मथुरेस गेला, कंसाच्या हत्येनंतर जरासंधाच्या आक्रमणांपासून मथुरेचे रक्षण करण्यात व्यग्र आणि व्यस्त राहिला. पुढे द्वारकेस गेला... हस्तिनापूर, इंद्रप्रस्थ, प्राग्जोतिषपूर... किती ठिकाणी अविरत फिरत राहिला; पण राधा... ती तर गोकुळाची सीमा ओलांडून कुठेच गेली नाही. गोकुळाच्या हवेत, या वृक्षांच्या छायेत, पानाफुलांत, हंबरणाऱ्या गायींच्या स्वरात आणि झुळझुळणाऱ्या यमुनाप्रवाहात ती अजूनही कृष्णाचे रूप बघत प्रतीक्षा करीत असेल. मथुरेच्या दिशेने रथ येताना दिसला की, तिला प्रतीक्षा संपल्याचा आनंद दृष्टिपथात आल्यासारखा वाटत असेल. प्रतीक्षा संपलीच; पण 'या' रीतीने प्रतीक्षा संपणे किती दुःसह वाटेल तिला...

गोकुळाचा निरोप घेऊन मथुरेकडे प्रयाण केले तो क्षण आठवणींच्या महासागरात उचंबळून वर आला... कृष्णाचा गोकुळत्याग हे तर समष्टी कल्याणार्थ उचललेले विराट पाऊल होते. गोकुळासाठी ती विरहवेदना असली तरी त्यातही आनंदाचे पडसाद होते... पण मथुरात्याग?

मथुरात्याग त्याच समष्टीचा स्वार्थी आणि लज्जास्पद वर्तनाचा हीन आविष्कार होता. ज्या मथुरेच्या गणतंत्राला कंसाच्या मगरमिठीतून मुक्त करून श्रीकृष्णाने संजीवन प्रदान केले होते तेच गणतंत्र कृष्णाने मथुरात्याग करावा यासाठी आग्रही सूर धरीत होते. त्यांना कृष्णाचा मात्र उपयोग हवा होता. उपद्रव त्यांना पसंत

नव्हता. त्या स्वार्थी पुरजनांनी सभ्य सूचनाच्या अवगुंठनाखाली कृष्णाला हाकलून देण्याची इच्छा दडविली होती.

हे घडले तेव्हा उद्धव मथुरेसच होता. 'त्या' यादवसभेत तो उपस्थित होता. तेव्हाच का? रासक्रीडेचे निमित्त करून साऱ्यांना धर्म आणि निर्भयतेचा संदेश देणाऱ्या कृष्णाला उद्धवाने बघितले होते... जबरदस्त कंसाला क्षणात धरणीवर लोळविणाऱ्या कृष्णाला त्याने बघितले होते... आणि त्याच गणतंत्राच्या वरिष्ठांनी कृष्णाची हकालपट्टी केली, तेव्हा मथुरा सोडणाऱ्या कृष्णालाही उद्धवाने बघितले होते...

न्याय आणि धर्माच्या रक्षणासाठी सतत झुंजत राहिलेल्या कृष्णाला स्वत:च्या व्यक्तिगत जीवनात सातत्याने अवहेलनाच का पचवावी लागली? सतत न्यायाच्या बाजूचा उद्‌घोष करणाऱ्याला अन्यायाचे घोट का गिळावे लागले?

उद्धवाच्या हृदयात असह्य चीत्कार दाटला.

कंसहत्येची वार्ता मथुरेची सीमा ओलांडून मगधसम्राट जरासंधाच्या कानी पडली आणि नखशिखांत पेटून उठला तो! एकछत्री शासनाचा तो प्रखर समर्थक! कंसाचे सामर्थ्य ओळखून त्याने दोन्ही कन्या त्याच्या हाती दिल्या होत्या. त्याच्या लेखी आर्यावर्तातील शेष गणतंत्राचे उच्चाटन करण्याच्या संदर्भात कंस अत्यंत महत्त्वाचे पात्र होते. मथुरा आणि समस्त व्रजभूमीवर साम्राज्यवादी अंकुश प्रस्थापित झाल्यावर पश्चिमेस हस्तिनापूर आणि पूर्वेस कलिंगांचा पौंड्र... फार फार तर सिंधूपलीकडचा कालयवन... जरासंधाचे स्वप्न अमर्याद होते.

अचानक कृष्णाने हे स्वप्न धुळीरा मिळविले. ज्या कृष्णाने आज मथुरेत गणतंत्राची स्थापना केली, तोच कृष्ण उद्या मगध... आणि इतर प्रजाजनांना त्याच मार्गाने नेण्याची शक्यता नाकारता येत नव्हती. आज कंसाचा वध झाला... उद्या जरासंध... शिशुपाल... पौंड्र हत्येची साखळी तयार होऊन साम्राज्यवाद धोक्यात येणाची शक्यता विचारात घेऊन जरासंध हादरला. कालपर्यंत नगण्य वाटणाऱ्या गोपबाळाच्या रूपात आता त्याला बलाढ्य शत्रू दिसू लागला. त्याच्यासाठी हे रूप विक्राळ ठरू लागले. मथुरेच्या गणतंत्राला त्याच्यालेखी फार महत्त्व नव्हते. गणतंत्राचा प्राण कृष्ण होता. कंसावर विजय मिळविणाऱ्या कृष्णाची हत्या करून मथुरेच्या गणतंत्राचा प्राण घेता येणार होता. तसे करून मथुरेचे गणतंत्र स्वत:च्या साम्राज्यात विलीन करण्याच्या इच्छेने त्याचा कबजा घेतला.

जरासंधाने सैन्यास आवश्यक त्या सूचना दिल्या. सर्वशक्तिनिशी त्याने मथुरेवर आक्रमण केले. हे अपेक्षित होतेच. मुलींचे वैधव्य जरासंध सहजतेने पचवू शकणार नाही हे सर्वांना कळत होते. मथुरेची मृतप्राय ठरलेली सारी सुषुप्त शक्ती, कंसाच्या हत्येच्या रूपाने संजीवनीचा शिडकावा झाल्यागत तरारून

उठली होती. कंसासारख्या बलदंडास क्षणात लोळविणाऱ्या श्रीकृष्णाचे अस्तित्व त्यांना उत्साहप्रद वाटत होते. तेच त्यांच्यालेखी अमोघ शस्त्र होते. कृष्णाच्या नेतृत्वाखाली जरासंधाला सामोरे जाण्यासाठी ते आतुर होते.

मथुरेच्या प्रेतवत वाटणाऱ्या सेनेकडून असा जबरदस्त प्रतिकार अपेक्षित नव्हता. फार सहजपणे मथुरेचे गणतंत्र चिरडून टाकता येईनासे जरासंधाला वाटत होते; पण... कृष्णाच्या नेतृत्वाखाली आक्रमण करणारे यादव उग्रसेनाच्या नेतृत्वाखाली काम करणाऱ्यांपेक्षा फार वेगळे ठरले. त्यांनी जरासंधाचे कृष्णहत्येचे स्वप्न सहज धुळीस मिळविले. ही हार जरासंधाला दाहक वाटली. तरी...

तरीही तो नामोहरम झाला नाही. त्याच्या राजनीतिज्ञ मस्तकात अधिक सशक्त व्यूहरचना तयार झाली.

सिंधू प्रदेशात कालयवनाची राज्यसत्ता होती. त्याचा पिता महर्षी गार्ग्य यादव पुरोहित शालद्वारे अपमानित झाला होता. म्हणून संतापल्या पित्याने पुत्रास यादवांची घमेंड उतरव असे सांगितले होते. ते होत नाही तोवर पुत्रऋण बाकी राहील असेही त्याने सांगितले होते. म्हणजे एका दृष्टीने कालयवन कृष्णाचा शत्रू होता. कारस्थानी जरासंधाने कालयवनाशी संपर्क साधला. उत्तर दिशेकडून सिंधू देशाचे सैन्य आणि दक्षिण-पूर्वेस मगध सैन्याने यादवांची सीमाबंदी करावी असे ठरले. ही व्यूहरचना अमलात येताच सत्त्वर कृष्णनाश जमविता येईल अशी अपेक्षा होती. या संदर्भात जरासंधाचे कालयवनाशी सविस्तर बोलणे झाले. निर्णय अमलात आणण्यास सुरुवात झाली.

सिंधू देशाचा कालयवन स्यमंतपंचकाचा प्रदेश ओलांडून आर्यावर्ताच्या मैदानाकडे सरकत असल्याची वार्ता मथुरेस पोहोचली. यादव अस्वस्थ झाले. स्वयं कृष्णाला जरासंध, शिशुपाल वा पौंड्र, भौमासुर, कुणाशीही लढण्यास दिक्कत नव्हती; कारण न्याय आणि धर्म आपल्या बाजूस आहे याविषयी त्याच्या मनात खात्री होती. बाहुबळ कमी असले तरी अंतिम विजयाच्या दृष्टीने न्याय आणि धर्माचे पारडेच जड ठरणार, हे त्याला कळत होते. कालिया नागापासून कंसापर्यंतचे सारेच कृष्णापेक्षा बलवान होते, तरीही ते हरले होते; कारण त्यांच्या संघर्षाला धर्माचे अधिष्ठान नव्हते.

पण कालयवनाचे आगमन ही नव्याच समस्येची चाहूल ठरणार होती. आर्यावर्ताच्या आंतरिक संघर्षात कुणी सिंधू पार करून येणे म्हणजे तिऱ्हाइताचा हस्तक्षेप ठरणार होता. एकदा का आंतरिक संघर्षास परकीय हस्तक्षेपाची चटक लागली की, सारे भस्मीभूत होण्याची शक्यता वाढत होती. त्यातून मथुराच नव्हे; तर मगधही वाचणार नाही याची जाण जरासंधाला नव्हती. स्वार्थ आणि लोभाने अंध बनलेल्या जरासंधाच्या रोषयुक्त नजरेस फक्त तत्कालीन लाभ दिसत होता;

पण कृष्णाच्या नजरेसमोर अतलांत काळ होता तसाच अजून न उगविलेला भविष्यकालही होता. त्यामुळे ही समस्या त्याच्या नजरेने टिपली.

मथुरेच्या मस्तकावर संकटाची प्रचंड तीनधारी तलवार लटकत होती. तीन दिशा शत्रूंनी घेरल्या होत्या. यादव भयभीत होते. उग्रसेन, वसुदेव इत्यादी वरिष्ठांची मती कुंठित झाली होती. परिस्थितीचे मूल्यमापन करण्याच्या उद्देशाने यादवसभा बोलाविण्यात आली.

"कृष्णा..." विकद्रू नावाच्या ज्येष्ठ यादवाने तारसप्तकात सुरुवात केली. "जरासंधाच्या या नव्या व्यूहरचनेसमोर मथुरेचा टिकाव लागण्याची शक्यता नाही."

"तात, आपली मर्यादा मला कळते," कृष्ण घनगंभीर स्वरात म्हणाला. "यासाठी मी आपणाजवळ आशीर्वाद आणि मार्गदर्शन, दोन्हींची मागणी करतो."

"कालयवन दुर्धर्ष आहे आणि जरासंध क्रोधाने आंधळा झाला आहे." प्राप्त परिस्थितीचे समर्पक मूल्यमापन करीत विकद्रू म्हणाला. "कंसाच्या आधिपत्याखाली चिरडलेल्या मथुरेच्या गणतंत्रास तू मुक्त केलेस... मृतप्राय गणतंत्राला पुनर्जीवन प्रदान केलेस... या योगदानाबद्दल मथुरा तुझी ऋणी राहील; पण कृष्णा... कंसापासूनची मुक्ती कालयवनाला आमंत्रण ठरते आहे; कारण..."

"अडखळू नका, तात! नि:संकोचपणे सांगा!"

"प्रसंग संकोच वाटावा असाच आहे, कृष्णा..." नजर झुकवून विकद्रू म्हणाला. "जरासंधाचे मथुरेशी वैर आहे."

"ते मी जाणतो. त्याचे वैर कृष्णाशी आहे..."

"कृष्णाने कंस वध करून ज्या मथुरेस वाचवले त्या मथुरेचे भवितव्य आताही कृष्णाच्या हातात आहे. तोच मथुरेस वाचवू शकणार आहे."

"स्पष्ट सांगा, तात! गणतंत्राच्या हिताच्या संदर्भात जे करणे आवश्यक असेल ते करणे मला योग्य वाटेल. कितीही मोठा त्याग करावा लागला तरी मला तो नगण्य वाटेल."

"तर मग बहुसंख्य यादवश्रेष्ठांचे मत आहे..." विकद्रू उत्तेजित स्वरात घाईने म्हणाला. "कृष्णाने मथुरा सोडून कुठल्याशा अज्ञात प्रदेशात निघून जावे. तसे झाले तर जरासंध मथुरेवर आक्रमण करणार नाही आणि कालयवनालाही हे पलायन स्वत:चे यश वाटून तो मागे फिरेल; कारण त्याचे लक्ष्य कृष्ण, फक्त कृष्णच आहे..." विकद्रूने बोलणे पूर्ण केले. क्षणभर यादवसभेत असह्य मौन दाटले.

उद्धवाचे नेत्र आर्द्र झाले. आकाशही स्तब्ध झाले.

ज्या मथुरेला रक्षण देऊन कृष्णाने पुनर्जीवित केले होते, तीच मथुरा स्वसंरक्षणार्थ

कृष्णाची हकालपट्टी करण्यास उत्सुक होती.

“तुम्ही निखळ सत्य सांगितलेत, तात!” क्षणभराचे मौन संपवून कृष्ण सहज स्वरात म्हणाला. हात जोडून तो यादवसभेसमोर उभा राहून बोलू लागला, “मीच कंसाला सांगितले होते की, गणतंत्राची संकल्पना कुठच्याही व्यक्तीपेक्षा महान आहे. स्वत:च्या वक्तव्याला पुष्टी देण्याची संधी तुम्ही मला इतक्या सहजपणे द्याल अशी आशा नव्हती. अशी दुर्लभ संधी मला इतक्या तातडीने मिळत आहे हे मी माझे परमभाग्य समजतो. उद्या प्रात:काली मी व दादा काही मोजक्या यादवांसह मथुरा सोडू... आपल्या तीन दिशा शत्रूने घेरलेल्या असल्या तरी चौथी दिशा मोकळी आहे. त्या पश्चिमेच्या मार्गावर मी अशा रीतीने रवाना होईन की, माझे पलायन जरासंध आणि कालयवन, दोघांना स्पष्ट दिसेल. त्यांचे सैन्य माझा पाठपुरावा करण्यास उद्युक्त होईल.”

कथन संपवून कृष्णाने चौफेर बघितले. साऱ्यांचे चेहरे काळवंडले असले तरी कुणीही विरोध करण्यास धजले नाही. त्यांच्या झुकल्या नजरा त्यांना, कृष्णाने जावे असे वाटत आहे हेच सुचवित होत्या.

प्रात:काली मथुरेच्या पश्चिम दरवाज्यातून मथुरेचा निरोप घेतला. पळणाऱ्या कृष्णाकडे बघून जरासंधाच्या सैन्याने जयजयकार केला. कालयवनाच्या सैन्याने कृष्णाचा पाठलाग सुरू केला. कृष्णाच्या चेहऱ्यावरील स्मित अधिकच मुखरित झाले. सुस्मित कृष्णाने गती वाढविली. सर्वनाशाला त्याने मथुरेपासून दूर नेले आणि...

आर्यावर्ताच्या पश्चिम दिशेच्या रोमरोमांत प्रसन्नता फुलली. द्वारकेचा नव्हे, कुशस्थळीचा परिसर प्रकाशाने झळाळून उठला.

त्या अपमानजनक आठवणीने स्वस्थ उद्धवाचे चित्त किंचित विचलित केले. सुन्न मनाने तो शिलेवर बसून राहिला. कितीतरी वेळ! आता मोजक्या क्षणांत त्यांचे शेषकार्य संपणार होते. कृष्ण देहविलयाची वार्ता राधेला दिली की... अतीतापासून अलिप्त होता येणार होते त्याला! नव्हे तो स्वत: अतीत बनणार होता.

विचारांच्या चक्रीवादळाने त्याला थकविले होते. मनाचा ढळणारा तोल सावरीत तो उठला. शांतपणे त्याने कालिंदीच्या प्रवाहात पाय धुतले. जलप्रवाहाच्या शैत्याचा अनुभव त्याला अनोखी शांतता प्रदान करीत होता. प्रवाहात उभे राहून त्याने तोंड धुऊन जलाचे आचमन घेतले. सूर्यवंदना करून तो गोकुळाकडे चालू लागला.

❖

२४

कालिंदीः हिरण्यः कपिला

"कुणाचे घर शोधत आहात, महाराज?" कुणाच्याशा प्रश्नाने उद्धव दचकला. केव्हापासून तो विचारांच्या भरात यांत्रिकपणे चालत होता. दचकल्या उद्धवाने सभोवार नजर फिरविली. गोकुळप्रवेश केव्हाच झाला होता. सूर्यास्त झाल्यामुळे सारे वातावरण गोधुलीमय झाले होते. गायींच्या गळ्यातील घुंगरांचा मंजुळ आवाज वातावरणात भरून होता. गोपबाळ काळजीपूर्वक आपापल्या गायींना गोठ्याकडे नेत होते. मातेच्या आगमनाची चाहूल लागून वासरे हंबरत होती. काही वासरांची आणि मातेची भेट झाली होती. भेटीचा आनंद व्यक्त करीत ती मातेच्या स्तनांना लुचत होती. काही गोपस्त्रिया धार काढीत होत्या. चरवीत पडणाऱ्या दुग्धधारांच्या नादबद्ध चरचर आवाजाने उद्धव शहारला.

"कुणाचे घर शोधत आहात, महाराज? माझी मदत हवी का?" प्रश्नकर्त्याने पुन्हा विचारले आणि उद्धव भानावर आला. स्थिर नजरेने तो दूरवर दिसणाऱ्या राधेच्या घराकडे बघत राहिला.

अपरिचित व्यक्ती पाहून काही मंडळी त्याच्या समीप आली. उद्धवाची सौम्य मुद्रा आणि वृद्ध देह पाहून त्यांच्या मनात आदर दाटला; पण कुणाच्याच नजरेत परिचयाची खूण नव्हती. नवागंतुकाला मदत करण्याच्या इच्छेने जमलेल्या साऱ्यांच्या– लेखी तो फक्त अपरिचित पण आदरणीय वडील – महाराज होता.

पण उद्धवासाठी गोकुळ नवे नव्हते. इथे काही शोधण्याची त्याला गरजच नव्हती. त्याचे ओठ किंचित हसले. प्रश्नकर्त्याला आशीर्वाद देऊन तो स्नेहल स्वरात म्हणाला, "मी गोकुळात नवा नाही, बाळांनो! फार वर्षांनंतर येणे होत आहे. तरी मला हवे ते घर शोधण्यासाठी मला कुणाची मदत नको."

आपल्या मदतीची गरज नाही हे पाहून मुले धावत-बागडत निघून गेली. संथ गतीने उद्धवही रायान-राधेच्या घराशी पोहोचला. स्तब्धपणे तो उघड्या दाराजवळ उभा राहिला. जवळच्या विशाल वृक्षाच्या फांद्यांची संख्या वाढली होती. बाळाचा

सांभाळ करणाऱ्या मातेप्रमाणे तो वृक्ष घर आणि घरापुढील परसदारास संरक्षण पुरवित होता. कालिंदीच्या तटावरून शंखनाद ऐकू आला. त्यापाठोपाठ टाळ-मृदंगाचा आवाज आला. घराघरांच्या गोठ्यात आता चरवीत दुग्धधारा पडण्याचा तालबद्ध आवाज सुरू झाला. हा ध्वनी, हा वृक्ष, रायानच्या घराचा हा ओटा... हा शंखनाद... गोकुळात काहीही बदलले नाही. गायींचे हंबरणे आणि दुग्धपान करणाऱ्या वासरांच्या आचळाला लाडिक ढुशा... सारे तेच आहे. आणि तरीही... तरीही उद्धव इथे उपरा ठरणार? अपरिचित महाराज ठरणार... उद्धवाच्या चेहऱ्यावर विषाद दाटला.

"महाराज, आपल्याला कोण पाहिजे?" एक प्रौढा नम्र स्वरात विचारीत होती. उद्धव परत दचकला. त्याला गप्प पाहून ती स्त्री चार पावले पुढे आली. आता ती उद्धवाच्या अगदी समीप होती. उत्तर देणे आवश्यक आहे याचे भान येऊन उद्धव अडखळत म्हणाला... "रायान आणि राधा..."

"रायान अनय?" त्या प्रौढेच्या डोळ्यांत आश्चर्य मावत नव्हते. गोंधळल्या स्वरात तिने विचारले, "आपण फार वर्षांनंतर येत आहात का? रायानच्या मृत्यूची घटनाही जुनी झाली आहे आता! कुठून आलात आपण?"

दु:खाने उद्धवाने डोळे मिटले. मिटल्या डोळ्यांसमोर रायानच्या पार्थिवाची स्मृती सजीव झाली. गोकुळात आता रायान नाही. यशोदामाता नाही की नंदबाबा नाहीत. कृष्णाने देहत्याग केला आहे आणि संकर्षण बलरामही काळाच्या उदरात गडप झाला. फक्त उद्धव आणि तो चिरपरिचित वृक्षच शिल्लक आहे की काय? निदान राधा तरी...

"ताई!" तोल सावरत उद्धव म्हणाला, "राधेला सांगा..."

"घ्या! राधेला काही सांगण्याची गरजच उरली नाही." ती प्रौढा हसत म्हणाली. "ती राधा इकडेच येत आहे." उजवीकडे बोट दाखवीत ती म्हणाली. "ती बघा... म्हातारी झाली. नवरा गेला; पण तिचा खुळीचा फुलांचा सोस सरत नाही की चंदनाचा लेप चुकत नाही. बघा, कशी आभूषणांनी सजली आहे ते..."

भारावल्या उद्धवाने उजवीकडे बघितले.

खरेच राधा येत होती. ती प्रौढा सांगत होती, तशी वृद्ध वा विधवा राधा नव्हे तर... वर्षानुवर्षांपूर्वी कालिंदीतीरावर रासक्रीडेसाठी आली होती ती तशीच उत्फुल्ल राधा! किंचितही बदल नव्हता झाला तिच्यात! तीच वस्त्रसज्जा! पुष्पमाला आणि उटीचे ताजे लेपन! चेहऱ्यावरचे स्मितही तेच! नजरेत तीच मोहक श्रद्धा आणि भक्तीही! पण त्या स्वप्निल नजरेत अस्वस्थता वा प्रतीक्षेचा मागमूस नव्हता. निव्वळ ऋजुता आणि नितांत मार्दव तिथे वस्तीला होते...

उद्धव क्षणभर स्तब्ध झाला.

मधली वर्षे नव्हे एक महायुगच उलटले नव्हते काय? महाकाल थांबला होता? गोकुळ, हस्तिनापूर, मथुरा, द्वारका... सारे काही बदलले होते... पितामह भीष्म, वसुदेवच नव्हे तर स्वयं उद्धव आणि तो अश्वत्थामा... कमी-अधिक प्रमाणात प्रत्येकाला काळाने ग्रासले होते; पण या राधेला कळिकाळाचा स्पर्श नव्हता का? काळाच्या स्पर्शापासून ही अस्पर्श कशी राहिली?

"राधा..." उद्धवाच्या कंठातून शब्द उमटला.

"कोण उद्धव?" तत्काळ राधेचा प्रतिप्रश्न कानी पडला.

उद्धव अंधारात उभा होता. राधेला त्याची चाहूल लागणार नव्हती. उद्धवाच्या आगमनाची तिला कल्पना असणे शक्य नव्हते. तरीही... फक्त आवाज ऐकून कसे ओळखले हिने? उद्धवाच्या गळ्यात आवंढा अडकला.

"आजही कृष्णाचा संदेश घेऊन आला आहात?"

बोलत बोलत राधा उद्धवासमीप पोहोचली. अर्जुन विषादयोगाचा साक्षात्कार होत असल्यागत उद्धव गप्प राहिला. वर्षानुवर्षांपूर्वी कृष्णाचा संदेश पोहोचविण्यासाठी तो इथे आला होता. नंदबाबा, यशोदामाता, राधा आणि साऱ्या गोपगोपींचे सांत्वन करण्याचे काम कृष्णाने उद्धवावर सोपविले होते. कृष्णाविना तेजहीन बनलेल्या गोकुळाच्या दीपशिखेत उद्धवाच्या आगमनाचे तूप उतरले आणि म्लान गोकुळाचा चेहरा पुन्हा झळाळून उठला होता तेव्हा...

क्षणार्धात उद्धवाला राधेने त्या क्षणांचे स्मरण करविले. उद्धवाने चौकस नजरेने सभोवार बघितले. राधेची बडबड निरर्थक वाटून ती प्रौढा केव्हाच आत निघून गेली होती. अनिमिष नेत्रांनी उद्धव राधेकडे बघत होता.

"राधे, तू बरी आहेस ना?" त्याच्या मुखातून हळवा प्रश्न निसटला. राधा खळखळून हसली. तेच निष्पाप हास्य!

राधेचे हास्य, लास्य... काहीही बदलले नव्हते. तिच्या देहावर फुलांचा, चंदनाच्या उटीचा घमघमाट दरवळत होता. ती मिष्किल नजरेने उद्धवाकडे बघत होती...

"राधेचे कुशल का विचारत आहात, उद्धवा? कालच तर भेटला होतात. कृष्णाकडून निरोपाचा संदेश घेऊन आला होतात. त्यावेळी..."

"काल?" उद्धव चक्रावला. राधा काय बोलते आहे ते त्याला कळेना. एक महायुग वाहून गेले याचे हिला भान नाही?

"विसरलात?" राधा पुन्हा गोड हसली. या वेळचे हास्य अधिक मिष्किल आणि बोलके होते. उद्धवाची चेष्टा केल्यागत ती म्हणाली, "तुम्हालाही जरावस्थेने ग्रासले की काय? सांगा उद्धवा, कृष्णाने सांगितलेला निरोप नीट आठवून सांगा..."

“होय राधे!” उद्धव हळूच म्हणाला. “कृष्णाचा निरोप सांगण्यासाठीच तर आलो आहे मी! कृष्ण म्हणाला...” उद्धव अडखळला.

“पटकन सांगा, उद्धव! कृष्णाचा निरोप सांगताना आज हा विलंब का? अडखळता कशासाठी?” राधेच्या स्वरात अनामिक थरथर दाटली.

“राधे...” आवेगाने राधेच्या मस्तकी हात ठेवून तो मृदू स्वरात म्हणाला. “कृष्णाने संदेश पाठविला आहे... कृष्ण म्हणाला...” त्याची जीभ त्याला सहकार देईना.

“काय म्हणाले कृष्ण?” राधेची उत्सुकता शिगेस पोहोचली.

“कृष्ण म्हणाला की... की... राधा...” नजर चुकवित उद्धव पटकन म्हणून गेला, “कृष्ण आता नाही.”

हिमालयातील यात्रेत पर्वतमाला पार करताना जाणवला नव्हता असा थकवा उद्धवाच्या अंगावर चाल करून आला. तो गप्प झाला.

“कृष्ण नाही?” राधा खळखळून हसली. “तुम्ही काय सांगितले ते तुम्हाला तरी कळले का? स्वयं कृष्णाने तुम्हाला माझ्यासाठी निरोप दिला की कृष्ण आता नाहीत? इतकासा संदेश सांगण्यासाठी तुम्हाला त्यांनी थेट इथे कशासाठी पाठवले? वा! म्हणे आता कृष्ण नाही.” राधा खळखळून हसली. ते मुक्त हास्य उद्धवाला सहन होईना.

“राधे... तुला काहीच कसे कळत नाही?” तो गोंधळून म्हणाला. मानसिक अस्वास्थ्यामुळे त्याचा आवाज चिरकला. जे सांगण्याचा अपार बोजा त्याला असह्य वाटत होता... तो निरोप ऐकून राधेवर परिणाम नव्हता. जसे त्याचे बोलणे तिला निरर्थक वाटत होते, त्याने अडखळत प्रश्न विचारला, “अगं, तू इतकी हसतेस का?”

“हसू येण्याजोगेच तर बोलता आहात तुम्ही!” प्रयत्नपूर्वक हसू दाबून राधा म्हणाली. “हे आकाश बघा, उद्धवा!” अचानक नजर उचलून तिने आकाशाकडे बघितले.

“आकाश?” उद्धवाच्या मनात गोंधळ वाढत होता. तरी त्याने वर बघितले. नक्षत्रांचे झुमके आकाशभर विखुरले होते. शृंगार सजलेल्या राधेच्या मस्तकावर आकाशफुलांचा वर्षाव होत आहेसे वाटले उद्धवाला!

“आणि त्या तिकडे कालिंदी दिसते ना?” विचूक वाटणारा दुसरा प्रश्न कानी आदळला. घोर अंधाराच्या काजळकाळ्या रंगात चांदीची रेषा चमचमताना दिसावी तसा दूरवर कालिंदीप्रवाह दिसत होता.

“आणि ही हवा... त्या वृक्षापाशी उभ्या असणाऱ्या मोराची पिसे... सारे दिसतेय नं तुम्हाला?” राधा उद्धवाच्या कानात गुणगुणली.

"राधे... तू... तू... हे काय बोलतेस?" उद्धव कळवळला.

"हे सारे तुम्ही तुमच्या डोळ्यांनी बघत असूनही सांगताहात की कृष्ण नाहीत आता? हसू येण्याजोगे स्वत: बोलून वर मलाच विचारता, हसतेस का म्हणून? उद्धवा हे खरेच, की जरावस्थेमुळे भ्रम निर्माण केला आहे?"

"राधे... तुला का कळेना झालंय?" उद्धव त्रासून म्हणाला.

"मी सांगत होतो... कृष्णाचा पार्थिव देह आता आपल्यात उरलेला नाही." स्पष्ट सांगून टाकल्यामुळे उद्धव तणावमुक्त झाला. अचानक राधा गंभीर झाली. उद्धव तिच्याकडे बघत होता. एकटक!

"कृष्णाचा पार्थिव देह?" अनपेक्षितपणे राधा उद्धवाचा हात धरून म्हणाली. "चला उद्धवा, चला! अजून इतक्यात तर कृष्ण इथे होते. चला, मी तुम्हाला त्यांच्याकडे नेते." उद्धवाचा हात जोरात खेचून राधा तरातरा चालू लागली. तिच्या गतीशी ताल न मिळवू शकलेला वृद्ध उद्धव तिच्या हात खेचण्यामुळे हेलपाटला. तरीही झोकांड्या खात तो राधेपाठी धावला.

"राधा... राधा... मला कुठे नेतेस तू?" जिवाच्या आकांताने ओरडला; पण काही ऐकू येत नसल्यागत राधा त्याला खेचत झपाझप चालत राहिली. उद्धव तिच्यामागे धडपडत राहिला. गोकुळाच्या गल्लीबोळात राधेच्या ठाम पावलांमागे वृद्ध उद्धवाच्या थकल्या पावलांचा आवाज घुमला.

"अरे... अरे... हे संध्याकाळी दिसलेले महाराज!" कुणीतरी दुरून उद्धवाकडे बघत म्हणाले. उद्धवाने मागे वळून बघितले; पण अंधारात चेहरा दिसला नाही. नुसते शब्द कानी पडले, "ही खुळी राधा त्या अनोळखी महाराजांना फरपटत कुठे नेत असेल?"

खुळी राधा? उद्धवाचे पाय अडखळले. गोकुळात अनोळखी ठरणेही त्याला उद्ध्वस्त करीत होते.

"बंधू!" तो राधेचा हात हिसडून बोलणाऱ्या गोपालकाजवळ जाऊन म्हणाला. "या राधेला खुळी म्हणू नका."

"खुळीच तर आहे ती!" गोपालक समर्थन देत म्हणाला. "महाराज, तुम्हाला ठाऊक नाही. राधेचा नवरा कधीच मेला. तुम्हीच सांगा, विधवा स्त्री राधेसारखा साजशृंगार कधी करते का?"

राधा! विधवा स्त्री!

क्षणभर उद्धव चमकला. त्याच्या नजरेसमोर सौभाग्यचिन्हे त्यागलेल्या असंख्य विधवांचे चेहरे तरळले. त्या चेहऱ्यांत राधेचा चेहरा असण्याची कल्पनाच त्यांना पटेना. प्रौढत्व, ओशाळवाणा, लाचार भाव, विरक्ती यातील काहीही राधेमध्ये शोधून सापडले नसते. प्रत्यक्ष काळही जिला स्पर्श धरू धजला नव्हता अशी

राधा! वर्षानुवर्षांपूर्वी जशी होती, तशीच्या तशीच आहे ती! उत्फुल्ल! चैतन्यमय! तारुण्याने मुसमुसलेली!

हे कसे घडले असेल?

महाकाळ कुणा विशिष्ट व्यक्तीसाठी थांबत असेल?

"उद्धवा..." गहिरा अंधार कापत राधेची हाक आली. उद्धव घाईने पावले उचलू लागला. कालिंदीतटाकी उघड्या आकाशाखाली राधा उभी होती.

"इथेच तर आहेत कृष्ण!" उद्धवाकडे बघत राधा म्हणाली. "हे निरभ्र आकाश... खळखळ वाहता कालिंदीचा प्रवाह... हवेत फडफडणारी तमालपर्णं... हे सारे दिसत असूनही कृष्ण नाहीत असे कसे म्हणता तुम्ही? उद्धवा, तुम्ही-सुद्धा कृष्णदर्शन पार्थिवात करीत होतात?"

"आपण देहधारी आहोत, राधे!" उद्धव पुटपुटला.

"कृष्णाच्या संस्पर्शानंतरही भिन्न देहाचे भान उरले, याचेच मला आश्चर्य वाटते..." पुन्हा राधा खळखळून हसली. त्या हास्यात उद्धव चिंब भिजला. कालिंदीच्या प्रवाहाहून अधिक सौम्य आणि पवित्र वाटले राधेचे हास्य!

उद्धवाला वाटले, राधेची उंची आकाशाहून जास्त आहे...

"तिकडे बघा, उद्धवा..." राधेने दाखविल्या दिशेस उद्धव बघू लागला. अश्वत्थाच्या वृक्षाखाली कालिंदीप्रवाहात भिजलेली मृदू मुलायम शिला होती.

"ज्या दिवशी अक्रूरजींबरोबर तुम्ही सारे कंसाच्या यज्ञासाठी मथुरेस गेलात, त्या आधीची रात्र या पर्णापर्णांत, या शिलेच्या सान्निध्यात अजरामर झाली आहे. उद्धवा, इथेच कृष्ण बसले होते. असे – हे बघा..."

पुन्हा उद्धवाचा हात धरून राधेने त्याला अश्वत्थाजवळ नेले. तर...

उद्धव डोळे विस्फारून बघत राहिला...

अर्जुनाने सांगितले होते. प्रभासक्षेत्री त्याने कृष्णदेह पंचमहाभुतांच्या स्वाधीन केला. तर मग... पंचमहाभुतांत विलीन झालेला देह पुन्हा दृश्यमान कसा झाला? खुद्द अर्जुनाने जे स्वयं उद्धवाला सांगितले होते, ते असत्य असणे शक्य नव्हते. तरीही राधेचे म्हणणेही खरे होते. अश्वत्थाच्या खाली असणाऱ्या शिलेवर कृष्ण बसला होता.

उद्धवाने डोळे चोळत पुन्हा बघितले.

धनुष्ययाग यज्ञासाठी मथुरेला रवाना होण्यापूर्वी कृष्ण गोप-गोपींचा निरोप घेत होता. आदला दिवस त्यातच सरला. कृष्णाला निरोप देण्यातील सूचितार्थ साऱ्यांना हळवे करीत होता. गोकुळ उदास होते. कृष्णमनात प्रत्येकाच्या भावनेविषयी आदर होता. म्हणून आवर्जून साऱ्यांचा निरोप घेता घेता रात्र झाली. कृष्ण

साऱ्यांना – अगदी कदंब वृक्षापासून नीलवर्ण धेनूपर्यंत साऱ्यांना भेटला.

रात्र चढू लागली. चढत्या रात्रीचे पांघरूण घेऊन गोकुळ निद्राधीन झाले. यमुनाजलही श्रमित असल्यागत मंद होते. कृष्णाच्या मनात चुटपूट होती– दिवसभर असंख्य पुरजनांची भेट घेतली; पण त्यात राधा नव्हती. सकाळी गोकुळ सोडावयाचे होते. राधेला न भेटता पाय निघणार नव्हता. राधेचा शोध घेत स्वयं कृष्ण मध्यरात्री या अश्वत्थाशी पोहोचला होता – कालिंदी होती साक्षीला!

दिवसभर राधा कुणाच्याही नजरेस पडली नव्हती. सूर्यास्तापासून ती या अश्वत्थाखाली उभी होती. सश्रद्ध नेत्रांत आर्द्रतेचे दीप प्रज्वलित करून कृष्णप्रतीक्षा करीत होती. काही केल्या कृष्णाला निरोप देण्याची मानसिक तयारी होत नव्हती. म्हणून दिवसभर तोंड लपवित ती कृष्णाचा सामना टाळत होती. तरीही मनात श्रद्धा होती... निरोप घेतल्याविना कृष्ण जाणार नाही; पण ज्या क्षणी तो सांगेल – ''राधे, निघावयाची वेळ झाली.'' तो क्षण... तो क्षण काळाचा तुकडा नसेल. त्या क्षणावर ब्रह्मांडाचा भार असेल. राधेचे नाजूक शरीर हा भार सहन करू शकेल? सौम्य मन तो बोजा पेलू शकेल? स्वत:ला प्रश्न विचारीत तिची तीच घायाळ होत होती.

म्हणूनच साऱ्यांना टाळून कृष्णाच्या दृष्टीस पडण्याची काळजी घेत ती संध्याकाळी गोकुळाच्या टोकास जाऊन बसली होती. प्रात:काळी कृष्ण मथुरेच्या मार्गाला लागला की, गोकुळात अत्र-तत्र-सर्वत्र कृष्णदर्शन होणार आहे याविषयी मनात अमीट श्रद्धा होती. स्थूल दृष्टीने कृष्णाला निरोप दिला की, गोकुळाच्या कणाकणांत कृष्ण भेटेल असा निश्वास वाटत होता. शरीरी कृष्णदर्शनाचा अवधी संपत आला होता आणि अशरीरी कृष्णाचे दर्शन घेण्याचा काळ समीप येत होता. मनात अपार विश्वास असूनही मथुरेचे प्रस्थान विरहदायी वाटत होते...

पण जो क्षण ती टाळू बघत होती, तो क्षण समक्ष उभा ठाकला. राधेला शोधत, थेट मध्यरात्र झाली असूनही, स्वयं कृष्ण या अश्वत्थाशी आला होता.

''राधा!'' कृष्णाने साद घातली. स्वरात नित्याचे स्वस्थ मृदू लाघव होते. ''प्रात:काळी आम्ही मथुरेस जाणार आहोत. समग्र गोकुळाने निरोप दिला आम्हाला. आता तूही...''

''निरोप?'' कृष्णाकडे एकटक बघणाऱ्या राधेच्या तोंडून निरर्थक प्रश्न निसटला. स्वरातील आतुरता प्रकर्षाने जाणवत होती.

''होय राधे! जन्मांतराच्या चक्राच्या अधीन होण्याला पर्याय नसतो हे समजून घे.''

''कर्मचक्राविषयी माझी तक्रार नाही. पण...'' अनिमिष नेत्रांनी कृष्णाकडे बघत राधा म्हणाली. कृष्णाला नेत्रांच्या झरोक्यातून अंतरात उतरवित असल्यागत!

स्नेहल स्वरात ती म्हणाली, ‘‘त्यासाठी कृष्णाला निरोप देण्याची गरज मला भासत नाही. केशवा! राधा तुम्हाला निरोप देऊ शकणार नाही याची तुम्हाला जाण आहेच.’’

‘‘होय राधे! मी हेही जाणतो की, मथुरेचे प्रस्थान हा साधा प्रसंग नाही.’’

‘‘म्हणजे?’’

‘‘प्रत्येक संबंध कर्माधीन असतो, राधे! सजीव, निर्जीव, शरीरी, अशरीरी, स्थूल वा सूक्ष्म सारे काळाधीन असते. साऱ्यांचा अंत निश्चित असतो, या समाप्तीचा सहज स्वीकार म्हणजेच मानवधर्म!’’

‘‘मनुष्यधर्माचा स्वीकार केल्यानंतरही एक उदात्त धर्माचरण शेष राहतेच कृष्णा! हा शेषधर्म कृष्णाला निरोप देण्यापासून राधेला परावृत्त करीत आहे.’’

‘‘राधा...’’ कृष्णाच्या स्वरात वेदना उतरली. ‘‘मथुरागमनानंतर गोकुळात पुनरागमनाची संधी भविष्यात मिळेल असे वाटत नाही. इथून निरोप घेतला की इथले सारे संबंध, ही सृष्टी... कृष्णाच्या जीवनात अतीत ठरणार आहे...’’

‘‘हे काय बोलता आहात, कृष्णा...’’ राधा प्रथमच किंचित विचलित झाली. ‘‘स्वयं कृष्णाला गोकुळापासून तोडू शकेल असे भविष्य...’’

‘‘होय राधे! काळाहून मोठे कुणी नाही. राधा-कृष्णाच्या स्नेहसंबंधावरही आज या ठिकाणी पूर्णविराम ठेवला जाणार आहे. आता यानंतर आपली भेट होणे नाही. तुला अंधारात ठेवून गोकुळ सोडता येणार नाही मला. म्हणून सांगतो, युगकर्माच्या आरंभाचा हा संकेत आहे, राधे! त्याचा मान ठेवून स्नेहसंबंधावर पूर्णविराम ठेवण्याची परवानगी दे.’’

‘‘ज्याच्यापलीकडे स्वयं कृष्णही जाऊ शकत नाही त्या भविष्यात डोकाविणे, राधेसाठी अशक्य ठरेल, मधुसूदना! पण... गोकुळ वास्तव्याच्या समाप्तीच्या क्षणी – पूर्णविराम ठेवताना एक स्थूल कामना मनात जन्म घेत आहे. कृष्णा, एका मानुषी इच्छेतून मुक्त होऊ शकत नाही मी!’’

‘‘कुठची कामना राधे? कोणत्या मानुषी वासनेची पीडा तू भोगत आहेस? सांग राधे.’’

‘‘कृष्णा...’’ कृष्णाची संमती मिळाल्यागत राधा भावविभोर झाली. तिचा आवाज जणू प्रवाहरूप धारण करून वाहू लागला, ‘‘तुम्हाला अडविण्याचा अपराध मी करणार नाही. भवितव्याची अडवणूक अयोग्य आहे हे पटते मला! पण या अंतिम मिलनाच्या क्षणी एकच एक इच्छा मनात घर करून आहे. मला... मला या चरणांवर मस्तक टेकून अश्रू ढाळू द्या. बस! मग शरीरी राधा अशरीरी बनेल. तिला कुणीही कधीही कृष्णापासून वेगळी करू शकणार नाही.’’

कृष्णाच्या मुखावर करुणामयी स्मित फुलले. पापणी न लवविता राधा

कृष्णाकडे बघत होती. मध्याकाशातील चंद्र कालिंदीत प्रतिबिंबित होत होता. अनोखे शैत्य वातावरण प्रसन्न करीत होते.

एक अक्षरही न बोलता कृष्ण शिलेवर बसला. सश्रद्ध मनाने राधाकृष्णाच्या पायाशी बसली. देहधारी कृष्णाच्या चरणाला राधेचा पहिला आणि अंतिम स्पर्श झाला. कृष्णाच्या उजव्या पावलावर राधेच्या नेत्रांतील श्रावण बरसला. आसवांच्या धारेच्या रूपात राधेच्या मनीचा मानुषी स्नेह प्रकटला. कृष्णाच्या ओठांवर स्मित ओसंडत राहिले. मस्तकावरील मोरपीस वाऱ्याच्या गतीपेक्षा वेगळ्या गतीने हलू लागले. देहाच्या दैवी अमृततत्त्वावर मानुषी मृततत्त्वाची छाया पसरली. वर्षानुवर्षांनंतर हिरण्य-कपिला संगमतटाकी उगविणाऱ्या प्रात:काळाच्या निर्मितीचे बीज कालिंदीतटावर पेरले गेले. जरा पारध्याला निमित्त बनवून कृष्णदेहात घुसणाऱ्या बाणाच्या अग्रभागासाठी स्थान नक्की झाले.

"उद्धवा!" राधेचा स्वर अत्यंत शांत आणि स्वस्थ होता. "ज्या क्षणी कृष्ण गोकुळ सोडून गेले त्या क्षणापासून कृष्णाचा व्याप राधेच्या रोमरोमांत पसरला. गोकुळवासी कृष्ण दर्शनीय होते... अदृष्ट कृष्ण तर प्रतिक्षणी प्रतिस्थळी विद्यमान आहेत. निघताना त्यांनी सांगितले होते..."

"काय सांगितले होते, राधे?" उद्धवाच्या स्वरात उत्कट उत्कंठा होती.

"कृष्ण म्हणाले होते... राधे! जोवर या क्षणाचा सुगंध तू जतन करू शकशील तोवर कळिकाळही या क्षणाचा आदर करील..." हरवल्या स्वरात राधा सांगत होती... "मला कुणी कृष्णापासून तोडू शकणार नाही हे स्वयं कृष्णाने सांगितले मला! ही आभूषणे, या पुष्पमाला, ही चंदनाची उटी आणि सुंदर वस्त्रे... हे सारे कृष्णाला फार प्रिय आहे, उद्धवा! हे सारे परिधान करून मी 'त्या' क्षणी कृष्णासन्मुख उभी होते. तीच राधा या क्षणीही कृष्णासन्मुखच उभी आहे. 'तो' क्षण राधेच्या अंतरातील गर्भगृहात बंदी झाला आहे. उद्धवा, ज्यांनी कृष्णाला निरोप दिला त्यांचाच कृष्णाने निरोप घेतला. मी जर निरोप दिलाच नाही तर..." पुन्हा राधा खळखळून हसली. इतक्या जोराने की तिच्या नेत्रांत आर्द्रता चमकली.

कित्येक दिवसांपासून जो प्रश्न उद्धवाशी लपंडाव खेळत होता... उत्तर मिळालेसे वाटत असताना परत प्रश्नरूप धारण करीत होता, त्या प्रश्नाचे समाधानकारक उत्तर मिळाले. अंतिम श्वास घेताना कृष्णाला राधाच का आठवली, हा प्रश्न वा त्याविषयी तिळमात्र खेद आता उद्धवाच्या मनात उरला नव्हता.

❖

२५

पारसमण्याच्या संस्पर्शाने

"हे उद्धवा... ज्या सृष्टीचा आरंभ शून्यात आहे त्या सृष्टीत आदि आणि अंताच्या मध्यभागातही शून्याशिवाय दुसरे काय असू शकेल?" घनगंभीर गर्जना करीत हिमालयाच्या उत्तुंग शिलांवर आपटत अलकनंदा पुढे झेपावत होती. प्रवाहाच्या खळखळाटात उद्धवाला कृष्णवाणीचे पडसाद ऐकू येत होते. यादवांना प्रभासक्षेत्री नेण्याची योजना घडवून श्रीकृष्णाने उद्धवाला तीर्थयात्रेसाठी रवाना केले, तो क्षण उद्धवाच्या मानसपटलावर वारंवार साकार होत होता. आता कधी द्वारकेस परतणे होणार नाही, असा तर्क मनात डोकावला होता तेव्हा! मन सैरभैर असताना – त्या क्षणी कृष्ण जे म्हणाला ते नीट कळले नव्हते; पण त्याचा प्रतिध्वनी आता अलकनंदेच्या खळखळाटात, हिमालयाच्या हिमाच्छादित शिखरांच्या उत्तुंगतेत उमटत आहेसे वाटून तो शहारला.

कृष्णाच्या देहोत्सर्गाची वार्ता राधेला कळवून उद्धवाने हिमालयाची वाट धरली होती. आता द्वारका, मथुरा, गोकुळ... सारेच एकाकार झाल्यासारखे वाटत होते. पृथ्वीवर जणू एकही विशिष्ट स्थळ... विशिष्ट नाव उरले नव्हते. नव्हे, ब्रह्मांडात आता पृथ्वीचेही अस्तित्व उद्धवाला जाणवत नव्हते. सारे निराकार... अनाम बनले होते. राधा पूर्णत्वाने कृष्णमय झाली होती. तिच्यालेखी कृष्णाच्या देहोत्सर्गाची वार्ता निरर्थक ठरली आहे याची जाण उद्धवास थक्क करणारी होती. आता प्रत्येक क्षण काळाचा तुकडा नव्हे, तर महाकाळाचा पदध्वनी भासत होता. निर्धाराने पाठ फिरवून तो चालू लागला.

यमुना, गंगा, शतद्रू, मंदाकिनी... प्रवाहात शैत्य मिसळणाऱ्या हिमालयातील नद्यांच्या जलौघात स्नान करीत करीत उद्धव अलकनंदेच्या मुखापाशी आला. बद्रिधाम मंदिराजवळ प्रकट होणाऱ्या तप्त कुंडापाशी उभे राहून त्याने हिमाच्छादित पर्वतावरून वाहणाऱ्या शतधारांचे दर्शन घेतले. थोड्या अंतरावर वाहणारा वसुधारेचा जलौघ, समोरच्या पर्वतावर उतरणारी ऋग्वेदधारा आणि ती यजुर्वेदधारा... आणि

मधल्या भागात प्रकट होणारा पवित्र एकांत–

"उद्धवा, शरीर माध्यम आहे हे समजून कार्य करीत राहा. शरीराचा मोह नसावा आणि देहाचा त्यागही नको, या सत्याचा साक्षात्कार एकांतात तीव्र होईल.''

ज्या एकांतातील क्षणांचा – सत्याच्या साक्षात्काराच्या आर्षवाणीचा कृष्णाने उच्चार केला होता, तो हाच एकांत असेल का? तो क्षण हाच असेल का? कृष्णाने जे सांगितले, ते सारे या क्षणी कसे तीव्रतम होऊ लागले आहे? या प्रश्नांच्या उद्‌भवाने उद्धव भावनिक झाला. कृष्णाची वाणी जणू पर्वतमालेत वाहणाऱ्या वाऱ्याचा नादातून झिरपत होती.

उद्धव अनिमिष नेत्राने पर्वताकडे बघत राहिला. श्वेत हिमाच्या आवरणाखाली झाकलेल्या शिखरांतून ध्वनी उमटत असल्याचा भास झाला. वितळणाऱ्या हिमप्रदेशात पदचिन्हांचा आकार अंकित झाल्यासारखे वाटून उद्धवाने निरखून बघितले... कुणाची पदचिन्हे ही? कृष्णाची तर नव्हेत? की मग...

उद्धवाला वसुदेव आठवले. माता देवकीचे स्मरण झाले. देवी रुक्मिणी आणि सत्यभामा... अर्जुन आणि अश्वत्थामा, अक्रूर आणि... असंख्य चेहरे स्मृतिपटलावर उमटले. आणि राधा? हिमालयाच्या भव्यदिव्य शिखरांवर कुणाची पावले उमटली असतील?

बेलगाम उधळल्या मनाला आवर घालून उद्धवाने तप्तकुंडात स्वत:च्या चेहऱ्याचे दर्शन घेतले. ऐकले होते की या जलात स्वत:चा चेहरा बघितल्यावर नारदाच्या मनातील मोह नष्ट झाला होता. म्हणून याला नारदकुंड म्हणत. नारदकुंडात आता नारदाचा चेहरा दिसत नव्हता. तरी उद्धवाला वाटले – या ठिकाणी क्षणभरही व्यामोह टिकू शकणार नाही.

ज्या क्षणी अर्जुनाने उद्धवाला कृष्णाच्या देहोत्सर्गाची वार्ता सांगितली, त्या क्षणापासून तो शून्यावकाशात गरगरत होता. गंगातटाकी अर्जुनाच्या शब्दांनी कृष्णविहीन युगाचा आरंभ झाल्याचे सूचित केले. समग्र सृष्टीत विराट शून्यता भरून राहिल्याच्या भावनेने उद्धवास उदास केले. एका महायुगाचा अस्त झाला होता. त्या महायुगाच्या अस्ताचलास आत्मसात करण्याच्या प्रयत्नात उद्धवाला यश दिसत नव्हते, समग्र सृष्टी तीच होती.

सूर्य, तारे, चंद्र, हवा, आकाश, सरिताप्रवाह, वृक्षराजी... काहीच बदलले नव्हते. सारे तेच आणि तसेच असूनही सारे शून्यात विसर्जित होण्याची भावना मनास लपेटून राहत होती. मोरपिसाचे रंग आणि कुठून वेणूतून उमटणारे सुस्वर अपरिचित वाटत होते आता! गायींच्या त्वचेवरील थरार आणि वासरांचे हुंदडणेही

आता अपरिचित वाटू लागले होते उद्धवाला!

वारंवार नजरेसमोर तरळत होती अर्जुनाची व्यग्रता! अश्वत्थाम्याचा चीत्कार! अक्रूरांची वेदना... आणि... आणि!

स्तब्ध उभ्या व्रजभूमीचे तमालवृक्ष, कदंबाचा पर्णभार, गोवर्धनावरील शिला...

बेशिस्तपणे फुललेल्या स्मृतिवनात उद्धव हरवला असताना मध्येच कृष्णाचा करुणामय मुलायम स्वर आठव दाटवीत होता.

''उद्धवा, प्रेम आणि करुणेहून एकही मोठा धर्म नाही. हीच नीती आहे. हाच धर्म आहे. स्नेहात आसक्ती आहे आणि आसक्तिविरहित प्रेम म्हणजे करुणा! करुणा म्हणजे आसक्तिविरहित प्रेम...''

आर्षद्रष्ट्या कृष्णाला उद्धवाचे भविष्य आधीच कळले होते का? उद्धवाला शून्यता आणि आसक्तीने घेरण्यापूर्वीच त्याने उद्धवाला सावध केले होते.

तरीही... तरीही राधा भेटेतो उद्धव यातून मुक्त होऊ शकला नव्हता. ज्या क्षणाची विटंबना त्याला कल्पनेत छळत होती, तो क्षण किती विपरीत होता? वस्तुस्थितीची जाण करण्यासाठी राधेसमक्ष कुठचे शब्द वापरावेत, या प्रश्नात तो अपार व्यग्रतेला सामोरा गेला होता आणि त्याची निरर्थकता जाणवताच लज्जितही झाला होता. राधेने त्या क्षणाचा स्वीकारच कुठे केला? साऱ्यांसाठी कृष्णविरहित विश्व होते; पण राधेचे विश्व सदा कृष्णमयच होते आणि असणारही होते.

राधेच्या कृष्णमय विश्वाच्या संस्पर्शाने उद्धवाच्या मनातील शून्यता आणि आसक्ती दोन्हीला धडक दिली. सापाने कात टाकावी तशा सहजतेने उद्धव त्यापासून मुक्त झाला. गोकुळाकडे पाठ फिरवून हिमालयाची वाट धरणारा उद्धव मन हलके झाल्यामुळे पिसासारखा तरंगत पुढे सरकत होता!

आता बद्रिधाम!

प्रांगणात उभे राहून त्याने घंटानाद केला. त्या नादाची आवर्तने हिमालयाच्या शिखरांत दुमदुमली. हळूहळू पावले उचलीत उद्धव मंदिराच्या गर्भगृहात पोहोचला. सन्मुख बद्रिनाथाची प्रस्थापित प्रतिमा होती. वंदन करून त्याने डोळे मिटले. मिटल्या नेत्रांसमोर एक तेजरेषा उमटली. चमकून उद्धवाने डोळे उघडले. समोर तेज:पुंज बद्रिनाथाची प्रतिमा होती.

उद्धवाचे ओठ हसले.

बद्रिनाथाची प्रतिमा पारसमण्याची होती. पारसमण्याच्या संस्पर्शाने सारे सुवर्णात परिवर्तित होते. उद्धवाला वाटले – या हिमालयाची पतितपावन शिखरे बर्फाच्छादित नसून सुवर्णाने मढविलेली आहेत. पायाशी खळखळणारा अलकनंदेचा प्रवाह बर्फ वितळल्यामुळे नसून, सुवर्ण वितळल्यामुळे निर्माण झाला आहे. हा कांचनप्रवाह आहे...

उद्धव रोमांचित झाला. रोमारोमांत प्रफुल्लता दाटली. प्रतिमेतून परावर्तित होणारी पारसमण्याची किरणे आपल्याला सुवर्णस्नान करवीत आहेतसे वाटले त्याला!

अचानक उद्धवाची नजर विचलित झाली.

बद्रिनाथाच्या जागी त्याला कृष्णदर्शन झाले. तेच मोरपीस... तीच बासरी... ओठांवर त्रिभुवनाला वेड लावणारे स्मित... कालातीत आणि करुणामयी! आणि विश्वव्यापी विराट दर्शन...

"कृष्ण..." उद्धवाच्या ओठांवरून अनायास उद्‌गार घरंगळला. नेत्रांत आर्द्रता प्रकटली त्याच्या! क्षणभर वाटले – कृष्णाचे ओठ पुटपुटले आणि हा ध्वनी कुठून उमटला? बद्रिनाथाची प्रतिमा कुठे अदृश्य झाली? उद्धव चक्रावला.

"मौन हा वाणीचा दंड आहे, उद्धवा! निष्काम कर्माला देहाचा दंड आहे. प्राणायाम चित्ताचा दंड आहे. या त्रिविध दंडांना जो धारण करतो तोच खरा दंडी! खरा संन्यासी! महामना, हा संन्यास ग्रहण करून तू ज्याची अविरत कामना करशील त्या अमूर्तास प्राप्त करू शकशील."

द्वारकेच्या महालयात कृष्णाने विशद केलेले विराट परिमाण आत्ता प्राप्त झालेसे जाणवून उद्धव मौनात हरवला. कितीतरी वेळ! ज्या अमूर्ताची अविरत कामना मनात होती, ते अमूर्त कदाचित क्षणापूर्वी अनुभवले होते... ते सुवर्णस्नान... तो पारसमण्याचा संस्पर्श...

उद्धवाने अंतस्तलात श्वास उतरवून पुन्हा डोळे मिटले. क्षणभर कृष्णविहीन विश्वाचे स्मरण करीत तो गुणगुणला...

"कृष्णा..." उद्धवाने मनोमन प्रार्थना केली. "जो संस्पर्श राधेला झाला... ज्या संस्पर्शाचा लाभ या क्षणी या देहाला झाला, तो संस्पर्श पिता वसुदेवापासून कंसापर्यंत साऱ्यांच्या अस्तित्वास व्यापून राहो... अच्युता... यातच कृष्णाच्या महाप्रस्थानाचे सार्थक आहे."

"उद्धवा..." वाऱ्याची झुळूक आली आणि उद्धवाच्या कानांत हळूच पुटपुटली.

"मधुसूदना..." उद्धवाने रोमांचित अवस्थेत हिमालयाच्या शिखरांकडे बघितले. बद्रिनाथाने डोळे मिचकाविल्याचा भास झाला. अलकनंदेच्या प्रवाहाने, वसुधारेच्या प्रपाताने क्षणभर स्तब्धता अंगीकारली.

"होय वत्सा!" फिरून तोच घनगंभीर आवाज कानी पडला.

"कृष्णाच्यालेखी कुणी वसुदेव नाही. कुणी कंस नाही..."

"काय म्हणतोस, कृष्णा?" उद्धवाच्या रोमरोमांत आकांत दाटला. "पिता वसुदेव आणि पापकर्मा कंस, एका कक्षेत..."

"होय वत्सा! विव्हळ होऊ नकोस. उद्धवा, कृष्णासाठी प्राणिमात्र राधाच

आहे. राधेच्या आत्मविलगनाचा आणि समर्पणाचा संस्पर्श हीच खरी परममुक्ती!''

उद्धवाला वाटले – ज्या अमूर्ताची कामना मनात आहे तीच तर आहे ही परममुक्ती! राधेच्या स्पर्शाने 'त्या' दिवशी यमुनाकिनारी... गोकुळात प्राप्त झाली होती ती! तेच सत्य कृष्णाने विशद केले होते... राधेचे आत्मविलगन ज्या क्षणी समजले...

मधुर, शांत निद्रा चहूबाजूंनी बिलगत असल्याच्या अनुभूतीने उद्धव शहारला. छातीभर श्वास घेत त्याने डोळे मिटले. बंद डोळ्यांसमोर असंख्य आठवणी सजीव झाल्या. कंस आणि शिशुपालापासून राधेपर्यंत असंख्य चेहरे इथे कसे प्रकट होत आहेत? हिमशिखरांतून रोरावत घुमणाऱ्या तुफानी वाऱ्यात वेणुनादाचे स्वर्गीय सूर कसे? उद्धवाला वाटले... या मधुर निद्रेचा अंत कधी होऊ नये. अभंग असावी ही निद्रा! सतत वेणुनाद ऐकू येत असावा... अशी ही सुषुप्ती...

"उद्धवा! इतक्यात विसरलास, वत्सा?'' पुन्हा कृष्णाचा मोहक आवाज कानांत रोमांच भरू लागला.

"ज्या सुखाची प्रतीती सुषुप्तावस्थेत मिळते, ती चैतन्यावस्थेत होत नाही, याचा अर्थ चैतन्यावस्थेपेक्षा सुषुप्तावस्था उत्तम असते, असा घ्यावयाचा नसतो. हा भ्रम आहे. ही माया आहे. हे समजून घे, वत्सा! आत्मतत्त्वाला ओळखून मायेची आवरणे दूर करावयाची असतात. महामना, ऊठ! उभा हो, वत्सा...''

उद्धवाने दचकून डोळे उघडले. स्वतःचे अस्तित्व मोराचे पीस बनून विराटात तरंगत असल्यासारखे वाटले त्याला! आसपासच्या ब्रह्मांडाला ग्रासणाऱ्या विराट एकांतात प्रचंड नीरवता व्यापून राहिली होती. समोर भगवान बद्रिनाथाची मनमोहक प्रतिमा होती. काही क्षणांपूर्वी उद्धवाने केलेल्या घंटानादाची आवर्तने जणू अजूनही हिमाच्छादित शिखरांत घुमत होती. सारे यथावत् होते.

तर मग क्षणापूर्वी जाणवले ते काय होते?

उद्धवाने पुनश्च हात जोडून बद्रिनाथाच्या प्रतिमेस वंदन केले. मंदगतीने तो बाहेर आला. आता मन निर्विकल्प झाले होते. हवेच्या धक्क्याने ते अलकनंदेकडे ढकलले जात होते. अलकनंदा प्रचंड वेगाने प्रवाहातील शिलांना पुढे ढकलीत होती. उद्धवाने आवेगाने त्या वेगाकडे बघितले. उत्तरेकडच्या प्रभवस्थानावर त्याची नजर स्थिरावली. दक्षिणेकडे धावणाऱ्या प्रवाहाकडेही बघितले. अलकनंदेच्या तटावर साक्षात बद्रिनाथ उभे असोत की उद्धव! अलकनंदेला त्याचे काय?

पुढे होऊन उद्धवाने पदप्रक्षालन केले. वितळत्या हिमाचे शैत्य त्याच्या अणुरेणूंत दौडत गेले. उद्धवाला ते शैत्य आत्मसात करावेसे वाटले. तटावर बसून त्याने स्नान केले. सचैल स्नान करून त्याने प्रवाहातून ओंजळभर पाणी घेतले. ओंजळीचे पाणी पुन्हा अलकनंदेत अर्पण झाले. क्षणभर उद्धवाच्या

ओंजळीत वेगळे अस्तित्व धारण केलेला प्रवाह अलकनंदेत एकाकार झाला. उद्धव नतमस्तक झाला.

हिमशिखरांनी विंझणवारा घातल्यागत झुकल्या उद्धवाच्या मस्तकावर हिमकणांचा वर्षाव झाला.

उद्धवाच्या नेत्रांत अलकनंदा प्रकटली.

❖